ચાંદા તારી બીજી બાજુ

ડો.પ્રકાશ જે. ચાંડેગ્રા - લવ્યમ

BlueRose ONE.com
Stories Matter
NewDelhi • London

BLUEROSE PUBLISHERS
India | U.K.

BlueRose ONE.com
Stories Matter
NewDelhi • London

For permissions requests or inquiries regarding this publication, please contact:

BLUEROSE PUBLISHERS
www.BlueRoseONE.com
info@bluerosepublishers.com
+91 8882 898 898
+4407342408967

ISBN: 978-93-5819-227-8

Cover design: Shivam
Typesetting: Mayur Kapdi

First Edition: October 2023

લેખકનો સંક્ષિપ્ત પરિચય

ડો.પ્રકાશ ચાંડેગ્રા 'લવ્યમ' નો જન્મ ૧૫-૦૧-૧૯૯૦ ના રોજ ગુજરાતના જામ ખંભાળીયામાં થયેલ. પ્રાથમિક અને માધ્યમિક સુધીનો અભ્યાસ તેમણે જામ ખંભાળીયાની એસ.એન.ડી.ટી. શાળામાં કરેલ. અહીં તેમણે આદર્શ વિદ્યાર્થીનો એવોર્ડ મેળવેલ. ઉચ્ચતર માધ્યમિક અભ્યાસ એમણે જામનગરની ડી.સી.સી શાળામાં કરેલ. ધો.૧૦ માં સમગ્ર જામ ખંભાળીયામાં દ્વિતીય અને ધો. ૧૨ સાયન્સમાં સમગ્ર જામનગર જિલ્લામાં દસમો ક્રમાંક મેળવી તેમણે અનેક પુરસ્કારો અને પ્રશસ્તિપત્ર મેળવેલ. રાજકોટની પી.ડી.યુ મેડિકલ કોલેજમાં તેમણે તબીબી અભ્યાસ કરેલ. સાયન્સ અને સાહિત્ય કહેવાય છે કે સાથે ન હોય પરંતુ એમનામાં બન્નેનો સુભગ સમન્વય થયેલ જણાય છે. મેડિકલ કોલેજ દરમિયાન તેમણે ઘણી કવિતાઓ અને વાર્તાઓ લખેલ. લવ્યમ એટલે કે લક્ષ્યને સમર્પિત અને પ્રેમને સમર્પિત આ ઉપનામ એમણે ધારણ કરેલ.

મેડિકલ અભ્યાસ પૂર્ણ કર્યા બાદ તેઓએ દેવભૂમિ દ્વારકા જિલ્લાના પ્રાથમિક આરોગ્ય કેન્દ્ર- રાણમાં તબીબી અધિકારી તરીકે ફરજ બજાવેલ. અહીં પણ તેમણે આરોગ્ય કેન્દ્રની કાયાપલટ કરી અનેક કાયાકલ્પ એવોર્ડ અને નેશનલ લેવલનો એન.ક્યુ.એ.એસ એવોર્ડ સંસ્થાને અપાવેલ. એમના મિત્રવર્તુળ અને સ્વજનોમાં તેમની રચનાઓ પ્રિય રહેલ. એમના આરોગ્ય વિષયક ખાસ કરીને કુપોષણ વિશેના અને ઝિંદગી વિશેના લેખ અત્યંત પ્રસિદ્ધિ પામેલ. ઓનલાઈન એપ્લિકેશન પ્રતિલીપીમાં પણ તેઓ સક્રિય રહેલ અને સારા લેખન બદલ પ્રતિલિપિ તરફથી ગોલ્ડન બેજ સર્ટિફિકેટ પણ મેળવેલ. હાલ તેઓ ભાણવડ તાલુકાના તાલુકા હેલ્થ ઓફિસર તરીકે અને દ્વારકા જિલ્લાના ક્વોલિટી મેડિકલ ઓફિસર તેમજ જિલ્લા ટ્રેનિંગ સેન્ટરના ઇન્ચાર્જ તરીકે ફરજ નિભાવી રહ્યા છે અને તમામમાં કુનેહપૂર્વક કાર્ય કરી દ્વારકા જિલ્લાને અગ્રેસર રાખે છે. તેઓ માને છે કે, " કોઈ એક વ્યક્તિ આખી દુનિયામાં અજવાળું ન કરી શકે પણ પોતે જે ઓરડામાં

છે એમાં તો કરી જ શકે." અભિસારિકા- એક અતૂટ પ્રેમની નાયિકા એ તેમની પ્રથમ પ્રકાશિત સ્વરૂપે આવેલ ગુજરાતી નવલકથા એ એમને ઘણી પ્રસિદ્ધિ અપાવેલ. એમની આ બીજી નવલકથા ચાંદા તારી બીજી બાજુ સાચા સ્નેહની સંકલ્પનાને પ્રકાશિત કરવાનો એક પ્રયાસ છે.જાહ્નવીની જીવનડાયરીમાં કઈ રીતે સાચા પ્રેમનું પ્રકરણ લખાય છે એનું આલેખન એટલે જ ચાંદા તારી બીજી બાજુ. સર્વે વાંચક મિત્રોનો હૃદયપૂર્વક આભાર.

ચાંદા તારી બીજી બાજુ

સમય પાસે ના ઝૂકે એ જ સાચો પ્રેમ છે. સમયને પણ વિસ્મય પમાડે એ જ સાચો પ્રેમ છે.

પ્રેમ - ઈશ્વરની આ દુનિયાનું અદ્‌ભુત ઝરણું છે. પ્રેમ સાગર પણ છે અને પ્રેમ આગ પણ...

પ્રેમ સાકર પણ છે અને કાંટા ભર્યો બાગ પણ.

બસ, આ પ્રેમ માત્ર પ્રેમ છે... માત્ર પ્રેમ... માત્ર પ્રેમ...

ચાંદા તારી બીજી બાજુ - મારી આ નવલકથા આ પ્રેમને જ વ્યાખ્યાયિત કરે છે.

- લિ. ડો. પ્રકાશ જે. ચાંડેગ્રા - "લવ્યમ"

જાહ્નવીની જીવનડાયરીમાં લખી રહ્યું છે કોણ પ્રેમના અક્ષરો ?

" હ્દયબાગમાં ખીલી રહ્યા છે પ્રેમના પુષ્પો..સુગંધ એની ચહુઓર....

પ્રેમની તારા અને મારા વચ્ચે...અતુટ એવી આ છે દોર......"

કૃષ્ણ મંદિરની આરતીથી સમગ્ર વાતાવરણ સંગીતમય બનતું જતુ હતુ. સાંજ પડી ગઈ હતી, કિનારે ફરવા આવનારા લોકોની સંખ્યા વધતી જતી હતી . કોઈ સ્વદેશી તો કોઈ પરદેશી હતું. કોઈ શ્રધ્ધાથી ગોમતીઘાટ પર પુજન અર્ચન કરતું તો કોઈ માત્ર કિનારે બેસી સૂર્યાસ્તને નિહાળ્યા કરતું. કોઈ ત્યાં પાણીમાં દરિયાના ઉછળતા મોજા સાથે રમત કરતુ તો કોઈ છેક દૂર જઈ તરવાનો આનંદ માણતુ.

દ્વારકા... ભારતના મુખ્ય ચાર યાત્રાધામ પૈકી એક.... દર વર્ષ એકવાર તો જાહ્નવી અહીં આવે જ.... દ્વારકા સાથે એનો અતૂટ સંબંધ રહ્યો છે. દેવભૂમિ દ્વારકા જિલ્લાનું મુખ્ય મથક ભલે જામ ખંભાળિયા હોય પણ એનું હ્દય તો દ્વારકા જ છે.અહીં જાહ્નવીના નાના-નાની રહેતા હતા. જાહ્નવીનું આ મોસાળ હતું અને લગભગ બધાની જેમ જાહ્નવીને પણ એનું મોસાળ બહુ પ્રિય હતું. નાના-નાનીની વાર્તાઓ સાંભળીને એનું આખું વેકેશન જતું રહેતું.

વળી, લક્ષ અને દિવ્યા - જાહ્નવીના મામા-મામીના બાળકો એમની સાથે તોફાન કરવાની પણ ખૂબ મજા આવતી.

દ્વારકાની શેરી શેરીમાં જાહ્નવી હતી અને જાહ્નવીના હ્દય શહેરમાં દ્વારકા.

જાહ્નવી ભટ્ટ... મધ્યમવર્ગીય અને રૂઢિચુસ્ત બ્રાહ્મણ પરિવારની સૌથી મોટી અને વહાલસોયી દીકરી.

જાહ્નવી એટલે ગંગા, ખરેખર એના નામને યથાર્થ કરતી હતી. શ્રુંગાર પ્રિય પણ ફેશનમાં આંધળી દોટ નહિ મુકનાર, રૂપ તો એનું એટલું નાજુક કે ગુલાબનું ફૂલ પણ સ્પર્શ કરે તો જાણે ઇજા પામી જાય!

સ્વર્ગની કોઇ અપ્સરા જાણે ધરતી પર ઉતરી આવી હોય! સુંદર ચમકતી આંખો અને મુખ પર હંમેશા રહેતું સ્મિત... પર્વત પરથી ધરતી પર પડતા ધીમા ખળખળ ઝરણાનાં સંગીત જેવો એનો અવાજ જાણી એની સુંદરતાને દ્વિગુણ કરતો હતો.

અભિમાનની એક રેખા પણ એના મુખપૃષ્ઠ પર દ્રશ્યમાન ન થાય....

દૂધમાં જેમ સાકર ભળી જાય તેમ જાહ્નવી નાના મોટા સૌનું હૃદય જીતી લેતી.

આમ જાહ્નવીમાં સંસ્કાર, સુંદરતા અને સમજદારીનો ત્રિવેણી સંગમ થયો હતો. હવે તો એ એકવીસ વર્ષના ઉંમરના મહત્વના વળાંક પર આવી ગઇ હતી. અત્યારે જાહ્નવી જન્માષ્ટમીની રજાઓ માણવા દ્વારકા આવી હતી. જાહ્નવીનો પરિવાર આમ તો રાજકોટ રહે, એનો અભ્યાસ પણ રાજકોટની નામાંકિત આર્ટસ કોલેજમાં ચાલુ છે. હાલ તે કોલેજના દ્વિતીય વર્ષમાં છે.

દરિયા કિનારે સાંજને માણતા માણતા સમય કેમ ચાલ્યો જાય ખબર જ ના પડે. જાહ્નવીના મનમાં વિચારોની હારમાળા સર્જાય છે. યુવાનીના આ વસંતકાળમાં દરેકને થાય એવા પ્રશ્નો એના મસ્તિષ્કમાં પણ ઉદભવે છે.

હવે પછી ઝિંદગી ક્યા પંથ પર લઈ જશે ? પોતાને સનાતન સ્નેહ કરનાર કોઈ મળશે ? પછી આગળ એમ.એ. અને એમ.ફિલ કરવાના વિચારોમાં ખોવાઈ જાય છે અને મમ્મી-પપ્પા તેમજ પરિવારનાં વડીલોના સ્વપ્નો પુરા કરવાનું વિચારવા લાગે છે.

પછી અચાનક ખ્યાલ આવતા કે ઘણો સમય વીતી ગયો છે હવે દર્શન કરી ઘરે જવું જોઈએ એ મંદિરમાં જાય છે. એના વહાલાં કૃષ્ણ ભગવાનને પ્રાર્થના કરે છે કે,

"હવે પછીનાં સમયમાં પણ એને શક્તિ આપે એ દરેક નિર્ણય ન્યાયપૂર્ણ અને પોતાની સંસ્કાર મર્યાદામાં રહીને કરી શકે"

પછી આગળ કહે છે કે – "**મારી જીવન ડાયરી ઘણાં રંગોથી ભરેલી છે પણ પ્રેમના રંગથી હજુ એ ખાલી જ છે. મને ખબર નથી કોણ એના અતૂટ પ્રેમથી એમા હસ્તાક્ષરો લખવાનુ છે. હે ક્રિષ્ન કનૈયા શું તમને ખબર છે કે મારી જીવન ડાયરીમાં લખાઈ રહ્યા છે, કોના પ્રેમના અક્ષરો?**" પછી એ પ્રસાદ લઈ ઘરે ફરે છે.

*****

જાહ્નવી પૂછે છે -" ધરતીને રોશન કરનારાં એ ચાંદા શું છે તારી બીજી બાજુ ?"

જાહ્નવી ઘરે આવે છે. એ જુએ છે કે બહાર તો લાઈટ છે તો ઘરમાં કેમ કોઈ નથી ? એ અવાજ આપે છે- " લક્ષ- દિવ્યા ક્યાં છો તમે ? "પણ કોઈ જવાબ નથી આવતો ! પછી એ કહે છે - " મામા મામી, નાની તમે બધા ક્યાં છો "પણ કોઈ જવાબ નથી આપતું.

એને થોડો ડર લાગે છે. ગળું સુકાવા લગે છે, ત્યાં એને ઉપરના રૂમમાંથી ગ્લાસ પડવાનો અવાજ આવે છે. એ દોડીને ઉપર જાય છે. પણ કોઈ હોતું નથી. થોડી ક્ષણો પછી ગેલેરીમાં હિંચકાનો અવાજ આવે છે. એ ત્યાં જાય છે. એનો ડર વધી જાય છે, શું થઈ રહ્યું છે એને સમજાતું નથી. ગેલેરીમાં પણ કોઈ હોતું નથી. પછી એ ડ્રોઈંગરૂમમાં આવે છે અને સોફા પર બેસે છે. પાણીનો ગ્લાસ ભરે છે અને પીવા જય છે ત્યાં પાછળથી બે હાથ એનાં ચહેરા પાસે આવે છે. એ એકાએક ઉભી થઇ જાય છે અને એના હૃદયનાં ધબકારા વધી જાય છે અને પાછળ જુએ છે ત્યાં.. લાઈટ ચાલુ થઈ જાય છે અને બધા હસતાં હસતાં રસોડામાંથી બહાર આવે છે.

"નમનીયા, વાંદરા હું તને નહિ છોડું !!!" એમ કહી જાહ્નવી એના વહાલસોયા નાના ભાઈ નમનની પાછળ દોડે છે..

જાહ્નવી – "આવો મજાક હોય ક્યાંય ?"

નમન- " કેમ મજા આવીને ? સરપ્રાઈઝ કેવું લાગ્યું ?"

જાહ્નવી -"પણ ભઇલું તું તો આવતીકાલે આવવાનો હતો ને ?"

આમ કહી તેણી નમનને પાસે બેસાડે છે અને એના કાન ખેંચે છે.

નમન - " દીદી, મારે એક દિવસ વહેલી રજા પડી ગઈ એટલે આજે જ આવતો રહ્યો અને મારા કાન દુખે છે, જ્યારે હોય ત્યારે કાન જ ખેંચતી હોય છે."

નમન ભટ્ટ... જાહ્નવીનો લાડકો નાનો ભાઈ, જે હજુ નવમાં ધોરણમાં અભ્યાસ કરે છે. દરેક નાનામોટા ભાઇબેનની જેમ નમન અને જાહ્નવી પણ ખૂબ ઝઘડો કરતા હોય છે. પણ એકબીજા વિના ના ચાલે, આપણી સંસ્કૃતિની આ જ ખાસિયત છે કે અહીં દરેક સંબંધ સ્નેહથી ભરપૂર રહે છે.

લોકો ઝિંદગીમાં સંબંધોની નહિ, સંબંધોમાં ઝિંદગીની ગણતરી કરે છે. બીજે દિવસે રક્ષાબંધન હોય છે એટલે વહેલું ઉઠી બધી તૈયારી કરવાની હોય છે.

સૂર્યોદયના કોમળ કિરણો દ્વારકાના દરિયાને પ્રકાશિત કરે છે. જાહ્નવી ઉઠે છે, બારી ખોલે છે. બારીમાંથી આવતા સૂર્યકિરણોથી એનું મુખ સુશોભિત બને છે, જ્યારે એ ધીમેથી સ્મિત આપે છે ત્યારે જાણે સાચા અર્થમાં સવાર પડી હોય તેવું લાગે છે. બધાં પ્રભાતની આરતીમાં દ્વારકાધીશના મંદિરે જાય છે પછી ઘરે આવે છે.

શ્રાવણસુદ પૂનમ એટલે રક્ષાબંધન. ઘરે આવ્યાં બાદ દિવ્યા અને જાહ્નવી બેય લક્ષ અને નમનને કુમકુમ તિલક કરે છે. જાહ્નવી પેંડો નમનના મુખમાં મૂકે છે જેવી તે એના મુખમાં મુકવા જાય છે તેવો નમન ધીમેથી બટકું ભરી એને ચીડવે છે.

જાહ્નવી - " આઉ, નાની આને કંઈક કયો ને? "

નાની - " એલા તોફાની, આજના દિવસે બેનને હેરાન ના કરાય હો. "

નમન - " નાની, તો રોજ તો કરાયને? ખાલી આજે જ નહીં ને?"

બધા હસવા લાગે છે. પછી લક્ષ અને નમનના હાથમાં રક્ષાનું એ અનુપમ બંધન બંધાય છે. બન્ને ભાઈઓ દિવ્યા અને જાહ્નવીને ભેટ આપે છે, બધા થોડીવાર વાતો કરે છે પછી બપોરનાં ભોજન બાદ સૌ ટી.વી. જુએ છે અને સાંજે દરિયા કિનારે ફરે છે. આખો દિવસ આમ પસાર થઈ જાય છે. બધાં રાતે ઊંઘી જાય છે પણ કોઈ કારણસર જાહ્નવીને ઊંઘ નથી આવતી. એ ગેલેરીમાં આવે છે. હિંચકા પર બેસે છે થોડીવાર પછી વાદળો હટવાથી શ્વેત શીતળ ચાંદની એના મુખ પર પડે છે અને પૂનમના એ ચાંદાને જોઈને જાહ્નવીને બાળપણનો એક પ્રસંગ યાદ આવી જાય છે.

ફરી આજે એ પ્રશ્ન પૂછી ઊઠે છે-

" ધરતીને રોશન કરતા એ ચાંદા શું છે તારી બીજી બાજુ?"

અને પછી એ પ્રસંગની યાદમાં ખોવાઈ જાય છે.

આજથી ૧૧ વર્ષ પહેલાં જ્યારે જાહ્નવી પાંચમા ધોરણમાં હતી ત્યારે એ દ્વારકા આવી હતી. જાહ્નવીના નાના પ્રભાતચંદ્ર વિજ્ઞાનના શિક્ષક રહી ચૂક્યા છે. તે દિવસે પણ પૂનમની રાત હતી. છત પર દિવ્યા અને જાહ્નવી રમતાં હતાં. એ લોકો થાકીને ત્યાં પ્રભાતચંદ્ર પાસે આવે છે અને બેસી જાય છે. જાહ્નવી નાનાને વાર્તા કરવાનું કહે છે. લગભગ બાળપણની બધી વાર્તાઓમાં રાજકુમાર હોય જ તેમ એ વાર્તામાં પણ હતો અને એ પણ ચાંદ જેવો હતો, ચાંદ પરથી આવ્યો હતો. વગેરે...વગેરે... ત્યારથી જાહ્નવીના મનમાં ચાંદા પ્રત્યે પ્રેમની લાગણી બંધાય જાય છે. પછી વાર્તા પુરી થયા બાદ નાના ખગોળશાસ્ત્રનું વર્ણન કરતાં હતાં.

ચન્દ્ર એ પૃથ્વીનો ઉપગ્રહ છે એમાં કળા જોવાં મળે છે. પછી એમણે જે વાત કરી એ જાહ્નવીને હૃદય સોંસરવી ઉતરી ગઈ. સામાન્ય રીતે આપણે પૃથ્વી પરથી ચાંદાનો એક જ પૃષ્ઠભાગ કે સપાટી જોઈ શકીએ છીએ. ચાંદાનો બીજો ભાગ હંમેશા છુપાયેલો રહે છે. બસ વાર્તા સાથે સાંકળે છે અને વિચારે છે કે, - "શું સાચે જ રાજકુમાર આ ચાંદા જેવો હોય છે? અને પછી પૂછી ઊઠે છે - **" શું છે ચાંદા તારી બીજી બાજુ ???**

આ પ્રસંગથી એ બહુ પ્રભાવિત થઈ હતી અને પછી એના ઉકેલની ઘણી શોધમાં હતી. આજે પાછી એ યાદ તાજી થઈ જાય છે. રાતે નાની પાણી પીવા ઊઠે છે અને જુએ છે કે જાહ્નવી હજુ જાગે છે. તેની જાહ્નવી પાસે જાય છે. જાહ્નવી પોતાનાં મનમાં ચાલતા યુધ્ધની વાત કરે છે. નાની તેણીનું માથું પોતાના ખોળામાં લે છે અને પછી વ્હાલથી પંપાળે છે. જાહ્નવી નાનીને ચાંદા તારી બીજી બાજુ વાળો પ્રસંગ કહે છે. નાની ધીમું ધીમું મલકાય છે. પછી જાહ્નવીને એ જીવનની શીખ આપે છે.

" જાહ્નવી બેટા, હંમેશા આપણે જેને સર્વસ્વ માનતા હોઈએ એ પણ આપણને એટલું જ માનતા હોય એવું ના હોય. આપણી પાસે એવી કોઇ પારાશીશી નથી કે કોઈના હૃદયની લાગણી માપી શકીએ અને ઘણીવખત બે વ્યક્તિઓ જુદાં જુદાં સમયે જુદાં જુદાં ચહેરા સાથે સામે આવે છે. એટલે હંમેશા પૂર્વગ્રહ બાંધવા ના જોઈએ જીવન એની રમત રમતું રહે છે. તું જે ચાંદાની વાત કરે છે એ પણ રોજ શું એકસરખો હોય છે?

હા, સાચો પ્રેમ કોઈપણ પરિસ્થિતિમાં સાથ છોડતો નથી. બસ, જે વ્યક્તિ આ વાત પર અમલ કરે એ જ તારો ચાંદ... બસ, પછી તારે એ ચાંદાની બીજી બાજુ જોવાની જરૂર નહીં રહે. એ ઉજ્જવળ જ હશે. "

નાનીના આ જવાબથી જાહ્નવીનાં મુખ પર સંતોષની લાગણી આવી ગઈ. એનું એ યુધ્ધ શાંત થઇ ગયું હતું અને એ નાનીના ખોળામાં જ સુઇ ગઇ હતી. નાનાનાં ખગોળશાસ્ત્રમાં જે જવાબ ન હતો એ નાનીનાં જીવનશાસ્ત્રમાંથી મળી આવ્યો હતો.

સવારે સૂર્યના કિરણો જાહ્નવીના મુખકમળને ઉજાસ આપે છે. એની ઊંઘ ઊડે છે અને એને ખ્યાલ આવે છે કે નાની સાથે વાતો કરતા કરતા એ અહીં જ સુઇ ગઇ હતી. એ સૂર્યનારાયણને નમસ્કાર કરે છે. જાહ્નવી ગેલેરી પાસે આવે છે. પૂજન અર્ચન માટે લોકો મંદિરે જતાં હોય છે. દૂધવાળા, છાપાવાળા, શાકભાજીવાળા અને ધંધાર્થી લોકોથી રસ્તો ભરાયેલો હોય છે. જાહ્નવીના ચહેરા પર અનેરું સ્મિત પ્રગટે છે. પછી એ

તૈયાર થઈ જાય છે અને લક્ષ, નમન અને દિવ્યા સાથે મંદિરે દર્શન માટે નીકળે છે.

દ્વારકાનો માહોલ રંગીન બનતો જતો હતો. ૮ દિવસ પછી જન્માષ્ટમી હતી. નવી નવી આકર્ષક મીઠાઈઓ બજારમાં આવવા લાગી હતી. ચારે તરફ ફૂલો જ ફૂલો દેખાતા હતાં. બધી ઇમારતો પર રોશની કરવામાં આવી હતી. નવી નવી સુંદર વસ્તુઓ બજારમાં વેચાવા માટે આવી હતી. ઠેર ઠેર સફાઈકામ ચાલતાં હતા. હોટેલોમાં બધું બુક થઈ ગયું હતું. વિદેશી પ્રવાસીઓ માટે ખાસ વ્યવસ્થા ગોઠવવામાં આવી હતી.

કૃષ્ણ જન્મોત્સવમાં કોઈ કસર ન રહી જાય એની પુરી કાળજી લેવાતી હતી. આખું કૃષ્ણ મંદિર શણગારવામાં આવ્યું હતું. કડક સુરક્ષાની વ્યવસ્થા પણ કરાઈ હતી.

આ બધું જોઈને જાહ્નવી દિવ્યાને કહે છે

જાહ્નવી- "કેટલું સરસ છે બધું, નહિ? જાણે કોઈ નવી નગરીમાં આવી ગયાં હોય એવું લાગે છે. "બધાં દર્શન કર્યા બાદ બજારમાં ફરે છે. નમન દીદી મારે આ લેવું છે, દીદી મારે પેલું લેવું છે. એમ કર્યા કરે છે. પણ જાહ્નવી કોઈ દાદ નથી આપતી.

જાહ્નવી -" તારે બધું લેવું જ હોય. આજે કાંઈ નહિ હોં !!!"

પછી બધા ઘરે આવે છે. લક્ષ અને નમન વિડીયો ગેમ રમે છે. મામાને નાઇટ શિફ્ટ હોય છે એટલે આજે તે ઘરે નથી હોતાં.

મામીને દિવ્યા અને જાહ્નવી ઘરકામમાં મદદ કરે છે. જાહ્નવી બધી રસોઈ બનાવે છે. દિવ્યા ઘરની સફાઈ કરે છે. બધાં જમવા બેસે છે.

લક્ષ -" અરે, વાહ! દીદી તમે બહુ ટેસ્ટી જમવાનું બનાવો છો, હોં"

મામી - " બહુ સરસ બનાવ્યું છે. બધું, ખરેખર. "

જમ્યાં બાદ દિવ્યા અને જાહ્નવી છત પર બેસી વાતો કરે છે.

દિવ્યા -" તારી કોલેજની વાત આગળ કર ને. "

જાહ્નવી - "હા, જો કોલેજમાં મારી ઘણી ફ્રેન્ડ છે, એમાં નેહા મારી બેસ્ટ ફ્રેન્ડ છે. અમે બધે મોટેભાગે સાથે જ હોઈએ. નેહાનો ભાઈ અનિકેત પણ અમારા ક્લાસમાં જ છે એટલે મારે ક્યારેય બીજા કોઈ છોકરા સાથે વાત કરવાની નથી હોતી. કોલેજમાં અવાર-નવાર સાંસ્કૃતિક કાર્યક્રમો થતા હોય છે હું બધામાં ભાગ લઉં છું. કોલેજના ડેકોરેશનથી માંડી ચીફ ગેસ્ટના સ્વાગત અને બીજી બધી વ્યવસ્થામાં હું આગળ પડતી હોઉં છું. "

દિવ્યા - " વાહ! બહુ સરસ હવે એ કહે કે તને કોઈ પસંદ છે? કે કોઈ તને પસંદ કરે છે?"

જાહ્નવી - " કોઈની તો ખબર નથી પણ મને હજુ કોઈ પસંદ આવ્યું નથી. "

દિવ્યા - " એમ કેમ? ધારો કે તને કોઈ સાથે પ્રેમ થઇ ગયો તો?"

જાહ્નવી - " પ્રેમ થઇ જાય તો પણ ભાગીને લગ્ન નહિ કરું... પરિવારના સભ્યોની સંમંતિથી જ આગળ વધીશ. તને ખબર જ છે ને અમારું કુટુંબ કેટલું રૂઢિચુસ્ત છે અને આમેય હું સૌથી મોટી એટલે આવું જરાય પણ ન પોસાય હું આ મર્યાદાને માન આપું છું. મને લઈને બધાએ બહુ સ્વપ્નો જોયા છે. જે હું ક્યારેય તોડવા નથી માંગતી. "

દિવ્યા - " જાહ્નવી, તારી લાગણીને ધન્ય છે. આજકાલ આટલું આદર્શ રીતે કોઈક જ વિચારે છે. પ્રેમ પાછળ આંધળા બનીને લોકો મા- બાપ, વડીલો બધાનું અપમાન કરી નાખે છે. જે માં બાપ ૨૦ વર્ષ સુધી લાડકોશથી ઉછેરે છે એને છોડવામાં ૨૦ સેકન્ડ પણ વિચારતું નથી. ખરેખર, હું પણ આ વસ્તુની વિરુદ્ધ છું, પ્રેમની નહિ."

ત્યાં છત પર શોભામામી આવે છે.

- " ચાલો, હવે બહુ વાતો થઈ હવે સુઈ જાવ. "

જાહ્નવી - " હા, મામી ! "

પછી તેઓ સુઈ જાય છે અને રાત વીતી જાય છે.

બહારે હરવા-ફરવામાં, ટીવી જોવા અને દિવ્યા સાથે વાતો કરવામાં અને લક્ષ નમન સાથે મજાક મસ્તી કરતાં સમય કેમ પસાર થઈ જાય છે ખબર જ ના પડે. વળી, નાના નાનીની મીઠી મીઠી વાતો તો ખરી જ. આ ચાર દિવસ દરમિયાન જાહ્નવી એક અસાઈનમેન્ટ પણ પૂર્ણ કરે છે જે એને વેકેશન ખુલ્યા પછી તરત જ જમા કરાવવાનું હોય છે. આમ જોતજોતામાં રાંધણછઠ્ઠ આવી જાય છે.

ઘરમાં નવી નવી મીઠાઈઓ તેમ જ આવતીકાલ માટે ચણા અને થેપલા બને છે. સાતમના દિવસે કાંઈ રાંધવાનું હોતું નથી. આ બધી તૈયારીઓ ચાલતી હોય છે ત્યાં ફોનની ઘંટડી વાગે છે. શોભામામી ફોન ઉપાડે છે. વાતો ઉપરથી એમ લાગે છે કે કોઈ મહેમાન આવવાનું હોય છે. મઠડી બનાવવા માટે ખાંડની ચાસણી બનાવતા બનાવતા જાહ્નવી દિવ્યાને કહે છે.

- " દિવ્યા, કોઈ મહેમાન આવવાનું છે?"

દિવ્યા -" હા, જન્માષ્ટમી પર કોઈ મહેમાન ના આવે એવું તો બને જ નહીં. "

પછી રસોઈ બનાવવામાં બન્ને પાસે સમય જ નથી રહેતો કે એ વાત થાય કે કોણ આવવાનું છે બપોરે ૩ વાગ્યે બધું તૈયાર થઈ જાય છે.

શોભામામી થાકીને ખુરશી પર બેસે છે.

- " હાશ ! બધું થઈ ગયું હવે નવરા. થોડીવાર ફ્રી રહો પછી તો આગતા સ્વાગતામાં લાગી જવું પડશે. "

દિવ્યા - " કેમ મમ્મી ?"

શોભામામી - "દિવ્યા, અરે નિશામાસી આવવાનાં છે સહપરિવાર "

દિવ્યા - " વાહ, બહુ સારું કેટલાં બધા વર્ષ પછી, નહિ?"

શોભામામી -" હા, હિનાના લગ્ન છે હમણાં એટલે દ્વારકાધીશનાં આશીર્વાદ લેવા આવે છે. "

દિવ્યા - " હા, મને યાદ છે અને બહુ થોડાં દિવસો જ બાકી છે અને લગ્ન જામનગર જ રાખેલ છે, નહિ?"

શોભામામી - " હં, હવે તમે ચારેય જાવ. ફરી આવો, આમેય આજે આખો દિવસ કામ કર્યું છે. તમે બેયે રસોઈનું અને તમે બેયે વિડીયોગેમ રમવાનું" આમ કહી શોભામામી નમન અને લક્ષના કાન ખેંચે છે.

બધાં બજારમાં નીકળે છે. લક્ષ અને નમન લક્ષના બીજા મિત્રો સાથે ફરે છે. દિવ્યા અને જાહ્નવી બંને એમની રીતે નીકળે છે.

જાહ્નવી -" અરે, દિવ્યા હું તારા બધા માસીને અને મામાને ઓળખું છું પણ ક્યારેય નિશામાસી વિશે નથી સાંભળ્યું. "

દિવ્યા - " હા, એ મમ્મીના પિતરાઈ બહેન છે. વર્ષો સુધી મતભેદને કારણે વ્યવહાર ન હતો. પણ છેલ્લા કેટલાક સમયથી બધું બરાબર થઈ ગયું છે. એમને એક દીકરી છે હિના, જેના હમણાં લગ્ન છે અને એક દીકરો છે હમ્મ... શું નામ છે એનું ?... યાદ નથી આવતું... ચાલ છોડ ને એમના સગાસંબંધી બધા સૌરાષ્ટ્રમાં જ રહે છે અને હિનાના મોટા પપ્પા અને ભાભુની એવી ઈચ્છા છે કે હિનાનું કન્યાદાન એ લોકો કરે એટલે લગ્ન જામનગરમાં જ રાખ્યાં છે. બાકી એ લોકો તો બરોડામાં જ રહે છે. "

આ બધી વાતો ચાલતી હતી ત્યાં પાછળથી અવાજ આવે છે-

" શું છે તમારા ભાગ્યમાં જાણો.. "

દિવ્યા જાહ્નવીને ત્યાં લઈ જાય છે.

એ સાધુ કહે છે - " દીકરી છેલ્લાં ત્રીસ વર્ષથી જ્યોતિષવિદ્યાનો અભ્યાસ કરું છું. હાથની એક એક રેખા વાંચીને કહી શકું કે તમારા ભાગ્યમાં શું છે.. અને હા એમાં મારો સ્વાર્થ જોતો નથી. "

જાહ્નવી – " ચાલને, દિવ્યા હું આવુ કાંઈ નથી માનતી. "

દિવ્યા – " ખાલી બતાવવામાં શું જાય છે "

દિવ્યા જિદ્દ કરે છે એટલે જાહ્નવી હાથ જ્યોતિષને બતાવે છે.

જ્યોતિષ નીરખીને બધી રેખાઓ જુએ છે. પછી કહે છે-

" જલ્દી તારી ઝિંદગીમાં કોઈ આવવાનું છે જે તને પ્રેમની સંકલ્પના સમજાવી જશે. તું એને જેટલો પ્રેમ કરીશ એટલો એને કોઈ નહિ કરી શકે. "

દિવ્યા જાહ્નવીને ચીડવવા લાગે છે-

" વાહ! જાહ્નવી તારા ગ્રહો તો ચમકતાં છે. "

જાહ્નવી- " એવું કંઈ ના હોય.. આવશે ત્યારે કે જે.. "

એમ કહી તે પેલા જ્યોતિષનો આભાર માની એમને દક્ષિણા આપી જતી રહે છે.

દિવ્યા અને જાહ્નવી કૃષ્ણમંદિરે જાય છે. ઝરમર ઝરમર વરસાદ શરૂ થાય છે. મંદિરમાં સંધ્યા આરતી શરૂ થાય છે.

" ઓમ જય શ્રી કૃષ્ણ હરે... સ્વામી જય શ્રી કૃષ્ણ હરે... "

જાહ્નવી આ ધૂનમાં ખોવાય જાય છે. મંદિરનું આ પવિત્ર વાતાવરણ એના મનને અનેરી શાંતિ અર્પે છે. તેણી શ્રી કૃષ્ણની મૂર્તિમાં એકાકાર થઈ જાય છે. ત્યાંનો સંગીત, દીપજ્યોતિ અને કાનાનો શ્રુંગાર અનુપમ હોય છે.

જાહ્નવીને પેલા જ્યોતિષની વાત યાદ આવે છે. એનું હ્રદય જોરજોરથી ધબકવા લાગે છે. જાણે સાચે જ કોઈનું આગમન થઈ રહ્યું હોય એવો એને આભાસ થાય છે.

એ પ્રાર્થના કરે છે -" હે કનૈયા, તારી આ કેવી લીલા છે જે સમજાતી જ નથી. બસ, હવે આમ વધુ ન કર મારી સાથે.. "

વરસાદ હજી ચાલુ જ હોય છે. અંધારું થતાં જગતમંદિર જુદા-જુદા રંગોની રોશનીથી દીપી ઊઠે છે. જાણે સ્વર્ગનું કોઈ ધામ જેવુ લાગે છે.

એક મર્શિડીઝ દ્વારકાના મુખ્યદ્વારમાંથી પ્રવેશ કરે છે. દ્વારકામાં પ્રવેશ કરતાં જ એને ચલાવનાર વિન્ડો ખોલે છે. કાળાભમ્મર વાળ, આંખોમાં ચશ્મા, હાથમાં ઘડિયાળ, ફોર્મલ શર્ટ અને પેન્ટ, પગમાં કાળા

ચમકતાં બુટ, સશક્ત બાંધો, ગૌરવર્ણ અને ઉત્સુકતાથી બધું નિહાળતી નજરો. ઋતુરાજ મહેતા આ એ જ નામ જે દિવ્યાને યાદ ન હતું આવતું, નિશામાસીનો દીકરો અને હિનાનો ભાઈ ઋતુરાજ મહેતા MBA કરી બરોડાની ખ્યાતનામ સંસ્થામાં નોકરીએ જોડાયો અને એમા ખાસ્સી પ્રગતિ કરી.

ગર્ભશ્રીમંત પરિવારનો હોવા છતાં સાદગીનો પૂજારી, આજ્ઞાકારી અને સંસ્કારી, ઘરમાં બધાનો લાડકો. મિતભાષી પણ કવિહૃદયી- કાવ્ય લખવાં અને જુદી જુદી વસ્તુઓ વિશે નોધ લખવાનો એને શોખ.. અહીં પણ તે પોતાની ડાયરી જોડે લાવ્યો હતો. એને રસ્તામાં એક કવિતા લખવાની શરૂઆત કરી હતી પણ પછી કોઈ કારણસર થોડી જ પંક્તિઓ લખી શક્યો હતો.

કાર એના નિયત સ્થળે પહોંચે છે. બધાં કારમાંથી નીચે ઉતરે છે. ધીમોધીમો વરસાદ હજુ ચાલુ જ હોય સામાન બધો લેતા ઋતુરાજ થોડો ભીનો થઈ જાય છે. શોભામામી બધાનું સ્વાગત કરે છે.

હિના -" ભાઈ, જલ્દી અંદર આવતો રહે. "

" હા " માત્ર એટલું જ બોલી ઋતુરાજ અંદર આવી બધાનાં ચરણસ્પર્શ કરે છે.

ઋતુરાજ- " જય શ્રી કૃષ્ણ "

એની નમ્રતા અને મધુરભાષા સૌ કોઈના હૃદય જીતી લે છે.

શોભામામી- " અરે, દીકરા તું તો ભીનો થઈ ગયો છે. જા ઉપર જા ગેસ્ટ રૂમમાં ડાબી બાજુ, કપડાં બદલી નાંખ નહિતર શરદી થઈ જશે. "

ઋતુરાજ - " હા, માસી " એમ કહી એ ઉપર ચાલ્યો જાય છે.

ઋતુરાજ વિચારે છે કે – "લોકો એક શ્વાસે કેટલું બધું બોલી નાંખતા હોય છે " એને આશ્ચર્ય થાય છે.

ઉપર જતી વખતે એના ખિસ્સામાં રહેલો કાવ્યપંક્તિનો કાગળ ફૂલદાની પાસે પડી જાય છે. કપડાં બદલ્યા પછી ઋતુરાજને એ કાગળ

યાદ આવે છે. એ પેન્ટના ખિસ્સામાં જુએ છે પણ કાગળ નથી મળતો, પોતાનું આખું બેગ પણ શોધી કાઢે છે પણ ત્યાં પણ મળતો નથી. પછી કદાચ ગાડીમાં હશે એમ માની એ નીચે આવવા લાગે છે.

શોભામામીનો ત્યાં અવાજ આવે છે-

" ઋતુરાજ ચા ઠંડી થઈ જશે જલ્દી આવ. "

ઋતુરાજ આ સાંભળી જલ્દી નીચે આવે છે.

હિના -" માસી, દિવ્યા અને લક્ષ નથી દેખાતા. "

શોભામામી -" હા, એ બન્ને મારી નણંદના દીકરા દીકરી અહીં આવ્યા છે એમની સાથે બજારમાં ગયા છે. સંધ્યા આરતી પુરી થતાં જ આવી જાશે. "

આ બાજુ સંધ્યા આરતી પુરી થાય છે અને જાહ્નવી, નમન, લક્ષ, દિવ્યા બધા ઘરે આવવા નીકળે છે.

રસ્તામાં એક રાધાકૃષ્ણની મૂર્તિ પર જાહ્નવીનું ધ્યાન પડે છે. એ મૂર્તિ એને ખૂબ ગમી જાય છે અને એ ખરીદી લે છે. ત્યાં એનાં ફોનની રિંગ વાગે છે.

નેહા -" Hi, દ્વારકા જઈને ભૂલી ગઈ કે શું? "

જાહ્નવી - " ના નેહા, હું તને ફોન કરવાની જ હતી મારી બેન દિવ્યાને પૂછી જો. "

નેહા - " અરે ! હા હા. મારે પૂછવાની જરૂર નથી. મેં તને એટલે ફોન કર્યો હતો કે તારા અસાઈનમેન્ટ માટે જે ઐતિહાસિક માહિતી અને ફોટાની તારે જરૂર હતી એ મળી ગયા છે. "

જાહ્નવી - " Wow ! That's great, કઈ રીતે?"

નેહા - " અરે! નચિકેતના એક નવા દોસ્ત એ શોધી આપ્યું બધું. "

જાહ્નવી -" એને આભાર કઇ દેજે, ચાલ હવે પછી વાત કરીએ, મારે ઘરે પહોંચવાનું છે, મામી રાહ જોતા હશે. Bye. "

નેહા – " Bye"

અહીં ઋતુરાજને યાદ આવે છે કે ગાડી રસ્તા વચ્ચે છે એટલે એને વ્યવસ્થિત પાર્ક કરવા માટે એ બહાર જાય છે.

હિના -" કઈ બાજુ જાય છે ભાઈ ? દ્વારકા બહુ ગમી ગયું લાગે છે કે આવ્યા ભેગો બહાર. "

ઋતુરાજ - " ના, ના ગાડી સરખી પાર્ક કરી આવું. "

ઋતુરાજ ગાડી પાર્ક કરે છે અને ગાડીમાં આમતેમ જુએ છે કે ક્યાંક પેલો કાગળ મળી જાય. પણ એને ક્યાંય મળતો નથી. એને કંપનીમાંથી ફોન આવે છે. થોડા ડોક્યુમેન્ટ વર્કની ચર્ચા થાય છે. વાત થોડી લાંબી ચાલે છે.

આ બાજુ જાહ્નવી અને બીજા બધાં ઘરમાં પ્રવેશે છે. શોભામામી બધાની એકમેક સાથે ઓળખાણ કરાવે છે. હિના દિવ્યાને ગળે મળે છે. દિવ્યા બધાના હાલચાલ પૂછે છે.

જાહ્નવી પણ બધાને સસ્મિત આવકારે છે. પછી હીનાને લઈને દિવ્યા અને જાહ્નવી ઉપર જાય છે. કેટલાં બધા વર્ષો સુધી દૂર રહ્યા બાદ બન્ને મળે છે એટલે જાણે એકમેકને કેહવા વાતોનો ભંડોળ હોય છે.

જાહ્નવી હિનાને રાધાકૃષ્ણની મૂર્તિ બતાવે છે.

હિના - " અરે, વાહ! આ તો બહુ સરસ છે. "

જાહ્નવી - "મને પણ ખૂબ ગમી એટલે તરત જ લઇ લીધી. "

જાહ્નવી - હું એને રૂમમાં મૂકી આવું છું. પછી બેસીએ"

હિના - " જાહ્નવી, Nice to meet u, તને દોસ્ત બનાવવી ગમશે."

જાહ્નવી - " oh! my pleasure. મને પણ"

જાહ્નવી ઉપર જવા નીકળે છે, ત્યાં ફુલદાનીમાં ખીલેલાં ગુલાબના ફૂલ પર એની નજર પડે છે અને એને એ પંપાળવા લાગે છે. ત્યાં નીચે એને એક કાગળ પડેલો દેખાય છે એ કાગળ ઉઠાવે છે અને વાંચે છે.

" એ અપ્સરા મારાં હૃદયના ધબકાર વધારીને એનાં સુંદર નયનોથી કાંઈ ક કહી ગઈ.......

થોડી ક્ષણો માટે આવી જાણે મેઘસવારી પછી એ ચંચળ સરિતાની જેમ વહી ગઈ. "

આ પંક્તિ વાંચતા જાહ્નવી એમાં ઓતપ્રોત થઇ જાય છે.

જાહ્નવી વિચારે છે, " વાહ! આટલું સરસ !! કોણ હશે આટલું હૃદયને સ્પર્શી જતું લખનાર? ખરેખર, બહુ સરસ છે. "

એ કાગળ લઈ લે છે અને રાધાકૃષ્ણની મૂર્તિ સાથે એને પણ સાચવીને મૂકી દે છે. પછી એ હિના અને દિવ્યા સાથે જોડાય જય છે પણ જાણે હજુ એ પેલી પંક્તિઓમાં જ ખોવાયેલી હતી.

ઋતુરાજ ઘરમાં આવી જાય છે અને સોફા પર બેસી છાપું વાંચવા લાગે છે. શોભામામી દિવ્યાને બુમ પાડે છે-

" દિવ્યા, થોડી કામમાં મદદ કરવા આવ ને રસોડામાં"

દિવ્યા -" અરે, આ મમ્મી પણ અત્યારે જ. !!"

જાહ્નવી - " વાંધો નહિ તું વાતો કર હું જાઉં છું. "

દિવ્યા જોરથી રૂમમાંથી કહે છે.

" મમ્મી, જાહ્નવી આવે છે તમને મદદ કરાવવા, હું હિના સાથે વાતો કરું છું"

જાહ્નવી સીડીઓથી નીચે ઊતરે છે. છાપું વાંચતા ઋતુરાજનું ધ્યાન સીડીઓ તરફ જાય છે. જાહ્નવી તરફ ઋતુરાજની નજર જાય છે. જાહ્નવી સીડીઓથી નીચે ઊતરે છે. એનાં પગની ઝાંઝરનો અવાજ...

છમ.... છમ.... છમ.....

સાંભળતા સાંભળતા ઋતુરાજના હૃદયનાં ધબકારા વધી જાય છે. જાહ્નવીનાં સુંદર વાળ, કોમળ, માસૂમ અને હસતો ચહેરો જોઇને લાગે છે કે જાણે કોઈ અપ્સરા ધરતી પર ઊતરી આવી હોય.

જાહ્નવી નીચે આવે છે. એની અને ઋતુરાજની નજરો મળે છે. ઋતુરાજ સોફા પરથી ઊભો થઈ જાય છે થોડી ક્ષણો માટે બધું થંભી જાય છે. .

ઋતુરાજને પોતાની લખેલી પંક્તિઓ યાદ આવી જાય છે-

" એ અપ્સરા મારા હૃદયનો ધબકાર વધારીને.... "

જાહ્નવીને થોડી શરમ આવે છે. કોઈ કંઈ બોલી શકતું નથી...

ઋતુરાજની સ્થિર નજરો જોઈને જાહ્નવીના નયનો ઝૂકી જાય છે અને એના એ નયનસાગરમાં ઋતુરાજ સમગ્ર રીતે ડૂબી જાય છે...

ત્યાં શોભામામીનો અવાજ આવે છે -" જાહ્નવી, તું ક્યાં છે? જલ્દી આવ "

જાહ્નવી - " હા, મામી આવી.. "

ઋતુરાજ જાહ્નવીને હળવું સ્મિત આપે છે. જાહ્નવી પણ પોતાના સ્મિતથી પ્રત્યુત્તર આપે છે. પછી એ ઝડપથી જતી રહે છે અને એના ઝાંઝરની છમ... છમ... છમ.. માં ઋતુરાજ ખોવાઈ જાય છે.

લક્ષ અને નમન ઋતુરાજને મળે છે.

લક્ષ - " ભાઈ, ચાલો આપણે બહાર જઈએ થોડીવાર"

ઋતુરાજ તૈયાર થઈ જાય છે અને એ ત્રણેય બહાર જતાં રહે છે. રસોડામાં જાહ્નવીને શોભામામી કહે છે

શોભામામી - " જાહ્નવી, તને કાજુબદામનો હલવો બનાવતા ફાવશે ને? જો હું દાળ શાક બનાવવામાં છું એટલે તું એ ફટાફટ બનાવી નાંખ. "

પોતે ક્યારેય આવો હલવો બનાવ્યો ન હતો પણ એકવાર ટી.વી. માં જોયું હતું. એ તેને યાદ હતું. જાહ્નવી બનાવવાનો પ્રયાસ કરે છે. સાથે એને ડર પણ લાગે છે કે ક્યાંક ગડબડ થઈ જશે તો? પણ મામીને ના પણ કેમ પાડવી.. એટલે દ્વારકાધીશનું નામ લઈને હલવો બનાવી નાંખે છે.

જમવાના ટેબલ પર બધાં ભેગા થાય છે. દિવ્યા અને શોભામામી બધું પીરસે છે. જાહ્નવી ગરમ ગરમ રોટલી બનાવે છે.

જમતાં જમતાં

હિના - " માસી, વાહ! શું સ્વાદિષ્ટ જમવાનું બનાવ્યું છે, નહિ ભાઈ ?"

ઋતુરાજ - " હા, ખાસ કરીને આ હલવો તો એટલો બધો સ્વાદિષ્ટ છે કે ના પૂછો વાત. હું તો બધો જ ખાઈ જઈશ. "

શોભામામી - " અરે, ના એના માટે તો તારે જાહ્નવીને કહેવું પડે, એણે બનાવ્યો છે. "

ઋતુરાજ આ સાંભળી મૌન થઈ જાય છે. અચાનક જાહ્નવીનું નામ સાંભળતા એનું હૃદય એક ધબકાર ચુકી જાય છે.

માત્ર -" હા, સારું" એમ કહે છે.

નિશામાસી પણ જાહ્નવીના ખૂબ વખાણ કરે છે. આ બાજુ રસોડામાં આવીને દિવ્યા જાહ્નવીને કહે છે કે ઋતુરાજે તારા હલવાનાં બહુ વખાણ કર્યા. એ કહેતો હતો કે બધો ખાઈ જઈશ. જાહ્નવીને જવાબમાં શું કહેવું એ જ સમજાયું નહિ. એ માત્ર -" હા, સારું " એમ કહે છે.

રાત્રે જમીને બધા બેસે છે. થોડીવાર વાતો કરે છે. નાના નાની ને વહેલા સુવાની ટેવ હોવાથી એ સુઇ જાય છે. નિશામાસી અને શોભામામી વાતોએ વળગે છે. દિવ્યા હિના અને જાહ્નવી ગેલેરીમાં જાય છે. હિના પોતાના ભાવિ પતિની વાતો કરે છે. પછી એને યાદ આવે છે કે-

"દિવ્યા, ભાઈ એકલો જ છે....

એને કયાંય કંટાળો ના આવવા લાગે... ચાલ, અને પણ બોલાવી આવું. "

દિવ્યા -" હા, હા મેં પણ એની સાથે સરખી વાત નથી કરી. લક્ષ નમન સાથે એ વધુ રહેશે તો ક્યાંક એના જેવો તોફાની થઈ જાશે. "

પછી દિવ્યા અને હિના ઋતુરાજને લઈ આવે છે.

દિવ્યા - " અરે, ભાઈ અહીં તમને કોઈ ખાઈ નહિ જાય. "

ઋતુરાજ - " મેં ક્યાં કીધું ખાઈ જાશે. ?"

દિવ્યા - " બોલો ભાઈ બરોડા કેવું છે ? શું કરો છો ? હવે હિના પછી તમારા લગ્નનો વારો છે ને?"

ઋતુરાજ - " Amazing !! એક શ્વાસે કેટલું બધું પૂછી લીધું. બરોડા બહુ સરસ છે ક્યારેક આવો તો ખબર પડે. "

પછી આગળ ઋતુરાજ પોતાના અભ્યાસ અને જોબની વાત કરે છે.

હિના - " અરે, ભાઈ, તું જાહ્નવીને તો ઓળખે છે ને?"

જાહ્નવીનું નામ સાંભળતાં ઋતુરાજની આંખો સ્થિર થઈ જાય છે. જાહ્નવી પણ શરમાય જાય છે. પછી જાહ્નવી અને ઋતુરાજનો હિના એકમેક સાથે પરિચય કરાવે છે.

ઋતુરાજ - " Hi, જાહ્નવી, Nice to meet You. "

જાહ્નવી - " Same here, ઋતુરાજ "

જાહ્નવીના મુખેથી સાંભળેલું પોતાનું નામ 'ઋતુરાજ' ઋતુરાજને બહુ જ ગમ્યું.

ઋતુરાજ - " હલવો બહુ સરસ બનાવ્યો હતો. "

જાહ્નવી - " Thank you. "

ત્યારપછી હિના અને દિવ્યા લગ્નની કેટલી તૈયારી થઈ છે અને કેટલી બાકી છે એ વિશે વાત કરે છે. જાહ્નવી અને ઋતુરાજ વચ્ચે થોડો થોડો સાથ આપે છે અને એકમેકને સ્મિત આપ્યા રાખે છે.

બીજા દિવસે એટલે કે સાતમના દિવસે બધા નજીકમાં આવેલા મીરાં ગાર્ડન અને શિવરાજપુર બીચ માં ફરવા જાય છે. સુંદર દરિયા કિનારો, એની આજુબાજુની હરિયાળી, પક્ષીઓનો કલરવ અને એકદમ શાંતિ... કુદરતનું આવુ દ્રશ્ય જાહ્નવીને ના તો રાજકોટમાં કે ના તો ઋતુરાજને બરોડામાં જોવા મળતું હશે.

નિશામાસી -" વાહ, કેટલી સરસ જગ્યા છે. "

શોભામામી -" હા, અમે તો અહીં દર મહિને આવતા જ હોઈએ. "

લક્ષ અને નમન ક્રિકેટ રમે છે. દિવ્યા, જાહ્નવી, હિના અને ઋતુરાજ પાર્કમાં ફરે છે. ત્યાંનું નયનરમ્ય વાતાવરણ જોઈને ઋતુરાજથી રહેવાતું નથી એ કહે છે.

- " આ હરિયાળી, આ પંખી, આ તળાવ, આ કુદરતનું સુંદર દ્રશ્ય ક્યારેક જ જોવા મળે છે. હિના, અહીં આવીને હું ખૂબ ખુશ થયો છું. "

હિના -"હવે બસ, ક્યાંક નવી કવિતા લખવા ના બેસી જાતો."

દિવ્યા - "કવિતા?"

હિના - " અરે, હા, ભાઈ બહુ સરસ કવિતાઓ લખે છે એટલી તો સરસ કે સાંભળતા જ રહીએ. "

જાહ્નવી -" વાહ ! કવિતા લખો છો તો કોઈ કવિતાની પંક્તિઓ અમને પણ સંભળાવો. "

ઋતુરાજ બે પળ માટે મૌન થઈ જાય છે. "

ઋતુરાજ - " અરે, આ હિના પણ ખાલી ખોટી વાત કરે છે. એટલું સરસ પણ લખતો નથી. "

જાહ્નવી -" વાહ ! કવિતા લખો છો તો કોઈ કવિતાની પંક્તિઓ અમને પણ સંભળાવો. "

ઋતુરાજ બે પળ માટે મૌન થઈ જાય છે. "

ઋતુરાજ - " અરે, આ હિના પણ ખાલી ખોટી વાત કરે છે. એટલું સરસ પણ લખતો નથી. "

દિવ્યા - " ભાઈ, હવે સંભળાવી પણ દ્યો ને, Please. "

ઋતુરાજ - "અરે, ના ના, પછી ક્યારેક વાત. "

જાહ્નવી -" સંભળાવી દ્યો ને. "

દિવ્યા - " ચાલો, હવે તો તમારી નવી ફ્રેન્ડ પણ વિનંતિ કરે છે તો હવે તો ના ના પાડી શકાય. "

ઋતુરાજ વિચારમાં પડી જાય છે કે જાહ્નવીની સામે આમેય એની બોલતી બંધ થઈ જાય છે, એમાં કવિતાની પંક્તિ કેમ બોલવી? એને કંઈ યાદ નથી આવતું. "

એટલામાં હિનાના ફોનની રિંગ વાગે છે. ફોન કરનારનું નામ જોઈ દિવ્યા કહે છે.

" ઓહ ! ધ્વનિત જીજુનો ફોન છે હવે તો લાંબી વાત ચાલશે."

હિના - " ઓય, ઝાઝી મસ્તી નહિ. Ok"

એમ કહી હસતા હસતા હિના દૂર વાત કરવા જતી રહે છે.

દરમિયાન નમન ત્યાં આવે છે અને જાહ્નવી, દિવ્યાને કહે છે કે - " શોભામામી નાસ્તાની પ્લેટ તૈયાર કરવા અને પીરસવા બોલાવે છે. "

દિવ્યા - " અરે, જાહ્નવી તું ઋતુરાજને ફેરવ આમેય કાલે પણ તું મારુ કામ કરવા જતી હતી રસોડામાં આજે હું જાઉં છું "

એમ કહી એ જતી રહે છે.

જાહ્નવી - " અરે, પણ. .. "

દિવ્યા જતી રહે છે. શિવરાજપુર બીચમાં આમ ઋતુરાજ અને જાહ્નવી એકલાં પડી જાય છે. થોડીવાર બેય આગળ સાથે સાથે ચાલે છે. જાહ્નવીની ઝાંઝરની છમ છમ ઋતુરાજને અનેરો આનંદ આપે છે. "

જાહ્નવી - " તો તમે કંઇ વિચાર્યું?"

જાહ્નવીના આમ પુછવાથી

ઋતુરાજ - "શું?" એમ કહે છે.

જાહ્નવી -" કેમ મને કવિતા નહિ સંભળાવો ?"

ઋતુરાજને પસીનો વળી જાય છે છતાં એ થોડી હિંમત કરે છે અને કહે છે.

" જાહ્નવી, હું હંમેશા મારા સ્વપ્નોમાં મારી જીવનસાથીની એક છબી રાખું છું. આજે અમે જામનગરથી આવતા હતા ત્યારે રસ્તામાં થોડીવાર ગાડી ઊભી રાખી હતી ત્યાં એ છબીનો ખ્યાલ આવતા મેં લખ્યું કે -

"એ અપ્સરા મારા હૃદયના ધબકાર વધારીને એના સુંદર નયનોથી કંઈક કહી ગઈ... થોડી ક્ષણો માટે આવી મેઘસવારી પછી એ ચંચળ સરિતાની જેમ વહી ગઈ. "

આ પંક્તિઓ સાંભળીને જાહ્નવી સ્તબ્ધ થઈ ગઈ. આ એ જ પંક્તિઓ હતી જે પેલા કાગળમાં લખેલી હતી અને ઋતુરાજ જ એ વ્યક્તિ છે જેણે એ પંક્તિઓ લખી હતી. થોડીવાર માટે તો બધું શાંત થઈ જાય છે. બન્ને એકબીજાને જોયાં કરે છે. પછી જાહ્નવી કહે છે,

" તમે બહુ સરસ લખો છો મને બહું ગમ્યું. "

બન્ને થોડું આગળ સાથે ચાલે છે. એકબીજાના અભ્યાસ અને પરિવારની વાતો કરે છે. દિવ્યા અને હિના પણ પાછા આવી જાય છે. પછી બધા નાસ્તો કરે છે. ખૂબ મસ્તી કરે છે, અંતાક્ષરી રમે છે, ક્રિકેટ રમે છે, સંતાકુકડી રમે છે.

જાહ્નવી અને ઋતુરાજ એકમેકની નજીક આવતા જાય છે.

બન્ને એક નવું ખેંચાણ અનુભવે છે. એકબીજાનો સંગાથ એમને ગમવા લાગે છે. સાંજે બધા ઘરે પાછા ફરે છે.

રાતનું ભોજન લઈ બધા છત પર બેસે છે. નિશામાસી હિનાને કહે છે કે તારા લગ્નના કપડાં આવી ગયા છે તથા ઘરેણાં પણ આવતીકાલે આવી જાશે. આજે તારા પપ્પાનો ફોન આવ્યો હતો.

હિના - " મમ્મી, આજે ધ્વનિતનો પણ ફોન આવ્યો હતો એ પણ કહેતાં હતાં કે એમને ત્યાંથી પણ તૈયારીઓ લગભગ થઈ ગઈ છે. "

નિશામાસી -" હા, સારું હવે હું અને માસી સુઈ જઈએ છીએ. તમે બધાં બેસો પણ સવારે વહેલા ઊઠી જજો, કાલે જન્માષ્ટમી છે ને.... "

પછી નિશામાસી અને શોભામામી ત્યાંથી જતા રહે છે. "

જાહ્નવી - "કાલે તો વિનયમામાને પણ રજા હશે એટલે એ પણ આપણી સાથે ફરી શકશે, હમણાં તો નાઈટ શિફ્ટ હોય છે એટલે દિવસે એમને આરામ અને રાત્રે કામમાં વ્યસ્ત હોય છે. "

દિવ્યા - "હા, પપ્પા સાથે ફરવાની બહુ મજા આવે જે જોઈએ એ લઈ આપે બાકી મમ્મી તો કચકચ કર્યા રાખે. "

હિના - "ઓય, મારા માસીને કાંઈ કહેતી નહિ. ઓકે નહિ તો તારો વારો છે. "

દરમિયાન ઋતુરાજના ફોનની રિંગ વાગે છે. ઋતુરાજને કંપની તરફથી ફોન આવે છે. ફોન મૂક્યાં પછી એ હિનાને કહે છે-

"બોલો, શું વાત હશે?

જો તું સાચું કહીશ તો તને ટ્રીટ આપીશ. "

થોડીવાર વિચાર્યા પછી હિના -

" ભાઈ, તને પ્રમોશન મળી ગયું?"

ઋતુરાજ - "Yes my dear.. મેં છેલ્લે પ્રોજેકટમાં જે નફા-નુકસાનની બાજુઓ સરને સમજાવી એ એમને બહુ ગમી અને એનાથી કંપનીને ૨૦ % વધુ પ્રોફિટ થયો છે. એટલે એમણે મને પ્રમોશન આપ્યું. ખરેખર, નફા-નુકસાનની ગણતરી કરીએ તો ભવિષ્ય સુરક્ષિત રહે. "

દિવ્યા (હાથ મિલાવીને) - "

વાહ ! ભાઈ

Congratulation. I am proud of You. "

જાહ્નવી પણ ઋતુરાજ તરફ હાથ લંબાવે છે. ઋતુરાજ એના હાથ પર હાથ મૂકી દે છે. એનાં કોમળ હાથનો સ્પર્શ કોઈ ઝરણાંની જેમ ઋતુરાજના હ્રદયને સ્પર્શી જાય છે.

જાહ્નવી - "ખૂબ ખૂબ અભિનંદન."

ઋતુરાજ - "આભાર."

ઋતુરાજ વિચારે છે કે જાહ્નવી એનાં માટે કેટલી લકી છે એના જીવનમાં આવતાં જ એને પ્રમોશન મળી ગયું.

હિના -" ચાલ, હવે હું માંગુ ત્યાં ટ્રીટ આપવાની Ok"

ઋતુરાજ - " હા પાક્કું."

હિના -"તો આવતીકાલે બપોરે અમને ત્રણેયને અહીંની પ્રસિધ્દ્ રાધે હોટલમાં જમવા લઈ જવાના. "ઋતુરાજ - " હા, પાક્કું લઈ જઈશ."

ત્યારબાદ થોડીવાર બધા વાતો કરી પછી સુઈ જાય છે.

*** !! કૃષ્ણ જન્મોત્સવ !! ***

દ્વારકામાં યાત્રિકોની સંખ્યા જોવાલાયક હોય છે. દ્વારકા અને મથુરા બન્ને સ્થળો પર દરેક ન્યુઝ ચેનલમાં લાઈવ પ્રસારણ દર્શાવાય છે.

જન્માષ્ટમીના આ શુભ અવસરે જાહ્નવી અને ઋતુરાજ પણ એકબીજાને "Happy Janmashami" કહી દિવસની શરૂઆત કરે છે. વહેલી સવારે બધા દ્વારકાધીશના દર્શન કરવા તેમજ ગોમતીઘાટમાં સ્નાન કરવા નીકળે છે.

ધીમો ધીમો શીતળ પવન વાતો હોય છે. હજુ સૂર્યોદય થયો ન હતો. દ્વારકાનગરીનાં બ્રાહ્મણો તેમજ યાત્રાળુઓ બધાં સ્નાનાર્થે ગોમતીઘાટે એકત્ર થયાં હોય છે. ધીમે ધીમે આકાશનો રંગ બદલાતો જતો હતો. સૂર્યોદય થવા જ આવ્યો હતો. શોભામામી અને બીજા સર્વે પણ ગોમતીઘાટના જલમાં સ્નાન કરવા આવી ગયાં હતાં.

સમુદ્રના જલમાં બધાં ડૂબકી લગાવે છે. એટલામાં સૂર્યનાં કોમળ કિરણો દરિયાને પ્રકાશિત કરે છે.

ઋતુરાજ સૂર્યને નમસ્કાર કરે છે અને ખૂબ શ્રધ્ધાથી પૂજન કરે છે. જાહ્નવી ઋતુરાજને જોયા જ કરે છે, એને સમજાતું નથી શું થઈ રહ્યું છે !! શા માટે એ ઋતુરાજની તરફ ખેંચાઈ રહી છે ? શા માટે એના શબ્દો સીધા હૃદયમાં જ લખાઈ જાય છે ? એ ઈશ્વરને પ્રાર્થના કરે છે કે આ મૂંઝવણનો ઉકેલ લાવે અને એને યોગ્ય માર્ગદર્શન આપે.

બધાં ઘરે આવે છે. સૌ કોઈ મંગળાઆરતી માટે નવાં કપડાં પહેરે છે. ઋતુરાજ પણ શેરવાની પહેરે છે. બધાં નીચે ભેગાં થાય છે. બસ, જાહ્નવી, હિના અને દિવ્યા આવવાના બાકી હોય છે.

શોભામામી -" અરે, કેટલી વાર લગાડશો તમે? આટલીવાર હોય કાંઈ દિવ્યા જલ્દી કરો. "

દિવ્યા - " હા, મમ્મી, બસ આ આવ્યાં. "

બધાં ઘરની બહાર ઊભા રહે છે. વિનયમામા ઋતુરાજને પોતાની સાથે લઈ જાય છે. બીજાં બધા થોડીવાર પછી મંદિરમાં આવે છે.

મંગળાઆરતી શરૂ થાય છે.

- " ક્રિષ્ના, ક્રિષ્ના, રાધેક્રિષ્ના

ક્રિષ્ના, ક્રિષ્ના હરે હરે... "...

આ પવિત્ર સ્વરોમાં બધાં મગ્ન થઈ જાય છે. ભક્તજનો પોતાના સર્વે કષ્ટો શ્રી ગિરિધર ગોવિંદના ચરણોમાં સમર્પિત કરી દે છે. આરતી પૂર્ણ થાય છે. પૂજારીજી આરતીની થાળી લઈને આવે છે. ઋતુરાજ આરતી લે છે. ત્યારે જ એક સુંદર હાથ એ આરતીના દીપ પરથી ફરે છે.

ઋતુરાજનું ધ્યાન એ તરફ જાય છે. માથા પરનો ટિકો, ગળામાં સુંદર હાર, કાનમાં લટકતાં ઝૂમખાં, છુટાવાળ અને ચોલીસુટ ઋતુરાજનું મન હરી લે છે...

એ જાહ્નવી હોય છે.

ઋતુરાજ મનમાં કહે છે – " હે ભગવાન, તમે પણ શું સર્જન કર્યું છે જે સાદગીમાં બીજનો ચાંદ છે એ શૃંગારમાં પૂર્ણ ચંદ્ર છે, મને તો શબ્દ નથી મળતાં. "

ઋતુરાજ - " અરે, વાહ ખૂબ સુંદર લાગે છે. "

જાહ્નવી - "Thank u.. તમે પણ શેરવાનીમાં સારાં લાગો છો. "

ઋતુરાજ - "Oh, thank u too. "

મંગળાઆરતી પછી મંદિરમાં પર્વેશ નિષેધ કરી દેવાય છે. હવે ફરી પછી જન્મોત્સવ વખતે જ પ્રવેશ અપાય છે મંદીરમાં અવનવા શણગાર રચાય છે. કાનાનાં ઘરેણા તેમજ વસ્ત્રો બદલાવાય છે. ઠેર ઠેર ફુલોની હારમાળા પથરાય છે.

ત્યારબાદ શેરીમાં મટકાફોડ સ્પર્ધા ગોઠવાઈ છે. વિનયમામાનું દ્વારકામાં બહુ માન એટલે એમના કહેવાથી ઋતુરાજને માખણ ભર્યુ મટકુ ફોડવા વિનવાય છે. જાહ્નવી, હીના અને દિવ્યા પણ ત્યાં જ હોય છે. એક પર એક એમ જૂથ ગોઠવાય છે. નીચે ૧૨ થી શરૂ કરી ઉપર ૨ વ્યક્તિઓ હોય છે.

ઋતુરાજ બધાનાં ખભા પર પગ રાખી છેક ઉપર સુધી ચઢી જાય છે. છેલ્લે એક જગ્યાએ એનો પગ લપસે છે. જાહ્નવી તો આંખ બંધ કરી લે છે. પણ ઋતુરાજ સંભાળી લે છે.

એ જોરથી મટકા પર હાથ મારી તોડી નાખે છે. ચારે તરફ ઢોલ વાગે છે, ચારેબાજુ ગુલાલ ઊડે છે. ઋતુરાજના હાથમાં ઘણું માખણ હોય છે. એનો પ્રસાદ એ બધાને આપે છે. છેલ્લેએ જાહ્નવી પાસે આવે છે... જાહ્નવી માખણ આપવા હાથ લંબાવે છે. પણ જેવી એ લેવા જાય છે તેવો જ ઋતુરાજ હાથ પાછો ખેંચી લે છે. વળી, ઋતુરાજ હાથ આગળ કરી જાહ્નવી લેવા જાય એ હાથ ઉપર લઈ લે હાથ...

જાહ્નવી સમજી જાય છે કે ઋતુરાજ એને ચીડવે છે. પછી જાહ્નવી પાછળ ફરી જાય છે અને ધીમેથી ચાલવા માંડે છે. ઋતુરાજ એની આગળ આવે છે, અને હાથ લંબાવે છે, આ વખતે જાહ્નવી એના

હાથમાંથી માખણ લઈ લે છે. એ થોડું ખાય છે અને બીજું બધું માખણ ઋતુરાજના ચહેરા પર લગાડી દે છે....

જાહ્નવી દોડે છે અને ઋતુરાજ એની પાછળ દોડે છે.

ઋતુરાજ - " વાહ, જાહ્નવી બદલો સારો લે છે. "

આજ તો તું ગઈ.. "

જાહ્નવી - " કેમ મને ચીડવવાની મજા આવતી હતી, ને "

આમ બન્ને ક્યાંય સુધી દોડે છે. પછી થાકી જાય છે અને એક જગ્યાએ ઊભા રહી જાય છે અને એકબીજા સામે જોઈ હસવા લાગે છે.

ઋતુરાજ - " ચાલ, હવે આપણે ઘરે જઈએ બધા રાહ જોતા હશે. "

જાહ્નવી -" હા, સારું ત્યારે, ચાલો જઈએ. "

જાહ્નવી અને ઋતુરાજ વાતો કરતાં કરતાં ઘરે જાય છે. ઘરે આવ્યા બાદ ઋતુરાજ પ્રમોશનની વાત બધાને કરે છે.

વિનયમામા, શોભામામી, જાહ્નવીનાં નાના-નાની તેમજ નિશામાસી બધાં ખૂબ ખુશ થાય છે. પછી,

હિના -" આજે ભાઈ અમને ત્રણેયને બપોરે રાધે હોટલમાં જમવા લઇ જવાનો છે. "

બધાં સહમત થાય છે.

****

બપોરે ચારેય કિશ્ના હોટલમાં જાય છે. જમવાનું ઓર્ડર કરાય છે. બધાં વાતોએ વળગે છે. હિના ધ્વનિતની વાતો કરે છે કે એ કેટલું ધ્યાન રાખે છે. એનું

દિવ્યા -" અરે, વાહ ! ધ્વનિત જીજુ તો તને બહુ 'પ્રેમ' કરે છે. "

હિના - " હા, પ્રેમનું પ્રમાણ થોડું હોય. "

દિવ્યા -" તું કહે હિના, તારું કેટલું ધ્યાન રાખે છે એ?. "

હિના - " ખૂબ ખૂબ ખૂબ ખૂબ બસ, મને બીજું કાંઇ ના આવડે. હું કંઈ ઋતુરાજની જેમ બધું શબ્દોમાં ના ઢાળી શકું. "

દિવ્યા - " હિના, તો પણ તું પ્રેમ વિશે તો કાંઈક કહી જ શકે ને?"

હિના (થોડું વિચારીને) –

"મારા મત મુજબ પ્રેમ એ સૂકા રણ પર વરસતું મેઘવાદળ છે."

ઋતુરાજ એમાં ઉમેરે છે -

" પ્રેમ એ ઝિંદગીની કવિતા લખાય એવો સુંદર કાગળ છે."

દિવ્યા -" વાહ, ભાઈ માની ગયા તમને. "

જાહ્નવી તો ઋતુરાજના શબ્દોમાં ખોવાય જ ગઈ હતી.

દિવ્યા - " જાહ્નવી હવે તું કાંઈક કહે. "

જાહ્નવી - " ના, ના મને ના આવડે. "

ઋતુરાજ - " જાહ્નવી, કાંઈક તો વ્યાખ્યા હશે ને તારા મનમાં."

જાહ્નવી - " સાનુકૂળતામાં તો સૌ પ્રેમ કરી જાણે પણ પ્રતિકુળતામાં પણ જે પાછળ ના હટે એ જ સાચો પ્રેમ છે. મુશ્કેલીમાં ડગમગતા પગલાંને જે હાથ આપે, હંમેશા હર ઘડી સાથ આપે, બસ **કોઈ પણ સ્થિતિમાં ના ઝૂકે એ જ સાચો પ્રેમ છે** અને એ જ મારા માટે પ્રેમની વ્યાખ્યા છે. "

હિના - " વાહ ! ખરેખર સાચી વાત કીધી તે. "

આમ વાતો આગળ ચાલે છે. સ્વાદિષ્ટ ભોજન લીધાં બાદ બધા ઘરે આવે છે. બધાં બેઠાં હોય ત્યાં ચારેય આવીને બેસે છે.

નિશામાસી - " અરે, હિના ઋતુરાજ કાલે સવારે વહેલું નીકળવાનું છે. બધું વ્યવસ્થિત પેક કરી લેજો. "

હિના - " હા, મમ્મી હમણાં જ કરી લઉં. "

" ચાલ, દિવ્યા મને મદદ કર. "

આ બધું સાંભળીને ઋતુરાજ અને જાહ્નવીને તો જાણે કોઇ ગમતું સ્વપ્ન તૂટી ગયું હોય એમ લાગે છે. બન્ને મૌન થઈ જાય છે. પછી જાહ્નવી હિના અને દિવ્યા પાસે જાય છે.

જાહ્નવી - " હું કંઈ મદદ કરી શકું ?"

હિના-" હા, તારે મદદ કરવી હોય તો એક વાત માનવી પડશે જો તું મને તારી બહેનપણી માનતી હોય તો. "

જાહ્નવી - " કહે તો ખરાં. "

હિના - "તારે મારા લગ્નમાં આવવું પડશે. "

જાહ્નવી -" ના, ના હું કેમ આવી શકું. ?"

હિના-" અરે, જેમ દિવ્યા આવી શકે તેમ તું પણ આવી શકે. હું તને મારી ઝિંદગીનો ભાગ માનું છું. "

જાહ્નવી - " મારે ઘરે પૂછવું પડશે. "

હિના - " હું તારા ઘરે વાત કરી દઈશ. હવે ના પાડીશ તો હું નારાજ થઈ જઇશ. "

જાહ્નવી - "હા, બસ હું આવીશ. "

દિવ્યા -"ફઇ ફુઆને હું મનાવી લઈશ, આમેય તું નહિ આવે તો થોડું ફિક્કું લાગશે. "

જાહ્નવી -" હા, સારું બસ. "

અને ત્રણેય એકમેકને ભેટી પડે છે.

આ બાજુ આ બધાથી અજાણ ઋતુરાજ ઘણો ઉદાસ થઈ જાય છે. અને પોતાનો સામાન પેક કરે છે. ત્યારબાદ બધા સાંજે હોલમાં એકત્ર થાય છે. મોટી શેતરંજી પથરાય છે. સાતમ આઠમ હોય અને ગંજી પન્નાની રમત ના હોય તો મજા ના આવે. બધાં જુદી જુદી રમતો રમે છે. જાહ્નવી અને ઋતુરાજ પણ એકબીજાનો સાથ માણ્યા રાખે છે.

આમ રાત પડી જાય છે. લાખો લોકોની ભીડ હોય છે. સુરક્ષા પણ કડક કરી દેવાય છે. એક દોઢ કલાક મંદિરમાં બધાં ઊભા રહે છે. દર્શનાર્થીઓની લાંબી હરોળ રચાય છે.

રાત્રીના ૧૨ વાગે છે. મંદિરના પડદા ખોલવામાં આવે છે.

" નંદ ઘેર આનંદ ભયો જય કનૈયા લાલ કી,

હાથી ઘોડા પાલખી જય કનૈયા લાલ કી...

નંદ ઘેર આનંદ ભયો જય કનૈયા લાલ કી.. "

આ નાદ સાથે કૃષ્ણજન્મ થાય છે. લોકો હરખઘેલા થઈને બાળકૃષ્ણને વધાવે છે. જાહ્નવી અને ઋતુરાજ માટે આ કૃષ્ણ જન્મોત્સવ યાદગાર બની જાય છે. દર્શન કર્યા બાદ સૌ પરત ફરે છે.

બીજા દિવસે સવારે ઋતુરાજની ઊંઘ ઉડતા એ ઉભો થાય છે. ત્યા એની નજર ટેબલ પર પડેલા કાગળ પર પડે છે. એ કાગળ જુએ છે, આ એ જ કાગળ હોય છે જેમાં એની કવિતાની પંક્તિઓ લખેલી હોય છે.

નીચે આગળ લખેલ હોય છે.

"તમારી અધૂરી કવિતા.. આ કાગળ મારી પાસે હતો, તમને પરત આપું છું. "

અને નીચે લખેલ હોય છે- "જાહ્નવી. "

ઋતુરાજ ખુશ થઈ જાય છે. એ જાહ્નવીને મળવા જાય છે ત્યાં શોભામામી આવે છે.

શોભામામી - "ઋતુરાજ, દીકરા જલ્દી તૈયાર થઈ જાજે તમારે નીકળવાનું છે. "

ઋતુરાજ હિના પાસે જાય છે અને એને કહે છે - " બધું પેક છે ને?"

હિના - " હા, બધું પેક જ છે, તારે થઈ ગઈ બધી તૈયારી?"

ઋતુરાજ - " હા, મારે પણ તૈયારી થઈ ગઈ છે. "

હિના - " બધાને મળી લીધું?"

ઋતુરાજ - " ના, હજુ નથી મળ્યો. "

હિના - " જાહ્નવી હમણાં જ મંદિરે ગઈ મને મળીને. "

ઋતુરાજ(મનમાં) - 'અરે એક વાર છેલ્લે મળી પણ નહીં. "

ઋતુરાજ પછી તૈયાર થઈ જાય છે. બધા ચા નાસ્તો લે છે. ત્યારબાદ ઋતુરાજ ગાડી પાર્કિંગમાંથી બહાર કાઢવા જાય છે. એ દરવાજો ખોલે છે ત્યાં પાછળથી અવાજ આવે છે.

" તો મળ્યા વિના જ જતું રહેવું છે એમ ને?"

ઋતુરાજ પાછળ જુએ છે ત્યાં જાહ્નવી હોય છે. એનું હૃદય ખીલી ઊઠે છે. થોડી ક્ષણો પૂરતું બધું શાંત થઈ જાય છે. એ સ્થિર નજરે જાહ્નવીને જોયાં કરે છે. જાહ્નવી શરમાઈને નજરો ઝુકાવી લે છે અને એના એ ઝુકેલાં નયનોમાં ઋતુરાજ ડૂબ્યાં જ રાખે છે. .. ડૂબ્યાં જ રાખે છે...

થોડીવાર પછી ઋતુરાજ - "ના, હું તને મળવા આવ્યો હતો પણ તું મંદિરે ગઈ હતી. "

જાહ્નવી - " સારું, એટલે જ હું અહી તમને મળવા આવી છું. દ્વારકાને હૃદયમાં વસાવીને લઈ જજો. "

ઋતુરાજ - " હા, દ્વારકાને તો લઈ જ જાઉં છું, સ્મૃતિમાં અને તને પણ... I miss you... " આમ કહી ઋતુરાજ જાહ્નવી તરફ હાથ લંબાવે છે.

ઋતુરાજના આ શબ્દો જાહ્નવીના હૃદયને સ્પર્શી જાય છે, એ હાથ મિલાવે છે.

જાહ્નવી -" ચાલો, આવજો, જય શ્રી કૃષ્ણ. "

ઋતુરાજ - " જય શ્રી કૃષ્ણ. "

એટલામાં ત્યાં નિશામાસી અને હિના સામાન લઈ આવી જાય છે. અતિથિ સત્કારની ભાવના પરિપૂર્ણ કરવા ઘરનાં બધા સભ્યો પણ બહાર આવે છે. હિના બધાને મળે છે.

હિના- " દિવ્યા, વહેલી આવી જજે હોં ને.. મને મદદ કરવાની છે અને જાહ્નવી તું પણ તારું પ્રોમિસ ભૂલતી નહિ હોં?"

દિવ્યા અને જાહ્નવી હકારમાં ઉત્તર આપે છે. લક્ષ અને નમનને ઋતુરાજ ચોકલેટ આપે છે અને ગળે મળે છે.

ઋતુરાજ ત્યારબાદ ગાડી ચાલુ કરે છે. બધાને હાથ ઊંચો કરી આવજો કહે છે, જાહ્નવીને પણ એ આવજો કહે છે. એ પણ હાથ ઊંચો કરી અને આવજો કહે છે ગાડી ધીમે ધીમે આગળ જાય છે દૂર સુધી ચાલી જાય છે. પણ જાહ્નવીની નજરો હજુ એ જ રાહ પર હોય છે... ઋતુરાજની રાહ પર.. **જાણે કોઈ વાદળી રણમાં આવી થોડીવાર વરસી જતી રહી હોય એમ લાગતું હતું.**

આ બાજુ ડ્રાઇવિંગ કરતા કરતા ઋતુરાજની સામે પણ જાહ્નવીનો ચહેરો આવ્યા કરે છે. એને કાગળમાં લખેલાં શબ્દો જ યાદ આવ્યાં કરે છે..

"તમારી અધૂરી કવિતા "... ખરેખર જાહ્નવી કવિ ઋતુરાજની આવી જ કવિતા હતી જે હજુ અધૂરી રહી હોય... ઋતુરાજ એની આ કવિતાને પૂર્ણ કરવાની આકાંક્ષા સેવે છે. જાહ્નવી પણ મનોમન ઋતુરાજને પોતાનાં પ્રવાહનો સંગમ સમુદ્ર માનવા લાગે છે.

****

જાહ્નવીની રજાઓ પુરી થાય છે, રાજકોટ જવાની તૈયારી થાય છે. બીજા દિવસે જાહ્નવી પણ રાજકોટ આવવા માટે નીકળે છે. લક્ષ અને નમન એકબીજાથી અલગ પડતાં ઉદાસ થઈ જાય છે. લક્ષ નમનને પોતાની ગમતી વાર્તાનું પુસ્તક આપે છે. એ બન્નેનો સ્નેહ જોઈને જાહ્નવી અને દિવ્યની આંખોમાં પણ આંસુ આવી જાય છે.

જાહ્નવી - " યાદ તો કરીશ ને? ભૂલી નહિ જા ને?"

દિવ્યા - "એવું કંઈ હોય ગાંડી તારા વિના મને ગમશે નહિ. "

પછી બન્ને ગળે મળે છે. જાહ્નવી નાના નાનીને પણ મળે છે.

જાહ્નવી - "નાની, તમારું ધ્યાન રાખજો અને નાનાનું પણ. જલ્દી રાજકોટ મને મળવા આવજો હોં ને?"

આમ કહેતાં એ ભાવભીની થઈ જાય છે અને નાનીને ભેટી પડે છે. એ શોભામામીને પણ મળે છે.

વિનયમામા બન્નેને રેલવે સ્ટેશન મુકવા આવે છે. જાહ્નવીની ટ્રેન આવે છે, અને વિનયમામાને "જય શ્રી કૃષ્ણ" આવજો કહી જાહ્નવી અને નમન ટ્રેનમાં બેસી જાય છે. ટ્રેન એના નિયત સમયે રાજકોટ તરફ જવા ઊપડે છે.

ટ્રેનમાં જાહ્નવી ઋતુરાજ વિશે જ વિચાર્યા રાખે છે. નમન વાર્તા વાંચે છે. સવારે ૧૦ વાગ્યે ટ્રેન રાજકોટના પ્લેટફોર્મ નં. ૧ પર આવીને ઊભી રહે છે.

" પ્લેટફોર્મ નં. ૧ પર આવેલી ગાડી વિરમગામ તરફ જતી ઓખા વિરમગામ એક્સપ્રેસ છે. " માઈકમાં આવી સૂચના અપાય છે.

જાહ્નવી ટ્રેનમાંથી નીચે ઊતરે છે. એ એક ઊંડો શ્વાસ લે છે અને મનમાં કહે છે.

" પહોંચી ગઈ પાછી રાજકોટ, મારી કર્મભૂમિ, મારી જન્મભૂમિ..... રાજકોટ.. "

રાજકોટ... જાહ્નવીના સપનાનું શહેર, સૌરાષ્ટ્રની શાન, આ રાજકોટમાં જ જાહ્નવીનું સમગ્ર અસ્તિત્વ વણાયેલું હતું. છેલ્લા દસ વર્ષમાં તો જે પ્રગતિ રાજકોટ કરી છે. એ સરાહનીય છે. અહીંના લોકો ખુશમિજાજી અને ઉત્સવપ્રિય, નાનો-મોટા કોઈપણ તહેવાર હોઈ લોકો ખૂબ ઉલ્લાસથી ઊજવે. અહીં લોકો બપોરે આરામથી ઊંઘે અને રાતે મોડે સુધી હરેફરે.. જાહ્નવીએ રાજકોટમાં જીવનના ઘણાં રંગ જોયા છે. દાદા દાદી તો જન્મ પહેલાં જ અવસાન પામ્યાં હતા. પરિવારમાં માતા-પિતા, પોતે અને નાનો ભાઈ નમન ચાર સભ્યો હતાં. પિતા સુરેશભાઈ અનુશાસનના ખૂબ આગ્રહી છતાં ખૂબ વ્હાલ કરનારાં.. પિતાએ કલાર્કની નોકરી કરતાં કરતાં પણ ખૂબ લાડકોડથી જાહ્નવી અને નમનનો ઉછેર કર્યો હતો. એમને પડેલા કષ્ટથી જાહ્નવી માહિતગાર

હતી માતા લલિતાબેન સામાન્ય ગૃહિણી હતાં પણ જાહ્નવીનાં સંસ્કાર સિંચન કરવામાં એમનો મોટો ફાળો હતો. રાજકોટ જેવા મોંઘા શહેરમાં જીવનધોરણ ઘણું કપરું રહે છતાં કરકસરપૂર્વક જાહ્નવી અને એનો પરિવાર સુખેથી જીવન પસાર કરે છે.

જાહ્નવી અને નમન રામનગર જવા માટેની બસમાં બેસે છે. થોડીવારમાં જ રામનગર આવી જાય છે. બન્ને થોડું ચાલે છે, થોડી દુકાનો આવે છે, પછી રાધાકૃષ્ણનું મંદિર આવે છે. બન્ને ત્યાં પ્રણામ કરે છે અને આગળ ચાલે છે. એક સાંકળી શેરી આવે છે અને જાહ્નવીનું ઘર આવી જાય છે. એક હોલ, બે રૂમ, રસોડું, સામાન્ય રાચરચીલું, આમ જોતાં એક સામાન્ય મકાન હતું પણ જાહ્નવી માટે તો એ સંસ્મરણોનું સ્થાન હતું. ઘરના ખૂણે ખૂણામાં જાહ્નવીની યાદ જોડાયેલી હતી. જાહ્નવી ઘરમાં પ્રવેશે છે. નમન દોડતો લલિતાબેન પાસે જાય છે.

નમન- " મમ્મી, અમે આવી ગયાં. "

લલિતાબેન - " હા, મારા કાનુડા. "

આમ કહી ખૂબ જ વહાલથી લલિતાબેન નમનના કપાળ પર ચુંબન કરે છે.

જાહ્નવી -" મમ્મી, મને નહિ?"

એમ કહી ભેટી પડે છે.

"શું કરતાં હતાં ?"

લલિતાબેન - "અરે, જાહ્નવી દીકરા હું ચા બનાવતી હતી તારા પપ્પા માટે, તું ન હતી તો મારે કેટલું બધું કામ કરવું પડતું !!"

જાહ્નવી - " તમે બેસો પપ્પા પાસે હું ચા બનાવી લાવું છું. "

સુરેશભાઇ રૂમમાં છાપું વાંચતા હતાં, નમન ટીવી જોવા લાગે છે. લલિતાબેન સુરેશભાઇ પાસે બેસે છે. જાહ્નવી ચા લઈને આવે છે.

જાહ્નવી - "જય શ્રી કૃષ્ણ પપ્પા કેમ છો?"

સુરેશભાઈ - " બસ તારા હાથની ચા પીવા તરસી ગયો હતો. તેં શું શું કર્યું દ્વારકા, મજા આવીને ?"

જાહ્નવી - " હા પપ્પા ખૂબ ખૂબ ખૂબ.... મજા આવી. "

પછી જાહ્નવી સવિસ્તાર વર્ણન કરે છે.

લલિતાબેન બધું સાંભળીને - " અરે વાહ ! જન્માષ્ટમી ખૂબ યાદગાર રહી એમ ને ?"

જાહ્નવી - " હા, ખૂબ યાદગાર. "

જાહ્નવી આમ કહેતા કહેતા ઋતુરાજનાં વિચારોમાં ખોવાઈ જાય છે.... થોડીવાર બધાં વાતો કરે છે. બપોરે જમ્યા પછી સુરેશભાઈ નોકરીએ જાય છે. નમન સુઈ જાય છે જ્યારે જાહ્નવી નેહાના ઘરે જાય છે.

નેહા દરવાજો ખોલે છે.

જાહ્નવીને જોઈને નેહા - " ઓ ! મારા જન્મો જન્મની સખી, તારાં વિનાં બધું સુકુ સુકુ હતું. "

નેહા જાહ્નવીને ગળે મળે છે અને બન્ને ઘરમાં પ્રવેશે છે.

જાહ્નવી - " બસ, બસ હવે ખોટાં ખોટાં મસકા ના માર. "

નેહા - " અરે, સાચું કહું છું જાહ્નવી ન હતી મજા આવતી. "

થોડીવાર આમ વાતો કર્યા પછી જાહ્નવી પોતાના અસાઈનમેન્ટમાં જે માહિતી અને ફોટા જોડવાના હતાં એ જોડે છે અને સાથે સાથે નેહા જોડે ગપ્પા બાજી કરે છે. "

જાહ્નવી - " નેહા, તેં આટલા દિવસ શું કર્યું ?"

નેહા -" મેં ? મેં શું કર્યું કહું? મેં આટલા દિવસ ફરવાનું કામ કર્યું પછી ટીવી જોવાનું કામ કર્યું અને મમ્મીને મદદ કરી. "

જાહ્નવી - " અરે ! વાહ તું મદદ પણ કરવા લાગી? શું મદદ કરી ?"

નેહા - " બસ, મમ્મી જે રસોઈ બનાવતા ગયાં એ હું ચાખતી હતી અને મમ્મી ને કહેતી હતી કે બરાબર છે કે નહિ. !! "

જાહ્નવી - " આ તો બહુ મોટું કામ કહેવાય હોં!! "

બન્ને હસવા લાગે છે.

નેહા - " અરે, તું કે હવે તેં શું કર્યું દ્વારકા?"

જાહ્નવી દ્વારકાની ક્ષણે ક્ષણ વિશે નેહાને કહે છે. આ બધું સાંભળ્યાં પછી નેહા એને કહે છે - " અરે, તું તો ઋતુરાજને પસંદ કરવા લાગી છે. હવે આગળ શુ?"

જાહ્નવી - " આગળ? મેં પણ વિચાર્યું નથી. મેં બધું દ્વારકાધીશ પર છોડયું છે. "

નેહા જાહ્નવી અને ઋતુરાજના સ્નેહ સંબંધ વિશે વિચારવા લાગે છે. અસાઈનમેન્ટનું કામ પૂરું થાય છે.

જાહ્નવી - "ચાલ, હવે કાલે મળીએ કોલેજ પર.. "

બન્ને છુટા પડે છે.

આ બાજુ ઋતુરાજ પણ હિનાના લગ્નની તૈયારીમાં વ્યસ્ત થઇ જાય છે. કંકોત્રી આપવા, લગ્નમંડપ, કેટરિંગ તેમજ બીજી બધી વસ્તુઓના ઓર્ડર આપવા અને ખરીદી કરવા જેવા કામોમાં રોકાઇ જાય છે. પણ વચ્ચે વચ્ચે એને જાહ્નવીની યાદ આવ્યાં કરે છે.

****

એક નવી સવારનું આગમન થાય છે. નવ વાગ્યે જાહ્નવી કોલેજે જાય છે. જાહ્નવીને એની કોલેજ બહુ પ્રિય હતી. કોલેજનો આ સુવર્ણકાળ જેમાં સ્વપ્ન, સ્નેહ અને સાહસનો સંગમ હતો. જાહ્નવી એમાં પોતાની જાતને ખુલીને જીવી લેવા માંગતી હતી. એટલે જ કોલેજમાં એની ઘણીબધી સખીઓ હતી. તેણી કોલેજમાં એક વિશાળ પ્રવેશ દ્વારમાંથી પ્રવેશે છે, નેહાને મળે છે તેમજ બીજી બધી સખીઓને મળે છે. વૈષ્ણવી નામની એક સખીના જીવનમાં ઘણી ઊથલ પાથલ થઇ

ગઈ હોય છે. એ ઘણી ઉદાસ હોય છે. એનાં પિતા અકાળે અવસાન પામ્યાં હોય છે. જાહ્નવી વૈષ્ણવીને મળે છે એને જીવનની અમુક વાતોનો મર્મ સમજાવે છે.

જાહ્નવી - "વૈશું, જો રડયાં રાખવાથી કોઈપણ સમસ્યા ઉકેલાતી નથી. હા, દુઃખ હળવું જરૂર થાય છે. એટલે તું બન્ને વાતોને સારી રીતે સમજ. જો આગળ વધવા માટે તેમજ તારા પરિવારનું ધ્યાન રાખવા માટે તારે આ અવસ્થામાંથી બહાર આવવું પડશે. "

જાહ્નવીની આ વાતથી વૈષ્ણવીનું મન ઘણું શાંત થાય છે. એ જાહ્નવીને કહે છે -

" થેન્ક યુ, જાહ્નવી, તેં મને સમજી અને સમજાવી. હું મારી જાતને સંભાળવાનો પૂરો પ્રયત્ન કરીશ. "

જાહ્નવી એના ખભા પર વ્હાલથી હાથ મૂકી રાખે છે. જાહ્નવી અને નેહા ત્યારબાદ લેક્ચર માટે કલાસમાં જાય છે. બેન્ચ પર બેસે છે.

નેહા - " અરે, વાહ ! જાહ્નવી તારામાં એક કાઉન્સેલરના બધા ગુણ છે. તું શા માટે કાઉન્સેલર નથી બની જાતી?"

જાહ્નવી - " હા, હું પણ વિચારું છું કે ત્રીજું વર્ષ મુખ્ય મનોવિજ્ઞાન / સાયકોલોજી સાથે કરું. "

ક્લાસમાં ત્યારે નોટિસ આવે છે કે બધાએ શનિવારે સવારે અસાઈનમેન્ટ જમા કરાવવાનો છે.

જાહ્નવી - " અરે, નેહા, મારે તો શનિવારે હિનાના લગ્નમાં જવાનું છે. "

નેહા -" ઓહ, તો હવે તારે અસાઈનમેન્ટ આપ્યાં પછી જ જવાશે. પાછું મેડમ કાંઈ સમજૂતી માંગે તો એ હું ના આપી શકું એટલે તારે તો આવવું જ પડશે. "

જાહ્નવી - " હા, હવે તો મારે આવવું જ પડશે. આજે તો મહેનત માથે પડી. "

લેક્ચર પૂર્ણ થયા બાદ જાહ્નવી ઘરે આવે છે કોલેજથી જાહ્નવીનું ઘર થોડું જ દૂર હતું એટલે ચાલીને જવાય એમ હતું. જાહ્નવી મોટાભાગે ચાલીને જ કોલેજે જતી. સાંજે દિવ્યાનો ફોન આવે છે, બન્ને મનભરીને વાતો કરે છે. આમ વધુ એક દિવસ પસાર થઈ જાય છે.

બીજા દિવસે સવારે નાસ્તો કરતી વખતે જાહ્નવી હિનાના પ્રસ્તાવની વાત કરે છે.

જાહ્નવીને લલિતાબેન કહે છે-

" એમ આપણાંથી ના જવાય.

જાહ્નવી - "પણ મમ્મી "

એ આગળ એક શબ્દ બોલી શકતી નથી.

સુરેશભાઈ -" અરે, જવા દે ને.. ગઈકાલે દિવ્યા એ પણ મને કીધું હતું કે જાહ્નવીને મોકલજો અને દૂર ક્યાં જવાનું છે, જામનગર જ તો છે."

લલિતાબેન - " હા, તો તમને ઠીક લાગે તેમ પણ નમનને જોડે લઈ જાજે.

જાહ્નવી- " હા, મમ્મી એને તો આમેય લઈ જ જાવ ને ! "

જાહ્નવી ખૂબ ખુશ થઈ જાય છે.

આમ વધુ બે દિવસ વીતે છે. શનિવરનો દિવસ આવે છે. જાહ્નવી વહેલી ઊઠી બધી તૈયારીઓ કરી લે છે. લગ્ન માટે એણે એક નવી સાડી તેમજ એક નવો ડ્રેસ પહેરે છે. સવારથી જ કાંઈક નાવીન્યમાં રાચે છે.

એ ઋતુરાજને મળશે એનો આનંદ ફૂટી ફૂટીને એની હૃદયધરામાંથી વહેતો હતો.. સવારે ફટાફટ અસાઈનમેન્ટ જમા કરાવી ૧૧ વાગ્યે વિકાસ ટ્રાવેલ્સ જે ઘરની નજીક જ હોય છે તેમાં જામનગર જવાનું નક્કી કરે છે. જાહ્નવી દિવ્યાને પણ ફોન કરી કહી દે છે કે એ બપોર સુધી આવી જશે. એ કોલેજ જવા નીકળે છે. વહેલી સવારે વરસાદ આવ્યો હોવાથી ઠેરઠેર પાણી ભરાય ગયું હોય છે. કોલેજની આજુબાજુ પણ રસ્તામાં પાણી અને કીચડ હોય છે. જાહ્નવી કોલેજમાં

પ્રવેશે છે. આજુબાજુ પાણી ભરાયું હોવાથી એ સંભાળીને ચાલે છે. એટલામાં એક બાઇક ઝડપથી કોલેજની અંદર આવે છે. એના વ્હિલથી રસ્તાનો કાદવ જાહ્નવીના ડ્રેસ પર પડે છે. એનાં કપડાં ખરાબ થઈ જાય છે. એ ગુસ્સે થઈ જાય છે.

" અરે જોઈને ચાલને... "

પરંતુ એ બાઇક સડસડાટ અંદર જતી રહે છે. એ વ્યક્તિ ઓળખાતી નથી પરંતુ એ સિલ્વર કલરનું બાઇક અને બાઈકના નંબર એને યાદ રહી જાય છે એટલામાં નેહા ત્યાં આવી જાય છે. જાહ્નવીને જોઈને એ સમજી જાય છે.

નેહા - " ચાલ, હવે ઘરે ડ્રેસ બદલાવીને પાછા આવશું. "

બન્ને ત્યાંથી જાહ્નવીના ઘરે આવે છે. ઘણો સમય નીકળી જાય છે. જાહ્નવી ડ્રેસ બદલે છે, ફરી કોલેજ આવે છે. રસ્તામાં જાહ્નવી ગુસ્સે થતાં થતાં કહે છે.

- " અરે, એ બાઇકવાળા ને લીધે મારાં કપડાં બગડ્યા, મોડું થઈ ગયું, બસ પણ નીકળી ગઈ. એ મને મળે તો એને એક ચમાટ લગાડી દઉં. "

નેહા - " હવે જે થયું તે થયું. બસસ્ટેન્ડ પર જતી રહેજે તને બીજી બસ મળી જશે "

જાહ્નવી - " હા, હવે તો એમ જ કરવું પડશે. "

નેહા - "હમમમ, તારે ઉતાવળ શેની છે એ મને ખબર છે. ઋતુરાજ.... હમમમ.... "

નેહા જાહ્નવી ને ચીડવે છે અને એનો મૂડ ઠીક કરવાનો પ્રયાસ કરે છે.

જાહ્નવી - " છોડ ને નેહા !"

બન્ને હસવા લાગે છે.

બન્ને કોલેજે આવે છે. અસાઇનમેન્ટ જમા કરાવે છે.

જાહ્નવીના અસાઈનમેન્ટની નવી માહિતી અને ફોટોગ્રાફ્સથી મેડમ ખુશ થાય છે અને એના વખાણ કરે છે. બપોર થઈ ગય હોય છે જાહ્નવી ઘરે આવે છે લલિતાબેન એને કહે છે.

- " જાહ્નવી સારું થયું એ ડ્રેસ બદલવો પડ્યો એ પાછળથી થોડો તુટેલો હતો. લગ્નપ્રસંગમાં એવા ડ્રેસથી આપણી આબરૂ શું રહેત ?

જાહ્નવી ડ્રેસ જુએ છે અને લલિતાબેનની વાત સાથે સહમત થાય છે.

જાહ્નવી- " પણ મમ્મી નવા ડ્રેસમાં આમ કેમ થયું હશે. ?"

લલિતાબેન - "બની શકે સિલાઈ નબળી હોય પણ જે થાય તે સારા માટે જ ચાલો હવે તમે બન્ને જમી લો અને પછી નીકળો. "

જાહ્નવી અને નમન બન્ને જમીને બસ સ્ટેન્ડ આવે છે. બપોરના બે વાગી ગયાં હોય છે. તરત જ એમને એક બસ મળી જાય છે અને જાહ્નવી ઋતુરાજ તરફના રસ્તા પર આગળ વધે છે. આ બાજુ જાહ્નવી આવવાની છે એ બાબતથી અજાણ ઋતુરાજ એના વિચારમાં વધુ ને વધુ વ્યગ્ર થતો જાય છે.

એ લગ્નના હોલમાં એક ખુરશી પર બેઠો હોય છે ત્યાં હિના આવે છે.

- " ભાઈ, આ નંબર ડાયલ કર અને પૂછ કે નીકળ્યાં કે નહીં ? બપોર સુધી આવવાનું કીધું હતું હજી નથી આવ્યાં.. મારા મોબાઈલમાં બેલેન્સ પુરૂ થઈ ગયુ છે. "

ઋતુરાજ - " હા પણ આ નંબર કોના છે?"

હિના - " ભાઈ તને કાંઈ ખબર પડતી નથી.. જાહ્નવીનાં નંબર છે એ હજી આવી નથી. "

ઋતુરાજ - " જાહ્નવીનાં નંબર?"

હિના - " હા, ઋતુરાજ મેં એની પાસે પ્રોમિસ લીધું હતું કે તારે મારા લગ્નમાં આવવાનું છે. "

ઋતુરાજના આનંદનો પાર રહેતો નથી. એના મુખ પર સ્મિત પુનઃ આવી જાય છે. એને યાદ આવે છે કે જ્યારે દ્વારકાથી આવતા હતા ત્યારે હિના જાહ્નવીને 'પ્રોમિસ' નું કાંઈક કહેતી હતી, તો એ આ જ !! ઋતુરાજ એના હાથથી વાળ ખંજવાળતા ખંજવાળતા મનમાં- "ત્યારે જ પૂછી લીધું હોત તો સારું હતું. "

ઋતુરાજ એકાંતમાં જઇ નંબર ડાયલ કરે છે. જાહ્નવીના ફોનની રિંગ વાગે છે પરંતુ એ ફોન ઊપાડતી નથી. એક એક વાગતી રિંગ ઋતુરાજના હૃદયના દસ દસ ધબકારા વધારી દે છે.

જાહ્નવી ફોન ઉપાડે છે.

- " હલ્લો "

ઘણાં સમય પછી જાહ્નવીનો અવાજ સાંભળતા ઋતુરાજના હૃદયમાં આનંદની લહેરો ઉઠવા લાગે છે. જાહ્નવી ફરી કહે છે - " હલ્લો"

ઋતુરાજ - " હું બોલું છું. "

જાહ્નવી પણ ઋતુરાજનો અવાજ સાંભળી નવાઈ પામે છે...

જાહ્નવી -" હું કોણ?"

ઋતુરાજ - " બસ, આટલીવારમાં ભૂલી ગયાં?"

જાહ્નવી - " એમ કાંઈ તમને ભુલાતા હશે. !!!"

ઋતુરાજ - " તો સારું કહેવાય. બાકી અમને એમ કે હવે ઓળખશો પણ નહીં. "

જાહ્નવી - " ના, ના તમને તો ઓળખું જ ને !"

ઋતુરાજ - " તમે ક્યારે પધારો છો અહીંયા બધા રાહ જોઈ જોઈ થાકી ગયા છે. "

જાહ્નવી - " બધાં ?"

ઋતુરાજ એનો તાત્પર્ય સમજી જાય છે.

- " હા, બધા જ "

જાહ્નવી થોડી શરમાય જાય છે.

" અમે નીકળી ગયાં છીએ બસ દોઢેક કલાકમાં આવી જાશું. "

ઋતુરાજ - " સારું, બાકી બોલો બીજું. "

આમ થોડીવાર વાતો ચાલે છે.

જાહ્નવી થોડીવાર પછી-

- " ચાલો હવે મળવાનાં જ છીએ તો ત્યારે વાતો કરશું. "

અત્યારે તમારે પણ કામ હશે.

ઋતુરાજ - " હા, સારું તો મળીએ ત્યારે વાત. "

એકબીજા સાથે વાત કરીને બન્ને ખૂબ ખુશ હતાં. ઋતુરાજના વર્તનમાં આવેલું પરિવર્તન જોઈ દિવ્યા અને હિનાને પણ આશ્ચર્ય થાય છે. બન્ને ને શંકા જાય છે કે - ' ક્યાંક જાહ્નવીના લીધે તો. !?'

હિના - " આ બન્નેની જોડી તો સારી લાગે નહિ?"

દિવ્યા - " હા, જાહ્નવી પણ બધી રીતે ઋતુરાજને યોગ્ય છે. "

હિના - " આપણે બન્નેને પૂછીએ કે વાત શું છે? પછી વાત આગળ વધારશું. "

દિવ્યા - " હા, સાચું કહે છે. "

આમ દિવ્યા અને હિના જાહ્નવીના આવવાની રાહ જોવા લાગે છે.

આ બાજુ નિશામાસી પાસે ઋતુરાજના સંબંધ માટે ભાવનગરના એક ઝવેરીની એકને દીકરી આરતીની વાત આવે છે. વાત એમના સગાં જ લાવે છે અને જોવાં આવવા માટે કહે છે પણ નિશામાસી હિનાના લગ્ન થઈ જાય પછી થોડા દિવસો પછી જવાબ આપવાનું કહે છે. નિશામાસી હિનાને આરતીની વાત કરે છે અને એ શું કહે છે એ જાણવા ઈચ્છે છે. હિના મૂંઝવણમાં મુકાઈ જાય છે. એકબાજુ હિના અને દિવ્યા જ્યાં ઋતુરાજ અને જાહ્નવીને જોડવાનો પ્રયત્ન કરી રહ્યાં છે ત્યાં નિશામાસી બીજા કોઈનું નામ જોડવાની તૈયારીમાં છે. હિના એક

વખત ઋતુરાજ સાથે વાત કરી પછી જ વાત આગળ વધારવી એવું કહે છે. નિશામાસી પણ એની વાત સાથે સહમત થાય છે. જાહ્નવીની બસ જામનગર પહોંચે છે.

*** જામનગર ***

જામસાહેબ બાપુનું શહેર જ્યાં લાખોટા તળાવની સુંદરતા અને શીતળતા છે, જ્યાં સ્મશાનને પણ સોનાપુરી કહેવાનો મહિમા છે. વર્ષોથી ચાલતી બાલાહનુમાનની મંદિરની અખંડ રામધૂન છોટાકાશી તરીકે ઓળખાતા આ શહેરને અનેરી ગરીમા આપે છે.

જાહ્નવી જામનગર બહુ ઓછુ આવેલી પણ એના વિશે આ બધું સાંભળ્યું હતું. એ બસ સ્ટેન્ડ પર ઉતરે છે.

જાહ્નવી - " અરે, એડ્રેસ શું છે ? એ તો મને ખ્યાલ જ નથી !!"

નમન - " તો પછી દિવ્યા દીદીને ફોન કરોને "

જાહ્નવી દિવ્યાને ફોન કરી પૂછે છે પણ એને કંઈ સમજાતું નથી. દિવ્યા હિનાને કહે છે કે હવે જાહ્નવી કઈ રીતે લગ્નસ્થળ પર આવશે હિના પણ જાહ્નવીને સમજાવે છે છતાં જાહ્નવી મૂંઝાયેલી લાગે છે. દરમિયાન ત્યાં ઋતુરાજ આવે છે.

હિના -" અરે, ભાઈ જાહ્નવી બસસ્ટેન્ડ પર છે એને અહીંનું એડ્રેસ સમજાતું નથી, શક્ય હોય તો તું જા અને એને લઈ આવ ને. "

ઋતુરાજ- " હા જાઉ છું "

આ તો ભાવતું હતું અને વૈદ્યે કીહ્યુ ઋતુરાજ મનોમન ખૂબ ખુશ થયો એ જાહ્નવીને લાવવા માટે નીકળે છે. જાહ્નવીને ફોન કરી કહી દે છે બસસ્ટેન્ડ પર રાહ જુએ.....

ગણતરીની મિનીટોમાં ઋતુરાજ ત્યાં પહોચી જાય છે. ઋતુરાજ ગાડીમાંથી ઊતરે છે... અને બંને પ્રેમી મુસાફરો સામસામે આવી જાય છે. બંને થોડીવાર તો કાંઈ બોલતા જ નથી... માત્ર એકમેકને મનભરીને માણ્યા કરે છે.. પછી જાહ્નવી કહે છે.

- " કેમ છે ? "

ઋતુરાજ- "(તને જોઈને-મનમાં) મજા, લાવ આ સામાન "

ઋતુરાજ જાહ્નવીનું બેગ લઈ લે છે.. ત્રણેય ગાડીમાં બેસે છે... બંનેના હ્રદયમાં ઊમળકા ઉત્પન્ન થયા રાખે છે. આવી મુલાકાત થશે એવું તો જાહ્નવીએ વિચાર્યું પણ ન હ્તું.

રસ્તામાં એક જગ્યાએ ઋતુરાજ જાહ્નવી અને નમનને આઈસ્ક્રીમ ખવડાવે છે બંને ઘણી વાતો કરે છે... જાહ્નવી પોતાના અસાઈનમેન્ટની, વૈષ્ણવીની અને બીજી કોલેજની ઘણી બધી વાતો કરે છે જયારે ઋતુરાજ લગ્નની તૈયારીઓની અને જોબની થોડી વાતો કરે છે આમ વાતો પૂર્ણ કર્યા બાદ બંને લગ્ન હોલ પર આવે છે બેય ને એકબીજા સાથે ખુશ જોઈ દિવ્યા અને હિનાની શંકાને પુરાવા મળે છે...

જાહ્નવી બધાને મળે છે.

જાહ્નવી – " જોયું પ્રોમીસ પુરૂ કર્યું ને ? "

હિના – એ તો કરવાનું જ હતું ઓકે ? "

થોડીવાર આમ પ્રાસંગિક વાતચીત પછી સૌ બેસે છે...

નમન પણ લક્ષને મળે છે. નમન લક્ષ માટે નાની વિડીયોગેમ લાવ્યો હોય છે.. પોતાના પોકેટ મનીમાંથી રૂપિયા બચાવીને... એ બેયનો સ્નેહ જોઈ બધા ખુબ ખુશ થાય છે. પછી ખુબ ઠાઠમાઠથી મામેરા ભરાય છે. બધા વાહ વાહ બોલી ઊઠે છે. લગ્નમાં આવેલા લોકોમાંથી કોઈ વાત કરે છે જે જાહ્નવી સાંભળે છે.

- " કાર્તિકભાઈ એ દિકરીના લગ્ન આટલા સરસ કર્યા તો પોતાનાં એકના એક દિકરાં ઋતુરાજ માટે પણ હવે કોઈ એમના હરોળનું શોધશે.... "

એમાના બીજા કોઈએ ઊમેર્યુ –

" હા એકદમ સાચી વાત છે. "

"કાર્તિકભાઈ બરોડાના બહુ મોટા શ્રીમંત છે એટલે હવે ઋતુરાજના લગ્નમાં પણ કોઈ ખામી નહી રાખે."

આ સાંભળતા જ જાહ્નવીને એક કડવા સત્યનો અનુભવ થાય છે. એને ખ્યાલ આવે છે કે એના અને ઋતુરાજ વચ્ચે કેટલું અંતર છે.. એ થોડી હતાશ પણ થઈ જાય છે. " આ બાજુ મામેરાની વિધિ પુરી થાય છે. દિવ્યા જાહ્નવીને પોતાની સાથે લેવા આવે છે એને હિનાનો ઘણો સામાન પેક કરવાનો હોય છે. જાહ્નવી અને દિવ્યા એ કામમાં લાગી જાય છે. દિવ્યા અવસર જોઈ સીધુ જ ઋતુરાજ વિશે પૂછી લે છે જાહ્નવી પેલા તો ઘણી આનાકાની કરે છે પણ પછી પોતાના હૃદયની પ્રિતનું આલેખન કરે છે.

આ બાજુ હિના પણ ઋતુરાજને જાહ્નવી વિશે પુછી લે છે ઋતુરાજ પણ પોતાની વહાલસોયી બહેનને કહે છે કે- જાહ્નવી એના અંશ અંશમાં વશી ગઈ છે.. ત્યાર પછી જાહ્નવી અને ઋતુરાજને ખ્યાલ ના આવે તેમ હિના અને દિવ્યા એકબીજા એ કરેલી વાત મેળવે છે. એમને પ્રતીત થાય છે કે જાહ્નવી અને ઋતુરાજ એકબીજાને ઊંડાણથી પ્રેમ કરવા લાગ્યા છે... રાત પડી જાય છે...

હિનાની પીઠીમાં બહુ ધમાલ થાય છે.. રાતના ભોજન પછી દાંડિયારાસની તૈયારી કરે છે. જાહ્નવી દાંડિયારાસ માટે ચણિયાચોળી પહેરે છે... એ એટલી તો સુંદર લાગે છે કે જોવાવાળા બસ જોતા જ રહી જાય છે.. જાહ્નવી ઋતુરાજની નજીક આવે છે. ઋતુરાજ પણ શેરવાનીમાં કોઈ રાજાના કુંવર જેવો લાગે છે.

જાહ્નવી ઋતુરાજને પુછે છે - " તો બોલો, કેવી લાગું છું.. ?"

ઋતુરાજ - " ખૂબ સુંદર"

જાહ્નવીને એમ કે ઋતુરાજ એને ચીડવશે પણ એનો આવો જવાબ સાંભળી એ શરમાય જાય છે અને ત્યાંથી જતી રહે છે. હિના પણ અત્યંત સુંદર લાગે છે. સંગીતના તાલ પર દાંડિયાની રમઝટ બોલાય છે. દિવ્યા, હિના, જાહ્નવી, ઋતુરાજ, લક્ષ, નમન અને પરિવારના બીજા સભ્યો ખૂબ દાંડિયા રમે છે. બે કલાક સુધી સતત દાંડિયા રમી બધા

થાકી જાય છે અને બેસી જાય છે ત્યારે હિનાને એક વિચાર આવે છે. એ તરત જ દિવ્યાને કહે છે. એ પણ સંમત થાય છે. હિના ત્યાર બાદ નિશામાસી પાસે જાય છે અને કહે છે -

" મમ્મી, મારી એવી ઈચ્છા છે કે લગ્નજીવનની શરૂઆત કરતા પહેલા એક વખત બાલા હનુમાનના દર્શન કરી આવું. "

નિશામાસી -" વાહ એ તો બહુ સારી વાત છે, જાવ તમે બધા દર્શન કરી આવો પણ બહુ મોડું ના કરતાં. "

હિનાની યોજના સફળ થાય છે. હિના તરત જ ઋતુરાજને કહે છે- " જો, આપણે બાલા હનુમાનના મંદિરે જઈએ છીએ જે લાખોટા તળાવના કિનારે જ છે. "

"જો આ જ અવસર છે, ખૂબ સરસ સ્થળ છે, આજે તારા પ્રેમનો એકરાર કરી દે. આવતીકાલે તો હું પણ સાસરે જતી રહીશ પછી તારી મદદ કોણ કરશે ?"

આ અચાનક જ નીકળતા ઋતુરાજ મુંઝાઈ જાય છે, આમ તે જાહ્નવી સાથે વાત કરી લે છે પણ પ્રેમનો એકરાર ?

આ બાજુ દિવ્યા પણ જાહ્નવીને મનાવી લે છે લાખોટા તળાવ આવવા ચારેય નીકળે છે...

રાત્રીના સમયે લાખોટા તળાવ અત્યંત રમણીય લાગતું હતું. શહેરની વચ્ચે જ આવેલુ તળાવ અને એની ફરતેની સુંદર કોતરણી યુકત બેઠક... હિના ઋતુરાજને એક જગ્યાએ ગાડી ઊભી રાખવાનું કહે છે.

તળાવની વચ્ચે એક કિલ્લો છે ત્યાં જવા માટે એક પુલ છે.. ચારેય એ પુલ પર જાય છે.. બરાબર વચ્ચે પુલ વર્તુળકાર છે જયા ઘણી જગ્યા છે કે વધુ લોકો ઊભા રહી શકે છે.. થોડીવાર બધાં વાતો કરે છે પછી હિના અને દિવ્યા કહે છે કે અમે મંદિરે જઈ એ દર્શન કરવા.

જાહ્નવી- "અરે આમ એકલા કયાં જાઓ છો અમે પણ આવી એ છીએ. "

ત્યારે હિમ્મત કરી ઋતુરાજ જાહ્નવીને કહે છે-" જાહ્નવી, એમને જવા દે...... મારે તારું કામ છે.... "

થોડી ક્ષણો માટે તો જાહ્નવી કંઇ સમજી સકતી નથી. દિવ્યા અને હિના જોતજોતામાં દૂર નીકળી જાય છે. રાતના ૧૨ વાગી ગયા હતા. ખુબ જ શાંતિ હોય છે, આકાશમાં તારા ટમટમતા હતા.. ચાંદો અને વાદળો છુપાછુપી રમતા હોય છે. ઋતુરાજ આગળ જાહ્નવીને કહે છે.

" જાહ્નવી, મારે તને કંઈક કહેવું છે. "

જાહ્નવી - " હા તો, બોલો.. "

ઋતુરાજ - " અમમ, મ... પ... "

એ કાઈ બોલી શકતો નથી. જાહ્નવી હસવા લાગે છે.

" શું... "અ...... મ...... પ...... .. "

" ચાલો હું જાઉં છું. "

જેવી એ પાછળ ફરી ચાલવા જાય છે ઋતુરાજ એનો હાથ પકડી લે છે. એ હાથ ને ધીમે થી પોતાના હૃદય પર રાખે છે. જાહ્નવી સામે સ્થિર નજરે જુએ છે... જાહ્નવીના હૃદયના ધબકારા વધી જાય છે. ઋતુરાજ પછી કહે છે---

" **કેમ મને લાગે છે કે તું જ એ અપ્સરા છો જે મારા હૃદયનાં ધબકાર વધારે છે?**

શા માટે તારા નયનોમાં મારૂ સમગ્ર અસ્તિત્વ ડૂબી જાય છે?

શા માટે જાણે કોઈ મેધસવારી આવી હોય તારા આવ્યા પછી અને તારા ગયા પછી જાણે વેરાન લાગે છે. ?

આ બધું શા માટે થાય છે એ હું સમજી ગયો છું..."

જાહ્નવી - " શું ઋતુરાજ ?"

ઋતુરાજ જાહ્નવીનો હાથ પકડી પોતાના ઘૂંટણભર બેસી જાય છે.

" જાહ્નવી, હું આ ધરતી, આકાશ, તારા, વાદળ અને પૂનમના ચાંદાની સાક્ષીમાં કહું છું...

હું તને પ્રેમ કરવાં લાગ્યો છું...

તારા વિના મારું અસ્તિત્વ હવે શક્ય નથી..

I LOVE YOU......

WILL YOU MARRY ME? "

થોડીવાર સન્નાટો છવાય જાય છે. ઠંડો-શીત પવન વાતો હોય છે. કોઇ કશું બોલતુ નથી.... જાહ્નવી ઋતુરાજના નયનોમાં ડૂબી જાય છે.

ઋતુરાજ - " કાંઈક તો બોલ. "

જાહ્નવી ઋતુરાજને પોતાના બન્ને હાથથી ઊભો કરે છે.

થોડી ક્ષણો માટે બન્ને એકમેકને નિહાળ્યા કરે છે.

ઋતુરાજ - " મારાથી તારું મૌન હવે સહન થાતું નથી, કાંઈક બોલ. "

જાહ્નવી - " હું તમારો પ્રસ્તાવ સ્વીકારું છું,

હુ પણ તમને પ્રેમ કરૂ છુ.

I love You Too.....

આ સાંભળતાં જ ઋતુરાજ નાચી ઊઠે છે.

ઋતુરાજ - " ઓહ, જાહ્નવી તને ખબર છે હું કેટલો ડરતો હતો કે ક્યાંક તું ના પાડીશ તો.. "જાહ્નવી - " હું પણ તમને એટલો જ પ્રેમ કરું છું જેટલો તમે મને કરો છો. "

આમ કહી એ ઋતુરાજના હાથ પોતાના હાથમાં લે છે. અને આગળ કહે છે.

" જ્યારથી તમારા શબ્દો વાંચ્યા હતા ત્યારથી તમને પસંદ કરવા લાગી છું. જ્યારથી તમે મળ્યા ત્યાર છો ત્યાર હું આકાશના આ ચાંદામાં તમને જ જોઉં છું.

મારું જીવન તો પાનખર જેવુ હતું તમે ઋતુરાજ બનીને આવ્યાં છો. "

(ઋતુરાજ= વસંતઋતુ)

ઋતુરાજ જાહ્નવીની નજીક જાય છે એને પોતાના બાહુપાશમાં સાંકળી લે છે. બન્ને એકબીજામાં ખોવાઈ જાય છે અને લાખોટા તળાવ એક નવા યુગલના અનુપમ પ્રેમનું સાક્ષી બને છે. જાહ્નવી અને ઋતુરાજ એકબીજાનો અહેસાસ માણ્યા રાખે છે, બન્નેને એકબીજાનો સ્પર્શ મોહિત કરી દે છે. બંનેના શ્વાસોશ્વાસ એકબ્બીજામાં ભળી જાય છે, બન્નેના હૃદયના ધબકારા જાણે એકાકાર થઈ જાય છે.

પણ પછી અચાનક જ જાહ્નવીને લગ્નમાં થતી વાતો યાદ આવે છે.

એ ઋતુરાજથી અલગ થઈ જાય છે અને એકાએક બે ડગલાં પાછળ ખસી જાય છે.

"કાર્તિકભાઈ પોતાના હરોળનું જ શોધે -"એ વાત એના મનમાં ધુમ્યાં

રાખે છે. ઋતુરાજ જાહ્નવીના આ વર્તનથી નવાઈ પામે છે. જાહ્નવીની આંખોમાં આંસુ આવી જાય છે. ઋતુરાજ - " શુ થયું જાહ્નવી?' એ બે ડગલાં જાહ્નવીની નજીક જાય છે. જાહ્નવી કંઈ કહી શકતી નથી.

ઋતુરાજ - " જાહ્નવી શું થયું કે મને.. આમ આંસુ કેમ પાડે છે?" પછી જાહ્નવી

ઋતુરાજને કહે છે-

" ઋતુરાજ, તમે અને હું બહુ અલગ છીએ.. તમે રોજ ચાંદીના વાસણમાં જમો છો જ્યારે અમે સામાન્ય માણસો છીએ. અમારી પાસે સાદા વાસણો તો છે પણ બે ટંકનું ભોજન રોજ મળશે એ નક્કી નથી

હોતું. તમે એક શ્રીમંત પરિવારમાંથી છો અને હું એક મદયમવર્ગીય પરિવારમાંથી "

આ સાંભળી ઋતુરાજ કહે છે -

"અરે જાહ્નવી, પ્રેમમાં કક્ષાઓ ના હોય મારે તું જ જોઈએ છે. આ રૂપિયા, પૈસા, બંગલા, ગાડી તો આજે છે કાલે નથી. "

જાહ્નવી પછી લગ્નમાં સાંભળેલી વાત કહે છે. ઋતુરાજ તો હસી જ પડે છે.

ઋતુરાજ - " અરે ! એવું કંઈ નથી. મારા માતાપિતાનો સ્વભાવ એવો નથી, એમને તો માત્ર એક સંસ્કારી વહુ જોઈએ છીએ. બસ, પછી એ શ્રીમંત હોય કે ના હોય એટલે હવે તું આ વાત તારા મનમાંથી કાઢી નાંખ. "

ઋતુરાજ આમ કહી જાહ્નવીના આંસુ લું છે છે.

"ખાલી ખોટા મોતીના દાણા જેવા કિંમતી આંસુ શા માટે વ્યર્થ કરે છે, ખબર છે ને આજકાલ કેટલી મોંઘવારી છે?"

ઋતુરાજ જાહ્નવીના ચહેરા પર પાછું સ્મિત લાવે છે. એનું મન થોડું શાંત થાય છે. ' ઘણી વાર થઇ ગઈ ' એવો ખ્યાલ આવતા બેય મંદિરે જાય છે.

ઋતુરાજ પોતાના હાથમાં જાહ્નવીનો હાથ પકડી લે છે. અને બંને એકબીજાનો હાથ પકડી મંદિર તરફ ધીમે ધીમે જાય છે રસ્તામાં ઋતુરાજ જાહ્નવી તરફ જોયા કરે છે અને જાહ્નવી શરમાયા રાખે છે.

હિના અને દિવ્યા મંદિરમાં આસન પર બેસી રામધૂન બોલતાં હોય છે. ત્યાં જાહ્નવી ઋતુરાજ આવે છે.... બન્ને એ હજુ એકબીજાના હાથ પકડેલ હોય છે. એમને જોઈને દિવ્યા અને હિના એકબીજા સામે જુએ છે અને હસે છે. એમને પોતાની યોજના સફળ થયાનો આનંદ થાય છે. બધા ઈશ્વરના આશીર્વાદ લે છે અને પરત ફરે છે.

જાહ્નવી અને ઋતુરાજને રસ્તામાં દિવ્યા અને હિના પોતાની આખી યોજના કહે છે. બધાં મસ્તી કરતા કરતા લગ્ન હોલ પર આવે છે.

બીજા દિવસનો સૂર્યોદય થાય છે.

ધ્વનિત અને હિનાના વિધિવિધાન સહ વિવાહ થાય છે. પવિત્ર અગ્નિની આજુબાજુ જ્યારે તેઓ મંગલફેરા ફરે છે ત્યારે ઋતુરાજ અને જાહ્નવી એકબીજા સામે જોયાં રાખે છે. જાણે એ બન્નેના જ લગ્ન થઈ રહ્યાં હોય એવા દિવાસ્વપ્નો જુએ છે. હિના વિદાય લે છે.

ઋતુરાજ પોતાની વ્હાલસોયી બહેનને વિદાય આપતાં ઢીલો પડી જાય છે, એની આંખમાંથી આંસુ સરી પડે છે.. હિના એના આંસુ લુછે છે..

અને હિના પણ પોતાના ભાઈને ભેટીને ખૂબ રડે છે બન્ને ભાઈ બહેનની આંખો સામેથી બચપન થી લઈને અત્યાર સુધીના તમામ સંસ્મરણો પસાર થઈ જાય છે. હિના ત્યારબાદ એના માતાપિતા અને બીજાં વડીલોને મળે છે. આ બધું જોઈ જાહ્નવીની આંખો પણ ભીની થઇ જાય છે.

હિના, દિવ્યા અને જાહ્નવી ત્રણેય પોતાના આંસુ રોકી નથી શકતા. દિવ્યા અને જાહ્નવી હિનાને ગાડીમાં બેસાડે છે.

હિના જાહ્નવીને ભેટીને એના કાનમાં ધીમેથી કહે છે - " ભાભી, તૈયાર રહેજો તમને પણ આવી જ રીતે અમે લેવા આવશું હોં !!"

જાહ્નવી થોડું સ્મિત આપે છે અને જોતજોતામાં હિના એનાં સાસરે જતી રહે છે. ઋતુરાજ સીડીના એક પગથિયે બેસી જાય છે. બીજા સૌ બધું સંકેલવા લાગી જાય છે. પોતાની લાડકી બહેન એને છોડીને અજાણ્યાં ઘરમાં જતી રહી છે એ માનવા એનું મન તૈયાર થતું નથી.

એટલામાં એના ખભા પર એક હાથ મુકાય છે, એ જાહ્નવી હોય છે.

જાહ્નવી - " દુનિયાનો આ નિયમ છે ઋતુરાજ એને તેમ કે હું બદલી ના શકીએ.........

અને હિના તમારાથી દુર ક્યા ગઈ છે? "

ઋતુરાજ એના હાથ પર પોતાનો હાથ મુકી – " હા, તું સાચું કહે છે. "

થોડીક્ષણો બન્ને ત્યાં બેઠા રહે છે દરમિયાન ત્યાં દિવ્યા આવે છે.

દિવ્યા - " શું કરે છે અમારા પ્રેમી પંખીડા?"

ઋતુરાજ અને જાહ્નવી એકબીજા સામે જોઈ હસે છે.

ઋતુરાજ - " બસ, કાંઈ નહિ બેઠાં છીએ. "

જાહ્નવી - " દિવ્યા, અહીંયા બેસને થોડીવાર. "

દિવ્યા પણ જોડાય છે.

જાહ્નવી - " ઋતુરાજ, તમેં વિચાર્યું છે હવે આગળ આપણું શું? "

જાહ્નવીનાં આ પ્રશ્નથી ઋતુરાજ પણ માહિતગાર હતો.

ઋતુરાજ - " હું પણ એ જ મૂંઝવણમાં છું. "

દિવ્યા - " એ બધું તમે મારા અને હિના પર છોડી દો, તમે ના વિચારો. "

બન્ને દિવ્યાના આ ઉત્તરથી હર્ષ પામે છે. જાહ્નવીને પાછું વળવાનું હોય છે. દિવ્યા, લક્ષ અને ઋતુરાજ જાહ્નવી અને નમનને બસ સ્ટેન્ડ પર લાવે છે.

હવે બન્ને પાછા ક્યારે મળશે અને કઈ રીતે મળશે એ ચોક્કસ ન હતું. બન્નેના મનમાં આ એક જ વાત હતી. એકબીજાથી અલગ પડતાં બન્ને જાણે અધૂરા થઈ ગયાં હોય એવું લાગતું હતું. જાહ્નવીની બસ આવી જાય છે. દિવ્યા, નમન અને લક્ષને લઈ બસમાં ચઢે છે. દરમિયાન ઋતુરાજ અને જાહ્નવીને થોડો એકાંત મળે છે.

ઋતુરાજ જાહ્નવીનો હાથ પોતાના હાથમાં લઈ કહે છે.

" જલ્દી મળીશું વચન આપું છું. "

જાહ્નવી - " હું તમારી રાહ જોઇશ. "

ઋતુરાજ - " જય શ્રી કૃષ્ણ. "

બન્નેના હાથ છુટા પડે છે. જાહ્નવી બસ તરફ મુખ કરી ચાલવા માંડે છે. બસમાં ચઢતા ચઢતા એ પાછું ફરી ઋતુરાજને જુએ છે. ઋતુરાજ પણ એને જ જોતો હોય છે. બન્ને એકબીજાને સ્મિત આપી આવજો કહે છે.

બસમાં લક્ષ નમનને કહે છે -" ઓય, મને મળવા આવજે હો પાછો, હવે હું પણ તને માર નહિ ખવડાવું. "

નમન - " હું પણ તને હેરાન નહિ કરું. "

બન્ને એકબીજાને ગળે મળે છે.

દિવ્યા પણ જાહ્નવીને કહે છે-

"ચાલ, જાહ્નવી મહેંદી લગાડી રાખજે અમે જલ્દી આવશું. "

જાહ્નવી - "એલી તારે મારી બાજુ રહેવાનું છે હોં એની નહિ. "

બન્ને અલગ પડે છે.

જાહ્નવીની બસ ઊપડે છે લક્ષ અને દિવ્યા બસમાંથી ઉતરે છે."

આ વખતે ઋતુરાજની નજર રાહ પર મંડાય છે. જાહ્નવીની રાહ પર...

****

બીજા દિવસે દિવ્યા સહપરિવાર દ્વારકા પરત ફરે છે. ઋતુરાજ પણ પરિવાર સંગ બરોડા આવે છે. હિના ધ્વનિત સાથે જૂનાગઢમાં લગ્નજીવનનો શુભારંભ કરે છે. ઋતુરાજનું પ્રમોશન થવાની સાથે સાથે કામનો બોજો પણ વધી ગયો હોય છે.

એ જુદા જુદા પ્રોજેકટમાં વ્યસ્ત થઈ જાય છે.

આ બાજુ જાહ્નવી પણ નિયમિત કોલેજ જવા લાગે છે. ઋતુરાજને જાહ્નવીના કુટુંબ વિશે જાણ હતી કે એ કેટલું રૂઢિયુસ્ત છે એટલે એ

જાહ્નવીને ઘણીવખત ઈચ્છા હોવા છતાં ફોન કે મેસેજ કરવાનું ટાળે છે પણ એ દિવ્યા સાથે સંદેશો મોકલી આપે છે કે જાહ્નવીને કહેજે કે તારો ઋતુરાજ તને દર પળ યાદ કરે છે.

જાહ્નવી પણ આ બાબત સારી રીતે સમજતી હોય છે. આમ જાહ્નવી અને ઋતુરાજ વચ્ચેનો પ્રેમ દૂર રહેવા છતાં ગુણન પામતો જાય છે. જોતજોતામાં એક મહિનો પસાર થઈ જાય છે.

એકદિવસ સવારે ઋતુરાજ રોજની જેમ ઓફીસ જવા નીકળે છે. નિશામાસી એને રોકે છે અને કહે છે –

" ઋતુરાજ, તારા માટે એક સંબંધની વાત આવી છે. " ભાવનગર થી થોડા દિવસોમાં જોવા જઈએ કે શું?

પછી એ આરતીની વાત કરે છે ઋતુરાજને કાંઈ સમજાતું નથી.. એને કંઈ રીતે ના પાડવી એ ઋતુરાજ વિચારવા લાગે છે...

ઋતુરાજ – " મમ્મી, સાંજે વાત કરીએ અત્યારે મોડુ થાય છે...."

આમ ઋતુરાજ વાત ટાળે છે પણ એ જાણતો હતો કે એના મમ્મી જે નક્કી કરે એની પાછળ પડી જાય... એટલે હિનાને ફોન કરી એ વાત કરે છે.

હિના ખૂબ સારી રીતે લગ્નજીવનમાં ગોઠવાઈ ગઈ હોય છે. ધ્વનિત અને એનાં પરિવારનું ખૂબ ધ્યાન રાખતી હોય છે. હિના ઋતુરાજને કહે છે, - " ધીરજ રાખ હું કંઈક કરું છું. "

પછી હિના દિવ્યાને આ વાત કહે છે. દિવ્યા સારો અવસર જોઈને વિનયમામા અને શોભામામીને આ વાત કહે છે. એ બન્ને માની જાય છે.

શોભામામી નિશામસીને ફોન કરીને વાત કરે છે.....

તો આ બાજુ વિનયમામા લલિતાબેનને વાત કરે છે.

ઋતુરાજ ઓફિસેથી પાછો આવે છે અને જુએ છે કે કોઈ કંઈ બોલી નથી રહ્યું.

એને ખબર પડી જાય છે કે જાહ્નવીની વાત થઈ ગઈ છે એ કંઈ પણ સમજાવવા જાય એ પહેલાં જ નિશામાસી કહે છે-

" જો ઋતુરાજ, આ તેં બરાબર નથી કર્યું. તેં તારા પપ્પાની શાખા અને આપણી કક્ષા પ્રમાણે શોધ્યું હોત તો મને વાંધો ન હતો, હા જાહ્નવી ડાહી છોકરી છે એ હું જાણું છું પણ મને નથી લાગતું એ આપણી રહેણીકરણી અને બીજી બધી બાબતો સ્વીકારી શકશે.. "

" હું આ સંબંધ માટે બિલકુલ રાજી નથી. "

ઋતુરાજે કદી વિચાર્યું ન હતું કે આવું થશે.

ઋતુરાજ - " જાહ્નવી બધી રીતે સક્ષમ છે કે આપણા પરિવાર સાથે ભળી જાય અને તમે એને ક્યાં નથી ઓળખતા ?"

દલીલો પર દલીલો થાય છે પણ નિશામાસી એકનાં બે નથી થતા. છેવટે ઋતુરાજ ગુસ્સે થઇ ઘર છોડી જતો રહે છે.

આ બાજુ જાહ્નવીનાં ઘરે પણ કંઈક આવું જ થાય છે.

સુરેશભાઈ - " અરે, મને ગળા સુધી વિશ્વાસ હતો કે મારી દીકરી ક્યારેય મારી મરજી વિરુદ્ધ પગલું ના ભરે, જાહ્નવી આજે તેં મારો વિશ્વાસ તોડી નાખ્યો છે. "

જાહ્નવી - " પપ્પા, મેં એવું કંઈ નથી કર્યું અને ઋતુરાજ ઘણા સારા વ્યક્તિ છે. "

સુરેશભાઈ - " જો દીકરી, એમની અને આપણી બરાબરી ના હોય... મારું ગજું નથી એ પૈસાવાળા લોકોની માંગણીઓ પુરી કરી શકું."

જાહ્નવી -" પણ પપ્પા એ ક્યાં કંઈ માંગતા નથી. માત્ર મને જ માંગે છે. "

જાહ્નવી ઘણું મનાવે છે પણ કોઈ માનતું નથી. એના આંસુઓ રોકાતા નથી. એ રૂમમાં જતી રહે છે અને દરવાજો બંધ કરી દે છે. એ દિવસે ઋતુરાજ અને જાહ્નવી બન્ને જમ્યાં વિના જ સૂઇ જાય છે.

ઋતુરાજ પાસેનાં ગાર્ડનની બેન્ચ પર સૂઇ જાય છે. જાહ્નવી સવારે દરવાજો ખોલે છે અને ઋતુરાજ પણ ઘરે પાછો ફરે છે. બન્નેના ઘરમાં ગંભીર વાતાવરણ સર્જાય જાય છે. બન્ને ઘરનાં સભ્યો સાથે તો થઈ જાય છે પણ એકબીજાના સાથ માટે તડપી ઊઠે છે. ઘરનાં સભ્યોને પણ એમ લાગે છે કે થોડાં દિવસોમાં બધું ભૂલી જશે. જાહ્નવી નેહા સાથે કોલેજે જાય છે.. નેહા સમજી જાય છે કે કાંઈક થયું છે.. જાહ્નવી નેહાને બધી વાત કરે છે. નેહા ત્યારે જ ઋતુરાજને ફોન કરે છે અને બંનેની વાત થાય છે.

જાહ્નવી – "ઋતુરાજ, મારો ડર સાચો નીકળ્યો આપણા પ્રેમનાં ચાંદાને ગ્રહણ લાગી ગયું..... "

અને પછી એ કાંઈ બોલી શકતી નથી....

ઋતુરાજ- "જાહ્નવી, જે દ્વારકાધીશે પ્રેમ કરાવ્યો છે એ કાંઈક રસ્તો પણ બતાવશે.. " આમ હારી ના જા. "

જાહ્નવી – " હવે તો મે પણ બધું એમના પર જ છોડયું છે.... " અચાનક આવેલા આ તોફાનથી જાહ્નવી હચમચી જાય છે. પરિવારના સભ્યોની વિરુદ્ધ કંઇ પણ કરવાનું એ વિચારી પણ સકતી નથી. ઘણાં દિવસો પસાર થઇ જાય છે. જાહ્નવી ચહેરાનો રંગ ઉડી જાય છે. પ્રભાતનું ખીલેલું ગુલાબ જાણે સાંજ પડતાં જ કરમાવા લાગ્યુ હોય એવુ લાગે છે. આ બધુ ઋતુરાજ પણ પોતાના દુ:ખમાં અંદર ને અંદર ઘૂંટાયા રાખે છે. એને લાગે છે કે જાણે બધા એના પ્રેમના દુશ્મન બની ગયાં છે. એ તો શબ્દ સુધ્ધાં કોઈ સાથે બોલતો નથી. શોભામામી અને વિનયમામા પણ હતાશ થઈ જાય છે.

આ કેવી વ્યથા છે પ્રેમકરનારાઓની... !!!દૂર દૂર સુધી માત્ર અંધકાર દેખાય છે. ઋતુરાજ અને જાહ્નવી બન્નેની રાહ એક હોવા છતાં સમય બન્નેને એકબીજાની રાહ જોવડાવે છે.. !!! એક રણ રહી જાય છે, વેરાન, સૂકું, તરસતું રણ... એ રણ પણ રાહ જુએ છે પ્રેમરૂપી મેઘની રાહ... પણ દૂર દૂર સુધી કોઈ વાદળ નથી હોતું, હોય છે માત્ર અંધકાર... માત્ર અંધકાર.... આ કેવી વ્યથા છે પ્રેમકરનારાઓની... !!!!

સમય જેમ જેમ પસાર થાય છે તેમ જાણે ઋતુરાજ અને જાહ્નવી વચ્ચેનું અંતર વધતું જાય છે. પરંતુ, લાગણીનાં સંબંધની સાંકળમાં બંધાયેલા બેય કયારેય ઊતાવળું પગલું ભરતાં નથી. ઋતુરાજ પોતાને બને એટલો કામમાં વ્યસ્ત રાખે છે. જો કે બીજે ક્યાંય પણ છોકરી જોવા જવાની વાત પણ એ સ્વીકારતો નથી. પરિવારનાં સભ્યો પણ વારંવાર એને કહેતાં નથી.

આ તરફ જાહ્નવી પણ કોલેજ અને પુસ્તકોને પોતાની દુનિયા બનાવી લે છે. એ હૃદયમાં ઉદભવતા ઋતુરાજ માટેનાં ભાવો તો રોકી લે છે પણ નથી રોકી શકતી વિરહનાં આંસુઓ... દિવ્યા અને હિના, ઋતુરાજ અને જાહ્નવીને આ મુશ્કેલ ઘડીમાં સાંત્વના આપે છે અને વખત જતા બધાં માની જશે એમ પણ વિશ્વાસ અપાવે છે.

નેહા પણ જાહ્નવીને ખુશ કરવાનો એક અવસર છોડતી નથી. નવરાત્રી નજીક હોવાથી કોલેજમાં એક બહુ મોટો પ્રોગ્રામ યોજાવાનો હોય છે. જાહ્નવીને એના પ્રિન્સિપલ આ પ્રોગ્રામ માટે પોતાની ચેમ્બરમાં બોલાવે છે.

" જાહ્નવી, સૌ કોઈ જાણે છે કે તમે કેટલા ઉત્સાહી અને નિષ્ઠાવાન છાત્રા છો એટલે જ તો કોલેજના દરેક ફંક્શનમાં તમે જોડાઓ છો. અમને ગર્વ છે કે આ કોલેજમાં તમારા જેવા છાત્રો છે. આ વખતે નવરાત્રી પર ઇન્ટરકોલેજ રાસગરબા સ્પર્ધા આપણી કોલેજમાં રાખેલ છે તો અમે એવું ઈચ્છીએ છીએ કે તમે આ કાર્યક્રમને આયોજિત કરો અને કોલેજનું નામ વધારો. અપેક્ષા છે કે તમે કરી શકશો. "

જાહ્નવી નકારી શકતી નથી.

જાહ્નવી - " થેન્ક યુ સર. "

આમ કહી એ ત્યાંથી જતી રહે છે.

એ નેહાને કહે છે - " નેહા, હું આ વખતે કાંઇ કરીશ નહિ. હું કાલે સર પાસે જઇ અને કોઈ બીજાને આ કામ કરવાનું કહે એમ વિનંતી કરીશ. "

નેહા - " હવે તું તારા દુઃખમાંથી થોડી બહાર આવ, તને ખબર છે કે તું કરી શકીશ, પરિસ્થિતિ સામે હારીને ભાગવું એ મારી બહેનપણી ને ના શોભે અને કાર્યક્રમનાં બહાને તને થોડોક બદલાવ મળશે. "

જાહ્નવી માની જાય છે અને કહે છે- " હા નેહા.... તુ સાચુ કહે છે... મારી મુશ્કેલીઓને લીધે પાછળ નહિ હટું.. જાહ્નવી વહેશે દુઃખના ખડકોમાં પણ જાહ્નવી વહેશે.... હુ આ કાર્યક્રમનુ આયોજન કરીશ. "

જાહ્નવી ઘરે આવીને બધાને આ વાત કરે છે. બધા એ જાણીને આનંદ પામે છે પરંતુ, જાહ્નવી થોડી બહાર ખુશ દેખાય છે અને અંદરથી કેટલી તૂટી ગઈ છે એ કાંઈ પામી શકતું નથી.

એ રાતે બધાનાં સુઈ ગયાં પછી અચાનક ગ્લાસ પડતાં જાહ્નવીની ઊંઘ ઊડી જાય છે. પવનને લીધે પડી ગયો હશે એમ માની લે છે અને બારી બંધ કરવા જાય છે. બારી પાસે આવતા એની નજર આકાશ તરફ જાય છે. એને ચાંદો દેખાય છે એને એ જોયા જ કરે છે.

એને બધું યાદ આવે છે..

દ્વારકા - એ કવિતા - એ દોસ્તી -જન્માષ્ટમી મટકા ફોડ સ્પર્ધા - એ ગાર્ડનમાં ફરવું- મંદિરની આરતી માં બન્નેનું સાથે જોડાવું - એ દ્વારકાની છેલ્લી મુલાકાત - બસમાં ફોન પર થયેલ વાત - હિનાના લગ્નની યાદો - લાખોટા તળાવની એ અનુપમ રાત્રી - એ પ્રેમનો એકરાર - એ છેલ્લે વચન અને પછી આવેલું તોફાન...... !!!!

જાહ્નવીની આંખો ભીની થઇ જાય છે અને એ પૂછી ઊઠે છે-

" આ કેવી રમત છે તારી ચાંદા..., પહેલાં અમને મળાવે છે અને પછી અલગ કરી દે છે.... " હું તને મારા પ્રેમનો ચાંદો માંનુ છું અને મારો પ્રેમ કેટલો પવિત્ર છે એ તું જાણે છે છતા કેમ આમ ??

મને તારી આ બાજુનો ખ્યાલ ન હતો જયાં અંધકાર જ અંધકાર છે.

શું વિરહની વ્યથા જ છે ?

શું એક જલતી આગ છે? શું આંસુ ઓનો વરસાદ જ છે ?...

ચાંદ તારી બીજી બાજુ..... ??

****

શ્વેત પગથિયાં પર ઊભા રહીને જાહ્નવીને જુએ છે કે એના પર લાલ ગુલાબની પાંદડીઓ વરસી રહી છે એને આ બધું બહુ સોહામણું લાગતું હોય છે, એ પોતાનાં બન્ને હાથ આગળ કરી એમાં એ ગુલાબની પાંદડીઓનો ખોબો ભરી લે છે. ત્યાં એની સામે ઋતુરાજ આવી જાય છે, એ ખીલી ઊઠે છે અને હસવા લાગે છે, એના હાથમાં રહેલી પાંદડીઓને એ ઋતુરાજ પર વરસાવે છે, ઋતુરાજ પણ જાહ્નવી પર પાંદડીઓ વરસાવે છે અને સીડી ઉતરવા લાગે છે. જાહ્નવી એની પાછળ દોડે છે, રંગબેરંગી ફૂલોથી સજાવેલા એ શ્વેત મહેલમાં ચારે તરફ ઉજાસ જ ઉજાસ હોય છે. જાણે સ્વર્ગની નગરીમાં આવી ગયાં હોય એમ લાગે છે. ઋતુરાજના પગલાં આગળ એક જગ્યાએ સ્થિર થઇ જાય છે. જાહ્નવી એની સામે આવીને ઊભી રહે જાય છે. ધીમેથી ઋતુરાજ એને જાહ્નવીને નજીક લે છે અને એના એ આલિંગનમાં જાહ્નવી ખોવાઈ જાય છે, બધું સ્થિર થઇ જાય છે.. જાહ્નવી પ્રેમના આ પ્યાલાને મનભરીને પીવા લાગે છે. ઋતુરાજના હૃદયસાગરમાં જાહ્નવીરૂપી સ્નેહસરિતાનો સોહામણો સંગમ થાય છે.

ત્યાં અચાનક જ—

" અરે ! જાહ્નવી શું થયું...

ક્યાં વિચારોમાં ખોવાઈ ગઈ ??? "

નેહા જાહ્નવીને વાસ્તવિકતામાં લઈ આવે છે, જાહ્નવીને ખ્યાલ આવે છે કે પોતે કોઈ સ્વપ્નસૃષ્ટિમાં ખોવાઈ ગઈ હતી. એને વર્તમાનનો ખ્યાલ આવતાં જ એ ઉદાસ થઈ જાય છે, ઋતુરાજ એની એક એક રક્તવાહિનીમાં વહી રહ્યો હોય છે, એક એક શ્વાસમાં એ સમાય રહ્યો હોય છે. છતાં એ એનાથી દૂર જવાનાં પ્રયત્નો કરી રહી હતી, જે લગભગ અશક્ય હતું. એ વિચારે છે કે " સમાજની આ કેવી વિચિત્રતા છે.

અહીં બાળપણથી સૌને પ્રેમ અને સહાનુભૂતિ જેવા ગુણો શીખવાડવામાં આવે છે અને જ્યારે વ્યક્તિ મોટી થઈ જાય ત્યારે ધર્મ-જ્ઞાતિ-માનપ્રતિષ્ઠા જેવાં પાસાઓ ફેંકી એ જ સમાજ પોતાની સમજને વેરવિખેર કરી નાંખે છે. !!!

કોઈ પણ માતાપિતાનો હેતુ પોતાના સંતાનનું અહિત કરવાનો ના જ હોય પરંતુ, પારંપરિક વિચારધારાઓ ઘણીવાર હથકડી બની જતી હોય છે. એટલું જરૂર કે કોઈ વાર ઉતાવળે કરેલા, કાચી ઉંમરે કે વગર વિચાર્યે કરેલાં નિર્ણયો જોખમરૂપ હોય એટલે માતા પિતા અને વડીલો રોકતાં હોય છે, પરંતુ એવા પણ ઘણા કિસ્સાઓ છે જ જેમાં એકબીજાને સારી રીતે સમજતા, એકની આંખના આંસુ જોઈ બીજો હચમચી જાય અને એકનું સ્મિત જોઈ બીજો ખીલી ઊઠે એવા ' મેડ ફોર ઇચ અધર ' પ્રેમીઓ માટે જ્યારે આવું થાય ત્યારે ધર્મ, જ્ઞાતિ, માન પ્રતિષ્ઠા આ બધું નડતરરૂપ ના બનવું જોઈએ. એ વિચારોથી પર ઊઠીને પરિવારે પણ સાથ આપવો જોઈએ પરંતુ ના તો આ વાત હું પોતે સમજી શકું છુ કે ના એ મારા પરિવારને સમજાવી શકું છું.

વાતો કરવી અને વિચારવું એ જેટલુ સહેલું છે એટલુ જ એને અમલમાં મુકવુ અઘરૂ છે.... "

નેહા પરત આવી ફરી જાહ્નવીને બોલાવે છે..

નેહા- " જાહ્નવી શું થયું ?

" ચાલ લેકચરમાં નથી જવું ? થોડી જ વાર છે હવે.... "

ત્યારે કોલેજના પ્રાંગણમાં આવેલા બગીચામાં ઊગી નીકળેલા કુમળા ઘાસની હરિયાળી વચ્ચે એકમેકની હરોળમાં ગોઠવાયેલી બેંચો વચ્ચે એક બેંચ પર બેઠેલી જાહ્નવીને ફરી વાસ્તવિકતાનો ખ્યાલ આવે છે.

જાહ્નવી - " નેહા, બેસ મારી પાસે.. "

જાહ્નવી એને હાથ પકડી બેસાડે છે.

નેહા - " હં, શું છે? આપણે જવું નથી?"

આમ કહી તે જાહ્નવી સામે જુએ છે. જાહ્નવીની આંખોમાંથી આંસુઓ વહેવા લાગે છે. - " આ શું થઈ ગયું મારી સાથે નેહા? હું ઋતુરાજ વિના જીવી પણ સકતી નથી અને એમને મેળવી પણ સકતી નથી અમારા કોઈપણ વાંક વિના અમે બન્ને શેની સજા ભોગવીએ છીએ ?"

આટલું કહ્યાં પછી જાહ્નવી તૂટી જાય છે એની આંખમાંથી અશ્રુઓની ધારા વહેવા લાગે છે. નેહા થોડીવાર તો કઈ સમજી સકતી નથી.

પછી નેહા સમજી જાય છે કે અટલીબધી વાર સુધી જાહ્નવી આ જ ખેંચતાણમાં હશે. એને મારી જરૂર છે એને મારે સંભાળવી પડશે એમ વિચારી નેહા જાહ્નવીનો હાથ પોતાના હાથ માં લે છે અને સમજાવે છે. -

- જો, આ કોલેજ છે એટલે પેલા આ રડવાનું બંધ કર... કોઈ ને ખોટી શંકા

કુશંકા જાઈ એના કરતા અત્યારે તારી જાતને સંભાળ... અને શાંત થા.... "

જાહ્નવી - " કોઈ કોઈ કોઈ.. !!! બસ આ દુનિયા પાછળ જ ન્યોછાવર કરી દેવાનું, કોઈ અમને શા માટે ન્યાય નથી આપી શકતું ? " હવે જાહ્નવી ગુસ્સે થઇ જાય છે અને આ વાત કહી પોતાના આંસુ લૂંછી અને આગળ જાય છે.

નેહાને હવે ખ્યાલ આવી જાય છે કે જાહ્નવી અંદરથી ખૂબ દુઃખી છે અને પેલી વાર એને જાહ્નવીમાં અધૂરપ અનુભવાય છે. એ જાહ્નવીની પાછળ જાય છે અને એને રોકે છે -" યાર, પ્લીઝ મને માફ કરી દે, મારી વાત સાંભળ, ઊભી તો રહે. "

જાહ્નવી ઊભી રહે છે. નેહા પોતાની બેગમાંથી પાણીની બોટલ એને આપે છે.

"પેલા પાણી પી અને થોડી શાંત થા.. જો જાહ્નવી તારી પરિસ્થિતિ સમજવાની હું કોશિશ કરું છું પણ તું આવી રીતે તૂટી જા એ કેમ ચાલે ? હજુ તો તારે નવરાત્રીની પણ તૈયારીઓ કરવાની છે, યાદ

નથી તને? અને જો દ્વારકાધીશ પર તને પૂર્ણ ભરોસો તો છે ને? એ બધું સારું જ કરશે જો હું તને વાત કહું....

તને ખબર છે તું હિનાનાં લગ્નમાં જવાની હ્તી ત્યારે મોડુ થઈ ગયુ હ્તુ ?.... "

જાહ્નવી- " હા, પેલા ગાડીવાળાને લીધે. "

નેહા- " અહુ..... બસ તને એ જ તો સમજાવવા માગું છું... દ્વારકાધીશ જે કરે તે આપણી ભલાઈ માટે જ કરે છે.. તુ તે દિવસે જે 'વિકાસ' ટ્રાવેલ્સમાં જવાની હતી એ

ટ્રાવેલ્સનું રસ્તામાં એક ટ્રક સાથે એક્સિડન્ટ થઈ ગયું હતું.. !! ઘણાં ઘાયલ થઈ ગયા અને કેટલાક લોકો મૃત્યુ પણ પામ્યા હતા !! એટલે ત્યારે તને જે લાગતું હતું બરાબર નથી થયું એ હકીકતે તો કુદરતે બરાબર જ કર્યું કહેવાય ને? આમ ભગવાનની લીલાનો ભાવાર્થ સમજ... ત્યારે જ તુ આ બધામાંથી બહાર આવી શકીશ. "

નેહાની આ વાત જાહ્નવી પર જાદુઈ અસર થાય છે... એનુ મન શાંત થાય છે. એ એ જપળે નેહા એને ભેટી પડે છે.

નેહા- " ચાલ, હવે બહુ થયું, લેક્ચર પૂરું કરીએ?"

જાહ્નવી - " હા ચાલ "

નેહા - " પછી કેન્ટીનમાં તું મને કોફી પીવડાવવા લઈ જજે !!"

જાહ્નવી હસવા લાગે છે.. " હા, હા ચોક્કસ. "

વાતાવરણ થોડું હળવું થાય છે. જોશી સર ના ઇતિહાસના લેક્ચરમાં જાહ્નવી પોતાની જાતને પરોવવાનો પ્રયત્ન કરે છે.

ઘરની બેલ વાગે છે. નિશામાસી દરવાજો ખોલે છે.

નીશામાસી- " હિના ??"

હિના - " મમ્મી, સરપ્રાઇઝ "

હિના ભેટી પડે છે.

હિના - " ધ્વનિતે કહ્યું કે હુ થોડાદિવસ રોકાઈ આવુ પછી, મારી નણંદના લગ્નની તૈયારી માં હશું એટલે. "

નિશામાસી - " લગ્ન? કેમ આમ અચાનક?"

હિના - " મમ્મી હું બધું કહું છું, હું બહું થાકી ગઈ છું, મને લીંબુ સરબત બનાવી ધો ને, પછી બધી વાત કરું. "

હિના ઘરમાં આવે છે અને સામાન મુકે છે.

NEW ENTRY

મોઢામાં ચ્વિંગમ, ટીશર્ટ પર ખોપરીનું ચિત્ર, હાથમાં એક નોટ અને એક એડમિશનનો લેટર લઈ એ કોલેજમાં દાખલ થાય છે.

કોઈ એને પૂછે છે- " નવું એડમિશન ?"

એ કહે છે - " જા, તારું કામ કર.. "

જાહ્નવીના ક્લાસમાં ભારતીય સંસ્કૃતિ એક ઇતિહાસ એવો વિષય ચાલી રહ્યો હતો.

" મેડમ, આવું?"

મેડમ - " હા, આવો. "

પછી એ એમને હાથમાં લેટર આપે છે.

મેડમ - " તમે રસિકલાલભાઈ ધારાસભ્ય ના પુત્ર જ છો ને?"

એ કહે છે - " હા, શિવમ રસિકલાલ રાજ્યગુરુ "

મેડમ - " બેસો. "

શિવમ બેસી જાય છે. થોડીવારમાં એના મોબાઈલની રીંગ વાગે છે અને ફરી ક્લાસમાં ખલેલ પહોંચે છે. એ ફોન સાયલન્ટ કરી દે છે.

નેહા ધીમેથી - " આ કોઈ મોટું માથું લાગે છે. "

જાહ્નવી - " હશે, આપણે શું. ?"

એટલામાં લેક્ચર પૂરું થાય છે અને જાહ્નવી પ્રિન્સિપલની ઓફિસમાં દાંડિયા સ્પર્ધાનાં આયોજન વિશે વાત કરવા જાય છે.

****

હિના - " મારી નણંદને એક પટેલનો યુવક પસંદ આવ્યો હતો. "

નિશામાસી - " ઓહો હાય હાય. "

હિના - " મમ્મી શું એ રે હાય હાય.. ? હવે યુગ બદલાઈ ગયો છે. મારા સાસુ સસરા અને ધ્વનિત બધાને એ યુવક ગમ્યો છે. સારું કમાય છે, ઘરનાં મકાન છે અને સ્વભાવ પણ સારો છે. બીજું શું જોઈએ?"

નિશામાસી - " બ્રાહ્મણ તો નહીં ને ?"

હિના - " મમ્મી એમાં વાંધો જ શું છે? છોકરો બધી રીતે યોગ્ય હોય અને એ બન્ને એકમેકને પસન્દ કરતા હોય તો પછી આપણે બાધા ના બનવું જોઈએ. વળી, આજકાલના છોકરા છોકરીઓને ક્યાંક ભાગી જાય, કાંઈ ઊંધું ચતુ કરી નાંખે તો પરિવારની તો આબરૂ જતી જ રહે ને ?માં બાપ ની ખુશી બાળકોની ખુશીમાં જ હોય ને? અને બળ જબરીથી કોઈ બીજા સાથે બાંધી દઈએ અને એનો સંસાર ના ટકે તો પણ વાંક માં બાપનો જ આવે ને?"

નિશામાસી -" તમારા ઘરમાં આમ ચાલતું હશે અમને આવું ન પોસાય "

****

જાહ્નવી પ્રિન્સીપાલનીઓફિસમાં પ્રવેશ કરે છે તેની પાછળ શિવમ પણ આવે છે.

પ્રિન્સિપલ - " આવો, તમે બેય જોડે જ આવી ગયા. સારું થયું મારે સાથે જ બધુ સમજાવાય જશે. "

જાહ્નવી - " હું સમજી નહિ. "

પ્રિન્સિપલ -" શિવમના પપ્પા આપણી દાંડિયા સ્પર્ધાના આયોજક છે અને મુખ્ય મહેમાન તથા દાતાં પણ છે એમનાં આગ્રહથી જ શિવમે આપણી કોલેજમાં પ્રવેશ લીધો..... આગળનું આયોજન તમે સાથે મળીને કરો તો સારું રહેશે. "

" જાહ્નવી-, જે પણ ખર્ચ થાય એ તમારે શિવમ પાસેથી લેવાનો રહેશે. "

જાહ્નવી હા કે ના કશું કહી સકતી નથી.

પ્રિન્સિપલ -" શિવમ, જાહ્નવી આપણી કોલેજના હોશિયાર છાત્રા છે અને ખૂબ

સારા આયોજક પણ છે. લગભગ બધાં મોટા ફંક્શનમાં એ આગળ પડતાં

હોય છે. તમે એમની પાસેથી સારી સૂઝબૂઝ અને કાર્યદક્ષતા શીખી

શકશો. "

શિવમ પણ માત્ર સાંભળી જ રહ્યો, કોઈ પ્રતિભાવ ના આપ્યો. પછી બન્ને ત્યાંથી બહાર નીકળે છે.

****

પોતાના પ્રોજેકટ, ફાઇલ અને કોમ્પ્યુટરને જ જાણે પોતાનું સર્વસમયનું સાથી બનાવી બેઠેલા ઋતુરાજને વારંવાર જાહ્નવીની યાદ આવે છે.

ઋતુરાજના બોસ ત્યાં એને મળવા આવે છે.

-" શું વાત છે ઋતુરાજ હમણાં થોડાં ઢીલા ઢીલા રહો છો, કોઈ વાતની ચિંતા છે કે તબિયત ઠીક નથી. ?"

ઋતુરાજ -" કશું નહીં સર, બસ એમ જ થોડું પારિવારિક જવાબદારી અને એ બધું. "

એના બોસ એના ખભા પર હાથ રાખે છે

- " હું તમારા જેવડો હતો ઋતુરાજ ત્યારે બરોડા આવ્યો હતો. પોતાની કંપની ઊભી કરવા મેં મારી ગામડાની તમામ સંપત્તિ વેચી નાંખી હતી. બહુ મોટું સાહસ કરેલું, ઘણાં બધાં અવરોધ પણ આવ્યાં, સગાં ભાઈએ પણ સાથ છોડ્યો પણ હું મારા નિર્ણય પર અટલ રહ્યો અને હિંમત રાખી આખું એમ્પાયર ક્યાંથી ક્યાં પહોંચાડ્યું. "

ઋતુરાજ -" સાચી વાત છે સર "

સર -" જા, બેટા આજે વહેલી રજા આપું છું થોડો આરામ કરી લે."

ઋતુરાજ - " થેન્ક યુ સર. "

રસ્તામાં ઘરે આવતી વખતે ઋતુરાજ વિચારે છે કે –

"જીવન પણ આ કેવાં કપરાં વણાંક પર આવી ગયું છે. મારે હિનાને વાત કરવી જ પડશે. જાહ્નવી વિના મારું અસ્તિત્વ શૂન્ય થઈ ગયું છે.

ઋતુરાજ ઘરે આવીને હિનાને મળે છે.

હિના - " કેમ છે ભાઈ. ?"

ઋતુરાજ -" સારું, કેમ છે ધ્વનિતજીજુ અને બધાંને?"

હિના -" બધાં એ યાદી આપી છે. ભાઈ ઘરે બધું બરાબર છે ને?"

ઋતુરાજ -" તને તો ખબર જ છે. "

હિના -" મમ્મી ને મનાવવા એટલાં સરળ નથી, થોડી મહેનત કરવી પડશે. "

ઋતુરાજ -" હિના, મારી સ્થિતિ બહુ કરુણ બની ગઈ છે. "

હિના - " ભાઈ, હું સમજી શકું છું. હું દિવ્યા સાથે વાત કરીશ એ પણ મદદ કરશે. "

ઋતુરાજ -" સારું, તારી પાસે જ હું મારું મન હળવું કરી શકું એમ છું. "

હિના-" ભાઈ, ઇશ્વર પર ભરોસો રાખ. પ્રીતના પંથે લઈ જનાર ઇશ્વર એ પ્રીતને પણ સાકાર કરશે. "

****

શિવમ -" એ જાહ્નવી, ઊભી રહે એક મિનિટ "

જાહ્નવી કોલેજમાં લોબીમાં ચાલીને જતી હોય છે ત્યાં પાછળ ફરીને જુએ છે શિવમ એની પાસે આવીને ઊભો રહે છે.

શિવમ -" આપણે સાંજે મળી શકીએ? અહીંયા કોલેજમાં તો ગરબા સ્પર્ધા વિશે ચર્ચા કરી લઈએ. "

જાહ્નવી - " ઠીક છે લેક્ચર પુરા થાય પછી મળીએ ચારેક વાગ્યે. "

શિવમ -" સારુ. "

****

હિના સાથે વાત કર્યા પછી અહીં દ્વારકામાં દિવ્યા ઋતુરાજ અને જાહ્નવી એકમેકને સાચો પ્રેમ કરે છે અને એકબીજા વિના અત્યંત દુઃખી છે એમ પુનઃ જણાવે છે.

" હા તો ઋતુરાજ આપણી જાહ્નવી માટે બધી રીતે યોગ્ય જ છે. "

" ખબર નહિ કેમ એમને વાંધો શું છે. "

" એ તો એમની ખોટી જિદ્દ કહેવાય. "

" હું ફરી સમજાવવા પ્રયત્ન કરીશ. "

ઘરમાં સૌની આમ ચર્ચા થાય છે અને જાહ્નવી ઋતુરાજના સગપણની વાત આગળ વધારવા સૌ સહમત થાય છે.

****

સાંજે કોલેજમાં પોતાના કલાસમાં શિવમ અને જાહ્નવી મળે છે. જાહ્નવી તો પોણાચાર વાગ્યાની આવી ગઈ હોય છે. પરંતુ શિવમ છેક સવા ચારે આવે છે એટલે જાહ્નવી નાખુશ હોય છે.

શિવમ - " અહીંયા બેન્ચ પર બેસીએ તો બધી વાત કરી લઈ એ."

જાહ્નવી - " હા સારું. "

શિવમ - " તો સૌથી પહેલા તો અમુક કામ વહેંચી લઈએ. "

જાહ્નવી - " હું ડેકોરેશન અને મુખ્ય મહેમાનોના સ્વાગતની તૈયારી કરીશ. "

શિવમ -" હું બેસવાની વ્યવસ્થા, પાસથી એન્ટ્રી, સ્પર્ધકો માટે અલગ વ્યવસ્થા એ બધું જોઈ લઈશ. ડેકોરેશન માટે કૃત્રિમ ફૂલો રાખીશું ને? એક બહુ સારી દુકાન છે ત્યાંથી લઈ લેશું. "

જાહ્નવી - " કૃત્રિમ ફૂલોમાં એ સુગંધ નહિ આવે જે કુદરતી ફૂલોમાં આવશે.. વળી, એ વધુ સસ્તામાં પણ પડશે અનેલાગશે પણ સારું.. ગુલાબ, ગલગોટા, અને બીજા બધા ફૂલો જથ્થાબંધ બહુ સસ્તામાં આવી જશે. "

શિવમ - " હા, સારું તો તું એ લઈ લેજે હવે એક બીજું કામ છે સ્પર્ધકો શોધવાનું. આપણે દરેક કોલેજમાં પોસ્ટર લગાડી દેવા છે. ?"

જાહ્નવી - " એનાં કરતાં આપણે છાપામાં જાહેરાત આપી દઈએ એનાથી બધાંને જાણ પણ થઈ જશે અને આપણો સમય પણ બચી જશે. "

શિવમ - " હા સારું. "

પછી શિવમ - " જાહ્નવી, અહીંયા ચા ક્યાં સારી મળે છે?"

જાહ્નવી થોડી મનમાં ખીજવાતી હતી પણ ના છૂટકે ઉત્તર આપવો પડ્યો.

- " જો આગળ જતાં એક ચોક આવશે ત્યાં જમણી બાજુ એક ચા ની સારી દુકાન છે. "

શિવમ - " મારી સાથે આવીશ ચા પીવા?"

જાહ્નવી - " ના મારે ઘરે જવાનું છે મોડું થઈ જશે. "

શિવમ - " સારું વાંધો નહિ. "

જાહ્નવી જતી રહે છે.

****

શોભામામી નિશામાસીને ફોન કરે છે.

શોભામામી - " જય શ્રી કૃષ્ણ. કેમ છે?"

નિશામાસી - " મજા છે, કેમ છે તમને બધાંને?"

શોભામામી -" દ્વારકાધીશની કૃપાથી બધું સારું છે. "

નિશામાસી -" હિના ઘરે આવી છે તો અહીંયા પણ રોનક જ રોનક છે. "

શોભમામી - " હવે એક વહું પણ ઘરે લઈ આવો એટલે બારેમાસ રોનક આવી જાય. "

નિશામાસી - " હા એ છે. "

શોભામામી -" છોકરી તો મેં તમને બતાવી જ છે. ગુણી, સુશીલ અને ઋતુરાજ માટે સર્વથા યોગ્ય. ખબર નહિ તમે હજુ કેમ તૈયાર થયા નહિ. !"

નિશામાસી -" આ વિષય પર ચર્ચા હવે વ્યર્થ છે. "

શોભામામી -" હું જાણું છું કે એ લોકોનો હોદ્દો અને રહેણીકરણી તમારા જેવી નથી. પરંતુ તમારા પરિવારમાં બધી રીતે તાલમેળ બેસાડી શકે એટલી જાહ્નવી સક્ષમ છે. વળી, ઋતુરાજ પણ એને પસંદ કરે છે તો આપણે માં બાપ તરીકે એમની દ્રષ્ટિથી પણ વિચારવું જોઇએ. "

નિશામાસી - " મારે અત્યારે થોડું કામ છે, પછી વાત કરીએ."

આમ નિશામાસી વચ્ચેથી જ વાત અટકાવી દે છે અને ફોન મૂકી દે છે.

****

શિવમ એક ન્યુઝ પેપરની ઓફીસ પર દાંડિયા સ્પર્ધા માટેની જાહેરાત આપવા જાય છે. પાછાં વળતા એને જાહ્નવીની વાતો યાદ આવે છે

-"આપણે સાચા ફૂલો લઈએ, ન્યુઝ પેપરમાં આપી દઈએ, આગળ ચોકમાં જમણી બાજુ.. એનું પાછળ ફરીને જોવું, એની આંખો, વાળ, હોઠ બધું એની નજર સામે તરી આવે છે "

શિવમ વિચારે છે -" આ પ્રથમ દ્રષ્ટિનું આકર્ષણ છે કે શું છે? જાહ્નવી શા માટે મને આટલી ગમવા લાગી છે?"

****

જાહ્નવી ઘરે આવીને આખી કોલેજમાં ક્યાં શુ કઈ રીતે

શણગારવું એનું આયોજન કરે છે. સાથેસાથે મનમાં ગુસ્સે પણ થાય છે-

" આ પૈસા વાળા લોકોના છોકરાઓ કેટલા વંઠેલા હોય છે. શિવમ સાથે કામ કરવું પડે છે એ મજબૂરી છે બાકી હું બોલું પણ નહીં. એની હારે એક તો મોડો આવ્યો અને જતા જતા પણ કહે ચા પીવા આવવું છે? આવું કઈ રીતે એણે પૂછ્યું? ક્યાં સંબંધથી ? શરમ વગરના લોકો હોય હંમમમ... "

ઋતુરાજ અને હિના હિનાના લગ્નના ફોટા જોતા હોય છે. નિશામાસી પણ જોડાય છે.

હિના - " ભાઈ, આ ફોટામાં હું સરસ લાગુ છું નહિ?"

ઋતુરાજ - " હા હો, જાતે જાતે વખાણ. "

હિના - " જો ભાઈ આ લક્ષ અને નમન તો જો કેટલાં વહાલા લાગે છે. "

ઋતુરાજ થોડો હરખાઈ જાય છે અને - " હા, આ તું, દિવ્યા અને જાહ્નવી પણ... "

આમ અચાનક જ એના મુખેથી જાહ્નવીનું નામ નીકળી જાય છે. એ નિશામાસીને જુએ છે અને પછી -

"હિના, મારે એક જરૂરી ફોન કરવાનો છે એમ કહી ત્યાંથી જતો રહે છે. "

ત્યારે હિના –નીશામાસી ને કહે છે

" જો મમ્મી, તમારી એક જીદ્દ એ ભાઈની કેવી દુર્દશા કરી નાંખી છે. એને ક્ષણે ક્ષણ ડંખી રહી છે પણ તમને

એની દયા નથી આવતી. "

હિનાની આંખમાં આંસુઓ આવી જાય છે.

હિના - " પણ મારો ભાઈ ક્યારેય તમારા વિરુધ્ધ નહિ જાય.. તમારી જાતને પ્રશ્ન પૂછજો કે ઋતુરાજ એક આદર્શ દીકરો બની ગયો છે પણ શું તમે એક આદર્શ માં બની શક્યા છો?"

હિના લગ્નનો આલ્બમ ત્યાં જ મૂકી જતી રહે છે.

****

કોલેજમાં લેક્ચર શરૂ થાય છે. શિવમ એવી રીતે બેસે છે કે જાહ્નવીને મનભરીને જોઈ શકે. વચ્ચે જાહ્નવીનું ધ્યાન પણ એના તરફ જાય છે ત્યારે એ નજરો ફેરવી લે છે. લેક્ચર પૂરું થયા પછી નેહા અને જાહ્નવી વાતો કરતાં કરતાં આગળ જાય છે.

શિવમ ત્યાં આવે છે.

શિવમ - " જાહ્નવી... "

જાહ્નવી - " હા બોલ "

શિવમ થોડીવાર વિચારમાં પડી જાય છે. જાહ્નવીને મળવાના બહાના શોધતો શિવમ વિચારે છે કે અત્યારે શું કહેવું. પછી તે તરત કહે છે.

-" આપણે સ્પર્ધા માટેનાં નિર્ણાયક કોને રાખશું?"

જાહ્નવી - " એ તો મારે પણ વિચારવું પડશે. "

શિવમ -" બપોરે એક લેક્ચર નથી આજે તો ત્યારે મળી શકીએ?"

જાહ્નવી - " હા, પણ સમયસર આવી જજે મોડું નહિ ચાલે. "

શિવમ - " હા, પાક્કું. "

જાહ્નવી પછી નેહા સાથે બહાર જતી રહે છે.

નેહા - " આ શિવમ અનિકેતનો મિત્ર છે. "

" મને ગઈકાલે જ અનિકેતે કહ્યું. "

જાહ્નવી - " જે હોય તે મારૂ તો માથું દુખી ગયું છે એને જવાબ આપી આપીને. "

બપોરે જાહ્નવી ક્લાસમાં આવે છે. શિવમ એની પહેલાં જ આવી ગયો હોય છે.

શિવમ - " બેસ જાહ્નવી, શું જમી લીધું ?"

જાહ્નવી - " હા "

શિવમ -" આજે શાંતિ છે નહીં કોલેજમાં. "

જાહ્નવી - " હા, હવે કામની વાત કરીએ?"

શિવમ - " તો આપણે નિર્ણાયક તરીકે કોને રાખશું એ પ્રશ્ન હતો."

જાહ્નવી - " આપણે જુદી જુદી કોલેજનાં પ્રિન્સિપલ અને ટ્રસ્ટી ને રાખી શકીએ "

શિવમ - " એ વિચાર સારો છે પણ હું વિચારતો હતો કે આપણે ત્યાં આવેલાં દર્શકોને જ નિર્ણાયક બનાવીએ તો?"

જાહ્નવી - " એ કઈ રીતે?"

શિવમ - " આપણે ત્યાં બધાને 1 થી 3 નંબર આપવા માટે કહેશું અને એના માટે ત્યાં સીટ પાસે વોટિંગ ફોર્મ પણ રાખશું. "

જાહ્નવી - " એમાં વાર નહિ લાગે?"

શિવમ - " ત્યાં સુધી આપણે દાંડિયા ચાલુ રાખશું. "

જાહ્નવી -" હા તો ભલે એમ રાખીએ. "

પછી થોડી બીજી ચર્ચા થાય છે અને જાહ્નવી બહાર નીકળે છે

શિવમ જુએ છે કે એની પેન ત્યાં જ ભુલાઈ ગઈ છે, એ પેન આપવા પાછળ જાય છે.

શિવમ -" જાહ્નવી.. "

જાહ્નવી ઊભી રહે છે અને શિવમ ત્યાં આવે છે -" એ તારી પેન ત્યાં જ રહી ગઈ હતી.

જાહ્નવી મનમાં ખૂબ ચીડાય છે પણ કંઈ કહી શકતી નથી. એ પેન લઈ લે છે અને જવા લાગે છે.

****

ઘરના કામકાજમાં વ્યસ્ત રહેવાને લીધે આજે નિશામાસીને ન્યૂઝપેપર વાંચવાનો સમય નહતો મળ્યો.

તો એ આજે બપોરની ચા સાથે ન્યૂઝપેપર વાંચવા બેસે છે.

" વડોદરામાં નવી કંપનીઓનું આગમન. યુવાનો માટે વિદેશ જવાના માર્ગ મોકળા થશે. "

" રાજકોટમાં પણ ઓવરબ્રિજનું નિર્માણ થશે, રિંગ રોડ પર ઓવરબ્રિજ બનતાં ટ્રાફિકની સમસ્યા ઓછી થઈ જશે. "

" એક પ્રેમીયુગલની આત્મહત્યા.. અલગ જ્ઞાતિ હોવાથી પરિવારના સભ્યોએ ના પાડી હતી ના"

આ વાંચી નિશામાસી ચા નો કપ ટેબલ પર જ મૂકી દે છે તે વિચારવા લાગે છે. એમને પણ જાહ્નવી પ્રત્યે થોડી લાગણી થાય છે અને અનુભવાય છે કે, " ઋતુરાજે તો ફરિયાદનો એક શબ્દ પણ ઉચ્ચાર્યો નથી. મેં જે કીધું એ એણે સ્વીકારી લીધું, આજકાલ આવા સંતાન ક્યાં મળે છે ? મેં જરૂર આગલા જન્મમાં ઘણા સારા પુર્ણ કર્યા હશે કે મને ઋતુરાજ જેવો દીકરો મળ્યો છે અને જાહ્નવી પણ ઘણી સારી છોકરી છે હું ક્યાં એને નથી ઓળખતી ? વળી છે તો બ્રાહ્મણ જ ને તો એ પણ વાંધો નથી, પરિવાર સાથે અને રહેણીકરણી સાથે તો હું એને ઢાળી દઈશ, એમને એક પછી એક શોભામામી, હિનાની વાતો યાદ આવે છે. ઋતુરાજનું છેલ્લા કેટલાય સમયનું ગુમસુમ વર્તન યાદ આવે છે. પછી વાંચેલા સમાચાર યાદ આવે છે. પછી એ છેલ્લે નિર્ણય લે છે કે એ આ બાબતે ઋતુરાજના પપ્પા સાથે વાત કરી જોશે.

જાહ્નવી ઘરે આવે છે અને થાકીને પલંગ પર પડે છે, નમન એની સાથે વાતો કરવા આવે છે.

નમન - " દીદી, તમારી કોલેજમાં આજથી દાંડિયા સ્પર્ધા છે ને?"

જાહ્નવી-" હા "

નમન - "દીદી તમે રમશો દાંડિયા?"

જાહ્નવી - "" થોડીવાર રમું કદાચ. "

નમન -" હીનાદીદી ના લગ્નમાં તમે કેટલું મસ્ત રમ્યા હતા. "

જાહ્નવીને એ બધું યાદ આવી જાય છે અને એની આંખોમાં આંસુ આવી જાય છે.

જાહ્નવી -" ભઇલું જા તું થોડીવાર બહાર રમ હું આરામ કરી લઉં."

વિરહની આ વ્યથામાં ક્યાં સુધી મારે વહેવું પડશે એમ એ વિચાર્યા રાખે છે.

****

ઋતુરાજ પણ પોતાના રૂમમાં ટીવી જોતાજોતા વિચારે છે કે, " હું જેટલો જાહ્નવીની યાદોથી દૂર રહેવા માંગુ છું એટલી એની યાદો વધુ આવે છે. "

ત્યાં નિશામાસી એની પાસે આવે છે.

નિશામાસી -" ઋતુરાજ, કેમ આટલો ઉદાસ છે?"

ઋતુરાજ -" કાંઈ નહિ મમ્મી, મારે સુઈ જવું છે. "

નિશામાસી -" મને કે દીકરા હું તારી મા છું તને સમજી શકું છું. "

ઋતુરાજ થોડી ક્ષણો મૌન જ રહે છે અને પછી કહે છે - " ખરેખર?"

ઋતુરાજનો આ એક શબ્દ નિશામાસીના હૃદયને ભેદી જાય છે. કોઈ કશું બોલતું નથી અને પછી નિશામાસી ત્યાંથી ચૂપચાપ જતા રહે છે.

****

નવરાત્રી શરૂ થઈ ગઈ હોય છે. પરંતુ જાહ્નવી ક્યાંય બહાર રમવા કે જોવા જતી નથી. એક પછી એક બધા નોરતાં પસાર થઈ ગયા હોય છે. છેલ્લાં નોરતાના દિવસે કોલેજમાં સ્પર્ધા હોય છે આખરે એ દિવસ આવી જાય છે જેની ઘણાં સમયથી તૈયારીઓ થતી હોય હતી.

દાંડિયા સ્પર્ધા

કોલેજની આખી ઇમારત પર વિવિધ રંગોની લાઇટવાળી સિરીઝ રાખવામાં આવેલી. પ્રાંગણની તરફ બેસવાની વ્યવસ્થા કરવામાં આવી

હતી. સ્પર્ધકોનાં કપડાં પર નંબરના લોગો લગાડવામાં આવતા હતો અને એમના માટે મેદાનમાં અંદર તરફ વ્યવસ્થા કરવામાં આવી હતી, જવા માટે ખાસ અલગ રસ્તો પણ રખાયો હતો. આખા મેદાનમાં લીલા રંગની જાજમ પાથરવામાં આવી હતી. મેદાનની સામેની તરફ 3 ફૂટ ઊંચું સ્ટેજ બનાવવામાં આવ્યું હતું અને એને ફૂલોથી શણગારવામાં આવ્યું હતું.

માથા પર પાઘડી, આસમાની રંગનું કેડિયું એમાં થયેલું ભરતકામ અને મઢેલા આભલા, ચમકતું કાળા રંગનું ધોતિયું, કોઈ ગુજરાતી ખેલૈયાને જોવા માંગે તો શિવમને આપણે બતાવી શકીએ. શિવમ બેસવાની વ્યવસ્થા જાળવવામાં હતો. પરંતુ, એની નજરો વારંવાર જાહ્નવીને શોધતી હતી.

એ ચારે તરફ જોયાં કરે છે પણ જાહ્નવી ક્યાંય દેખાતી નથી. સ્ટેજ પર માઈકની અને ખુરશીની વ્યવસ્થા જોવાં એ પછી સ્ટેજ પર જાય છે ત્યાં એની નજર જાહ્નવી તરફ જાય છે.

આછા ગુલાબી રંગની ચણીયાચોળી, એના પર ચોરસ મઢેલા નાના નાના એ આભલામાં પડતા પ્રકાશથી શિવમની આંખો અંજાય જાય છે. જાહ્નવી મુખ્ય મહેમાનોને લઈને મંચ તરફ આવતી હોય છે. એક પછી એક એ સૌ ને નમસ્કાર સાથે પુષ્પગુચ્છ આપતી જતી હતી.

જાહ્નવી ત્યારબાદ મંચના પગથિયાં ચઢે છે. શિવમની નજરો એના તરફ સ્થિર થઇ જાય છે. પાંપણ ઝૂકે એટલો સમય પણ જાહ્નવી ના દેખાય એ શિવમને જાણે ગમતું ન હતું. આજુબાજુમાં જોર જોરથી અવાજો આવતાં હતાં પણ જાણે એનું ધબકતું હૃદય એ બધાંથી વધુ અવાજ કરી રહ્યું હતું.

જાહ્નવી હાથમાં માઇક લે છે અને સ્ટેજની વચ્ચે આવે છે. શિવમ પણ એની પાસે આવી જાય છે. માઇક ચાલુ ન હતું એટલે શિવમ માઇક હાથમાં લઇ નીચેથી એક સ્વીચ ચાલુ કરી જાહ્નવીને આપે છે. શિવમને લાગતું હતું કે આ એનાં જીવનનો સૌથી સુંદર પ્રસંગ છે. એને જે પંસંદ એની બાજુમાં જ છે. અને વિશાળ જન મેદની નિહાળી રહી છે.

જાહ્નવી – " જય શ્રી કૃષ્ણ સૌને .બોલો અંબે માત કી..

અને પછી એ માઇક લોકો તરફ કરે છે.

" જય "

જાહ્નવી - " મજા ના આવી હોં... થોડું જોરથી બોલીએ તો.. બોલ અંબે માત કી...... "

અને લોકો જોરથી 'જય' પુકારી ઊઠે છે. સ્વાગત પ્રવચન અને ગણેશ સ્તુતિ પછી દાંડિયા સ્પર્ધાનું શરૂ થાય છે. સૌ ખેલૈયાઓ તાલમાં આવી નાચવા લાગે છે.

" શ્યામ..... આ..... આ..... આ.... શ્યામ.. તારા વિના શ્યામ મને એકલણું લાગે રાસ રમવાને વહેલો આવજે... "

" તારા વિના શ્યામ એકલણું લાગે. "

આ ગરબો જ્યારથી શરૂ થયો ત્યારથી જાહ્નવીને ઋતુરાજની યાદ આવવા લાગી હતી અને જેમ જેમ એ આગળ વધતો ગયો એમ એ વધુ તીવ્ર થઇ ગઈ.

વિરહની વ્યથા જાણે ચરમસીમા પર પહોંચી ગઈ.

" ગરબે ઘૂમતી ગોપીઓ.. સુની છે ગોકુળની શેરીઓ.... સુની સુની શેરીઓમાં ગોકુળની ગલીઓમાં રાસ રમવાને વહેલો આવ આવ આવ શ્યામ.. તારાં વિના શ્યામ.. "

જાહ્નવી ત્યાથી થોડી વાર માટે દુર જતી રહે છે, સ્ટેજની પાછળ જઇ એ રોવા લાગે છે. પછી ઈશ્વરને એક જ ફરિયાદ કરે છે

-" અમને તો તમે અલગ જ કરવા માટે જ મળાવ્યા હતા ને ?શા માટે?"

એ પછી આપમેળે શાંત થઈ સ્ટેજ પર પાછી આવી જાય છે. ત્યાં બધા મંચસ્થ મહેમાનોને શરબત અપાતું હોય છે..

શિવમ એક કાર્યકર ને કહે છે

- " જાઓ ત્યાં પેલા ગુલાબી ચણિયાચોળીવાળા મેડમ છે એને પેલા આપી આવો, આજની સ્પર્ધા માટે સૌથી વધુ દોડાદોડી એમણે કરી છે. "

આમ રાતના અગિયાર વાગી જાય છે. અને નિર્ણય તૈયાર થતા કલાકનો સમય લાગવાનો હોય છે. જાહ્નવીના પ્રિન્સીપલ એને બોલાવે છે. -" હવે તો તમે રમો બાળકો, હવે તમારું બધું કાર્ય પૂર્ણ થઇ ગયું છે અને બહુ સારી રીતે. "

બહાર થી આવેલ મહેમાનોએ આયોજનના ખૂબ વખાણ કર્યા.

પ્રિન્સિપલ સર -" તમેં આપણી કોલેજનું નામ રોશન કરી દીધું. "

જાહ્નવી - " થેન્ક યુ સર. તમારો સપોર્ટ અને વિશ્વાસ પણ ઓછા ન હતા. "

પછી એ દાંડિયા રમવા જતી રહે છે. શિવમને પણ રમવા મોક્લે છે. જાહ્નવીની પાછળ પાછળ શિવમ પણ રમવા લાગે છે. નેહા, અનિકેત, વૈષ્ણવી એ બધાં એ પણ ભાગ લીધો હોય છે. પછી થોડીવાર બાદ બધા કોલેજના ગ્રુપમાં રમવા લાગે છે. એમાં બધા જે સ્ટેપ કરે છે એ જાહ્નવીને ન હતું આવડતું એટલે એ બહાર નીકળી જાય છે.. શિવમ એની પાસે જઇ પૂછે છે.

શિવમ-" ચાલ ને રમવા. "

પ્રિન્સિપલ સરે કરેલા વખાણ પછી જાહ્નવી સારા મુડ માં હતી.

જાહ્નવી (હસીને) - " મને આ સ્ટેપ નથી આવડતું. "

શિવમ - " અરે, સાવ સહેલું છે. "

" જો આમ કરવાનું" એમ કહી એ સમજાવે છે.

જાહ્નવી -" ના સમજાયું. "

શિવમ ફરી એકવાર બતાવે છે. જાહ્નવીને સમજાય જાય છે.

જાહ્નવી - " તું આગળ રહેજે એટલે તને જોઈને હું શીખી શકું "

શિવમના તાલ સાથે જાહ્નવી તાલ મિલાવવા લાગે છે. જાહ્નવીનાં મુખ પર ધીમે ધીમે સ્મિત આવતું જાય છે. થોડીવારમાં જ ગરબાનો વેગ વધતાં ખેલૈયાના રમવાનો વેગ પણ વધે છે. જાહ્નવી અને શિવમની ઝડપ પણ વધે છે. આમ દાંડિયાની રમઝટ પુરી થાય છે.

જાહ્નવી અને શિવમના શ્વાસોશ્વાસનો વેગ પણ વધી ગયો હોય છે.

જાહ્નવી - " શિવમ, ચાલ ઉપર રિઝલ્ટ તૈયાર થઈ ગયું છે. "

સ્ટેજ પર જઈ શિવમ પ્રાસંગીક પ્રવચન આપે છે.

" તો મજા આવી?"

અને વિશાળ સમુદાય -" હા " એમ બોલી ઊઠે છે.

ત્યારબાદ પ્રિન્સિપલ સર રિઝલ્ટ જાહેર કરે છે. જાહ્નવીની કોલેજનો પ્રથમ ક્રમાંક આવે છે. એ સ્પર્ધકોનો ઇનામ અપાય છે. ત્યારબાદ અન્ય વિજેતાઓને પણ ઇનામ અપાય છે. પછી...

પ્રિન્સિપલ - " મિત્રો આપણે અહીંયા રમતી અને જીતવા માટે મહેનત કરતી જોડીઓ તો જોઇ હવે એ જોડીઓ તો જોઇ હવેએ જોડી જે આ આખા આયોજન માટે જાણે કેટલાય દિવસથી મહેનત કરી છે એનું સન્માન વારો,

જાહ્નવી અને શિવમ.. "

બધાં તાળી ઓનો ગડગડાટ મચાવી દે છે. બંનેને પુરસ્કૃત કરાય છે. જાહ્નવી પ્રિન્સીપલ સરને પગે લાગે છે એ જોઈને શિવમ પણ પગે લાગે છે. ત્યારબાદ મહેમાનોની આભારવિધિ થાય છે અને સૌ અલગ પડે છે.

જાહ્નવી અને શિવમને ત્યાં બીજા કામ માટે રોકાવું પડે છે. જાહ્નવી ત્યાં બધું એકત્ર કરવામાં હોય ત્યાં શિવમ એને મળવા આવે છે.

શિવમ - " congrats.. "

એમ કહી હાથ આગળ કરે છે. જાહ્નવી ઘણી ખુશ હતી. એ હાથ મિલાવે છે.

જાહ્નવી - " તને પણ.. તારા વિના આટલું સરસ આયોજન ન થાત. ".

શિવમ - " બહુ મજા આવી. "

જાહ્નવી - " મને પણ. "

પછી જાહ્નવી ઘરે જવા નીકળે છે, એ રીક્ષા શોધે છે પણ કંઈ મળતું નથી, રસ્તા પર પણ કોઈ દેખાતું નથી.

શિવમ પોતાની બાઇક લઈને ત્યાં આવે છે.

શિવમ - " જાહ્નવી, હું તને ઘરે છોડી દઉં?"

જાહ્નવી - " ના ના હું જાતે જતી રહીશ. "

શિવમ -" બહુ મોડું થઈ ગયું છે, અત્યારે કોઈ રિક્ષા પણ ના મળે કદાચ. "

જાહ્નવી -" હા, હું ઘરે પણ કહીને આવી હતી કે હું જાતે આવી જઈશ પણ હવે શું કરું, તારી સાથે પણ ના જઈ શકું. "

શિવમ - " ખબર નહિ તું મારા વિશે શું વિચારે છે !! હું ભલે ધારા સભ્યનો દીકરો હોઉં પણ મેં ક્યારેય કોઈ પર રોફ નથી જમાવ્યો, મારી તો એટલી જ ભૂલને કે હું એક નામચીન વ્યક્તિનો દીકરો છું. ? આ વાતને લઈને બહુ બધાં લોકો મારી સાથે સાચી દોસ્તી કરતાં નથી અને જે કરે છે એ પણ ખુશામત કરવા... "

જાહ્નવી શિવમના સંવાદની સંવેદના સમજી શકે છે.

" ના ના શિવમ, એવું નથી પણ હજુ આપણે બહુ પરિચિત નથી અને આવી રીતે તારું મને મુકવા આવવું થોડું વિચિત્ર લાગે. વળી, શેરીવાળાને વાતો કરવાનો મોકો મળે એ અલગ. અમે ખૂબ સાધારણ લોકો છીએ શિવમ અમારા માટે અમારી આબરૂ જ અમારું ધન હોય."

શિવમ -" હું એક કામ કરૂં?"

જાહ્નવી - " શું?"

શિવમ - " તારી સાથે આ રસ્તાના ખુણા સુધી ચાલીને આવું ત્યાં જ એક જાણીતા રિક્ષાવાળાનું ઘર છે. આજે થોડી વસ્તુઓ આવી હતી તો અહીંયાના કાર્યકરે કહ્યું હતું તો તને ત્યાંથી રિક્ષામાં બેસાડી દઈશ અને હું જતો રહીશ. "

જાહ્નવી - " હા, ભલે. "

બન્ને રસ્તા પર ચાલતાં થાય છે. આકાશમાં તારા જાણે પૃથ્વી તરફ મીટ માંડી બેઠાં હતાં અને ચન્દ્રની ચાંદની રસ્તામાં પથરાતી હતી.

શિવમ -" જાહ્નવી, તને બહુ સરસ દાંડિયા રમતાં આવડે છે. "

જાહ્નવી - " મારા કરતાં સરસ તો તને રમતાં આવડે છે. "

શિવમ -" મને નાનપણથી જ દાંડિયાનો શોખ છે. "

જાહ્નવી - " સારું.. સારું.. "

શિવમ -" તારા કુટુંબમાં કોણ કોણ છે. ?"

જાહ્નવી - " મમ્મી, પપ્પા અને એક નાનો ભાઈ છે બહુ જ તોફાની નમન અને હું. "

શિવમ - " બાકી હવે તો વાંચવું પણ પડશે ને !!"

જાહ્નવી - " હા, હવે બધા વિષય લઈ બેસી જવું પડશે. "

શિવમ -" અરે હા, જાહ્નવી હવે તારે આ સ્પર્ધા માટેનાં રૂપિયા લેવાના બાકી હોય તો કે જે, હું પપ્પા પાસેથી લઈ આવી આપીશ. "

જાહ્નવીને એમ લાગે છે કે એ રૂપિયાનો રોફ કરે છે.

જાહ્નવી- " હા, સારું. "

શિવમ - " એ જાહ્નવી જો જે ત્યાં આગળ પથ્થર છે ઠેસ ના વાગી જાય. "

જાહ્નવીનું ધ્યાન જાય છે અને એ સંભાળી લે છે.

જાહ્નવી - " થેન્ક્સ. "

શિવમ રિક્ષાવાળાને બોલાવી આવે છે અને એમાં જાહ્નવીને બેસાડી દે છે, પછી પોતે પાછો આવી બાઇક લઈ જતો રહે છે, એના માટે આ રાત બહુ યાદગાર બની રહે છે.

****

સૂર્યનાં કિરણો ઓઢેલી ચાદર પર પડતાં ઋતુરાજને ખ્યાલ આવે છે કે સવાર પડી ગઈ છે, હિના એ પડદો ખોલ્યો હોવાથી ઠંડી ઠંડી હવા અંદર પ્રવેશતી હતી. પક્ષીઓનો કલરવ સવારને સંગીતમય બનાવતો હતો. ઋતુરાજ માટે જાણે નવી સવારનું આગમન થયું હતું.

હિના -" જય શ્રી કૃષ્ણ ભાઈ"

ઋતુરાજ -" જય શ્રી કૃષ્ણ, આજે સવાર સવાર માં મળવા.. "

હિના - " હા, વાત જ એવી છે કે મારાં પેટમાં રહેતી જ નથી, ગલગલીયા કર્યા રાખે છે. "

ઋતુરાજ - " શું ?"

હિના - " તેં વિચાર્યું પણ નહીં હોય કે તારી બહેન તને એક દિવસ આટલો ખુશ કરશે "

ઋતુરાજ - " કે ને જલ્દી. "

હિના (જોરથી) - " ઘરમાં બધાં તારા અને જાહ્નવીના સંબંધ માટે રાજી થઈ ગયાં છે. "

ઋતુરાજ -" શું ???? શું વાત કરશ ??

મજાક તો નથી કરતી ને???"

હિના - " જરાય નહિ. "

ઋતુરાજના મુખ પર અભૂતપૂર્વ સ્મિત છલકાઈ આવે છે.

ઋતુરાજ હિનાને ભેટી પડે છે. - " સાચું કે છે ને?"

હિના - " હા"

ઋતુરાજ -" આ સપનું તો નથી ને?"

હિના -" ના"

અને પછી ઋતુરાજ અને હિના એકબીજાનાં હાથ પકડી ગોળ ગોળ ફુદરડી ફરે છે. "

ઋતુરાજ - " મારી વ્હાલી બહેન તને ખબર નથી તેં મને આજે કેટલો ખુશ કર્યો છે. "

હિના- " સારું.. તારી ખુશીમાં જ અમારી ખુશી છે. "

ઋતુરાજ - "પણ આ બધું થયું કેવી રીતે?"

હિના -" કોઈપણ મા બાપ પોતાના સંતાન ને દુઃખી ના જોઈ શકે છેવટે એ એમના સંતાનની ઈચ્છા પૂરી કરે જ, "ચાલો મારે ભાભી જોડે વાત કરવી છે. "

ઋતુરાજ -" તને ઠીક લાગે તો હું જાતે જ વાત કરું?"

હિના - " હા, તો ચાલો હું દિવ્યાને આ વાત કરું. "

ઋતુરાજ અરીસામાં પોતાનો ખીલતો ચહેરો જુએ છે. પછી એ નાચતાં નાચતાં બાથરૂમમાં ન્હાય છે, બધા એના હસતાં ચેહરાને જોઈ ખુશ થાય છે, ઋતુરાજ નિશામાસી સામે જુએ છે, નિશામાસી મોઢું મચકોડે છે અને પછી હસવા લાગે છે, ઋતુરાજ એમને ભેટી પડે છે.

ઋતુરાજ-" મમ્મી, તમને ખબર નથી તમે હા પાડીને મને ખુબ ખુશ કર્યો છે. "..

નિશામાસી -" તારા પ્રેમની જીત થઈ છે આજે તમે બન્ને એ જે રીતે સંયમ રાખ્યો છે એ રીતે જોવા જતા અમારે તમારી માફી માંગવી જોઈએ. "

ઋતુરાજ -" હવે એવું થોડું હોય મમ્મી, મારા માટે તમે પહેલા બાકી બધું પછી. "

હિના -" મમ્મી, હું દિવ્યાને વાત કરું છું. "

નિશામાસી -" હા કર, હું પણ શોભનાબેનને કહું છું કે એ વાત આગળ કરે. "

****

તાંબાના લોટાથી સૂર્ય નારાયણને ઘરની અગાસી પરથી અભિષેક કરી રહેલી, તાજા ધોયેલા વાળનો અંબોડો બાંધેલી, બંધ નેત્રો વડે પ્રાર્થના કરી રહેલી, યૌવનવસંતની વ્યાખ્યા પુરી પાડી રહેલી, જાહ્નવીને એ ક્યાં ખબર છે કે આજના સૂર્યના કિરણો એના માટે શું લઈને આવ્યા છે.

ત્યાં નમન આવે છે -" દીદી, દીદી અલ્યો તમારો ફોન, ફોન આવ્યો છે. " એમ કહી એ ફોન આપી જતો રહે છે.

જાહ્નવી -" હેલ્લો. "..

ઋતુરાજ -" હેલ્લો "

આ અવાજ સાંભળી જાહ્નવીની સવાર ખીલી ઊઠે છે. છતાં ખાતરી કરવા..

જાહ્નવી-" હેલ્લો કોણ?"..

ઋતુરાજ -" ના ઓળખ્યો. ?"

જાહ્નવી -" તમને ઓળખ્યા પછી બીજા બધાને ઓળખતી બંધ થઈ ગઈ છું અને

તમે કહો છો ના ઓળખ્યો?"

ઋતુરાજ -" તારી આ વાતો સાંભળવા તડપી ગયો હતો. "

જાહ્નવી આ સાંભળતા સાંભળતા જ આંસુઓ પાડવા માંડે છે.

ઋતુરાજ -" હેલ્લો જાહ્નવી શું થયું? કેમ રોવા માંડી ?તને ખબર છે મારા ઘરેથી બધા માની ગયા છે આપણા બન્ને માટે "

જાહ્નવી -" શું ????'

ઋતુરાજ-" હા, હા બધા માની ગયા છે. "

જાહ્નવી તો પણ આંસુઓ રોકી શકતી નથી.

ઋતુરાજ -" તું હજી કેમ રડે છે?"

જાહ્નવી - " તમને નહિ સમજાય, તમારાથી દૂર રહી હું કેટલી એકલી થઈ ગઈ હતી, એ મને જ ખબર છે. "

ઋતુરાજ -" હા પણ હવે રડવાનું બંધ કર, ગજબ છો ખુશ હો તો પણ રોવે અને દુઃખી હો તો પણ. રોવે... ".

જાહ્નવી આ સાંભળી થોડું હસે છે.

ઋતુરાજ - (જોરથી) " I love you, જાહ્નવી... હું તને મળવા આવું છું, જલ્દી... "

જાહ્નવી ફોન મૂકી ત્યાં જ ખુલા આકાશ નીચે ગોળ ગોળ ઘુમવા લાગે છે, એના વાળ છૂટા થઈ જાય છે અને લહેરાવા લાગે છે. એમાં રહેલી પાણીની અમુક બુંદો ઉડે છે અને પછી એ ઊભી રહે છે ત્યારે થોડા વાળ એના ચહેરાને સ્પર્શતા એ બુંદો ચહેરા પર લાગી જાય છે, એ સૂર્યનારાયણને નમસ્કાર કરી એમનો આભાર માને છે અને પછી નીચે જતી રહે છે.

જાહ્નવીનાં ઘરે દ્વારકાથી શોભામામી અને વિનયમામાનો ફોન આવે છે. જાહ્નવીનાં નાના નાની પણ લલિતાબેનને ખૂબ સમજાવે છે. વળી, આ લોકો સામેથી કહેવડાવ્યુ છે તો શા માટે ના પાડવી એમ સમજાવાય છે ચર્ચાવિચારણાં પછી સૌ રાજી થઈ જાય છે.

જાહ્નવી અંદર હોલમાં આવે છે એ કોઈ સામે નજરો મેળવી સકતી નથી. બધા એને જોઈ હસે છે અને એ શરમાઇ જતી રહે છે. લલિતાબેન અને સુરેશભાઈ પછી શોભામામી અને વિનયમામા સાથે તારીખ નક્કી કરી જોવા આવવા માટે વિનવે છે. આમ તો આ બંને પરિવારો ને જ ઓળખી શકવા માટેની રીત કહી રીત કહી શકાય કારણ કે ઋતુરાજ અને જાહ્નવી તો એકબીજાને પસંદ કરી જ લીધા હતાં.

નિયત કરેલ દિવસ આવી જાય છે. એક મર્સિડીઝ જાહ્નવીનાં ઘરની બહાર આવી ઊભે છે, એનો દરવાજો ખુલે છે અને નિશામાસી, કાર્તિકભાઈ અને હિના ઉતરે છે. ઋતુરાજ મર્સિડીઝ પાર્ક કરી નીચે ઊતરે છે. બધા અંદર જવાની તૈયારી કરે છે.

જાહ્નવીને મળવા ઋતુરાજનું મન અધીરુ બનતું જતું હતું. બધાં જાહ્નવીનાં ઘરમાં પ્રવેશે છે. નમન તો ઋતુરાજને ભેટી જ પડે છે. ઋતુરાજ એને ચોકલેટનું બોક્ષ આપે છે. શોભામામી, વિનય મામા અને દિવ્યા પણ આવી ગયા હોય છે. લલિતાબેન અને સુરશભાઈ બધા સાથે વાતો કરે છે. ઋતુરાજને એની નોકરી વિશે પુછાય છે. આગળ શું કરવું છુ અને કયાં સ્થાયી થવુ છે એ બધી વાતો થાય છે.

વળી, નિશામાસી પણ જાહ્નવીના અભ્યાસ વિશે, રસોઈમાં ઉપરાંત બીજુ શું આવડે છે એ પૂછે છે. ઋતુરાજનું ધ્યાન વારંવાર રસોડામાં જતું હતું. બાજુમાં જ બેઠેલી હિના એને ધીમેથી કહે છે.

- " ભાઈ, શુ કામ એટલો ઉતાવળો થાય છે, તે તો કન્યા જોઈ જ છે. !!!"

ઋતુરાજ મુખમાં જ સ્મિત આપે છે.

થોડી જ વારમાં ત્યા દિવ્યા અને જાહ્નવીને આવે છે. દિવ્યા જાહ્નવીની પાછળ પાછળ રહે છે. ઋતુરાજની નજરો એના તરફ મંડાય છે. પણ જાહ્નવી તો ઊંચું પણ જોઈ ન હતી રહી. એના હાથમાં ચા પ્યાલી ભરેલી ટ્રે હતી. એ ધીમે ધીમે નજીક આવતી જાય છે. ઋતુરાજને એમ થાય છે કે એ જલ્દીથી ઊભો થઈ જાહ્નવીને પોતાના હૃદયસમીપ લઈ લે પણ અત્યારે તો એને રાહ જોવી પડે એમ હતુ. વાદળી રંગના સાધારણ એવા ડ્રેસમાં પણ જાહ્નવી નુ સોદર્ય નીખરીને બહાર આવતુ હતું.

જાહ્નવી ત્યા ટ્રે મુકે છે. બધાને " જય શ્રી કૃષ્ણ " કહે છે. પછી બધાને ચા આપે છે છેલ્લે ઋતુરાજને એ કપ આપવા હાથ લંબાવે છે એની અને ઋતુરાજની નજરો મળે છે... બધુ સ્થિર થઈ જાય છે.... ઋતુરાજના કપડામાંથી આવતી સુંગધ જાહ્નવીને મંત્રમુગ્ધ કરી દે છે..

જાહ્નવીના ગાત્રની લાલીમા ઋતુરાજ પર વશીકરણ કરી લે છે... જાહ્નવી ઋતુરાજને ચા આપી ત્યાં બેસે છે... દિવ્યા એની બાજુમાં જ બેસે છે.

હિના -" સાંભળ્યું નવરાત્રી પર સ્પર્ધાનું આયોજન બહુ સરસ કરેલું. "

જાહ્નવી - " હા, ઘણું સારું રહ્યું બધું, શું કરે ધ્વનિત જીજુ અને સૌ?"

હિના - " બસ, એ એમ જ કહે છે કે હવે જલ્દી ઋતુરાજની સગાઈ થઈ જાય તો

એ આવે.. !!!"

આ સાંભળી જાહ્નવી શરમાય જાય છે, ઋતુરાજ એની સામે જુએ છે તો શરમથી

ઉપર જોઈ સકતી નથી.

શોભામામી -" લલિતાબેન, જો અનુકુળ લાગે તો બન્નેને એકાંતમાં વાત કરવા દઈએ. "

આ સાંભળી ઋતુરાજ આનંદમાં આવી જાય છે અને જાહ્નવી થોડી ગભરાઈ જાય છે. હિના અને દિવ્યા બન્નેને અગાસી પર લઈ જાય છે.

હિના - " દિવ્યા, ચાલ આપણે પણ અહીંયા જ થોડીવાર રહીએ."

દિવ્યા -" હા, સાચી વાત છે થોડી તાજી હવા લઈ લઈએ. "

અને બન્ને હસવા લાગે છે.

હિના -" ચાલ, ચાલ આપણે જઈએ બાકી આ બન્ને ધક્કા મારી કાઢી મુકશે. "

ઋતુરાજ -" અરે, ના ના એવું કંઈ ના કરીએ. "

હિના અને દિવ્યા જતી રહે છે.

ધીમોધીમો પવન આવતો હોય છે. અગાસી પર દોરી પર સુકાતા કપડાં ઊડતા હોય છે. સ્વચ્છ આકાશમાં થોડા શ્વેત વાદળ દ્રશ્યમાન થાય છે. સૂર્ય ધીમે ધીમે ઉપર આવતો હોય જાય છે. જાહ્નવી અને ઋતુરાજ એકબીજાની સામે હોય છે. થોડીવાર સુધી કોઈ બોલતું નથી, ઋતુરાજને એમ થાય છે કે જાહ્નવી બોલશે અને જાહ્નવીને એમ થાય છે કે ઋતુરાજ બોલશે.

જાહ્નવી - " ચાલો, આપણે ત્યાં ઊભા રહીએ એટલે તમે આખું રાજકોટ જોઈ શકો. !"

એમ કહી એ થોડી આગળ જાય છે. ઋતુરાજ એનો હાથ પકડી લે છે. જાહ્નવી પાછળ જુએ છે, ઋતુરાજ એને ધીમેધીમે પોતાની તરફ કરે છે.

ઋતુરાજ - " મારુ આખું રાજકોટ મારુ સામે જ છે. "

જાહ્નવી આ સાંભળી રહે છે. ઋતુરાજ એને થોડો વધુ નજીક લાવે છે. એ એના ગાલ પર હાથ મૂકે છે. જાહ્નવી પણ એની નજીક જાય છે અને ઋતુરાજને પોતાની ધારામાં સમાવી લે છે. જાહ્નવીની આંખોમાંથી આંસુ પડવા માંડે છે.

જાહ્નવી - " આ સાચે જ તમે જ છો ને ઋતુરાજ?"

ઋતુરાજ - " હા હું જ છું. "

ઋતુરાજ એને પોતાના બાહુપાશમાં વધુ મજબુતીથી પકડી લે છે.

ઋતુરાજ - " હવે વિશ્વાસ આવ્યો?"

જાહ્નવી - " ના. "

ઋતુરાજ એને થોડી વધુ મજબુતીથી પકડે છે.

ઋતુરાજ-" હવે?"

જાહ્નવી - " મેં તો આવું સ્વપ્નમાં જ જોયું છે. "

ઋતુરાજ -" આ તો વાસ્તવિકતા છે. "

જાહ્નવી - " હવે આપણે અલગ તો નહીં પડીએ ને ક્યારેય?"

ઋતુરાજ -" હવે તો સ્વપ્નમાં પણ અલગ નહીં પડીએ. "

ઋતુરાજ જાહ્નવીનાં વાળ પર વ્હાલથી હાથ ફેરવે છે

ઋતુરાજ -" તને ખબર છે તારા વિના મારી શુ હાલત હતી?"

જાહ્નવી -" અને તમને ખબર છે અહીંયા મારા એક એક દિવસ એક એક કલાક કેવી રીતે વીતતા હતા. "

ઋતુરાજ -" પણ જો આપણે મળી ગયા ને? સાચા પ્રેમી ઓ અંતે મળી જ જાય છે. "

પછી બન્ને ત્યાં આગળ ઊભા રહે છે. રસ્તા પર બહાર ચલિત દુનિયા દેખાય છે.

જાહ્નવી -" તમે મારા એ ચાંદા છો જેના સપનાં હું બાળપણથી જોતી આવી છું. "

ઋતુરાજ - " અને તું મારી સર્વ શ્રેષ્ઠ કવિતા છો. "

આમ બન્ને વાતો કર્યા કરે છે.

જાહ્નવી - " તમે જાણો જ છો અમારી પરિસ્થિતિ, સગાઈ અને લગ્ન બને એટલી સાદગી પુર્વક થાય એવો આગ્રહ રાખજો. "

ઋતુરાજ -" હા, બિલકુલ તું ચિંતા ના કરીશ એ વાતની. "

જાહ્નવી - " થેન્ક યુ. "

ઋતુરાજ -" તારે સગાઈ પછી બરોડા આપણા ઘરે આવવાનું છે."

જાહ્નવી - " મારી યુનિવર્સિટીની પરીક્ષા પછી આપણે સગાઈ રાખીએ તો કેવું રહેશે?"

ઋતુરાજ -" હા ચોક્કસ, એમ જ રાખીશું. "

જાહ્નવી - " ઘણી વાર થઇ ગઈ છે આપણે નીચે જવું જોઇએ."

ઋતુરાજ જાહ્નવીનો હાથ પકડીને, " નથી જવું. "

જાહ્નવી હસવા લાગે છે -" અરે, ઘરના એમ વિચારશે કે બન્ને ક્યાંક ભાગી તો નથી ગયા ને !!"

ઋતુરાજ - " નથી જવું નીચે થોડી વાર તો ઊભ. "

જાહ્નવી એના ગાલ પર હાથ મૂકે છે -" ચાલો, તમને આજે હલવો બનાવી ખવડાવીશ. "

ઋતુરાજ -" તેં દ્રારકા બનાવ્યો હતો એવો?"

જાહ્નવી -" હા હા એવો "

ઋતુરાજ - " સારું સારું થોડો પેક પણ કરી દે જે!!"

બંને પછી નીચે આવે છે.

બપોરે બધા સાથે જમે છે. દિવ્યા અને જાહ્નવી બધાને પીરસે છે, ઋતુરાજ બે વખત હલવો ખાય છે અને એના પેટમાં હવે જગ્યા હોતી નથી.

જાહ્નવી હલવો લઈ પીરસવા આવે છે, " હલવો?"

ઋતુરાજ - " ના, ના"

જાહ્નવી તો પણ એની થાળીમાં પીરસીને જતી રહે છે અને હસવા લાગે છે.

આમ ઋતુરાજ નો જવાનો સમય થઇ જાય છે

નિશામાસી - " લલિતાબેન, તમારી દીકરી ખરેખર સદગુણી છે એને મારા ઘરની વહુ બનાવવી ગમશે. "આ સાંભળી બધા ખુશ થાય છે.

લલિતાબેન -" ઋતુરાજ પણ જરાય ઊતરતા નથી ગુણોની બાબતમાં, એને મારી દીકરી સોંપવી મને ગમશે, કોઈ ભૂલ ચૂક થઇ ગઈ હોય તો ક્ષમા કરજો. "

નિશામાસી - " ના, ના લલિતાબેન તમે અમારી બહુ સારી આગતા સ્વાગતા કરી છે, હું જલ્દી સગાઈ માટેની તારીખો જોવડાવી જણાવુ છું, તો અમે રજા લઈએ. ?"

લલિતાબેન - " હા, સારું. "

જાહ્નવી નિશામાસી ના ચરણસ્પર્શ કરે છે. બધા મર્સીડીઝ બેસે છે. ઋતુરાજ ગાડીનો દરવાજો ખોલે છે અને ઉપર અગાસીમાં જુએ છે."

દિવ્યા - " જો જાહ્નવી ઋતુરાજ અહીં જુએ છે. "

ગાડી પાર્કિંગમાંથી કાઢી અને જવા નીકળેલા રહેલા ઋતુરાજને જોવા

જાહ્નવી અગાસી પર આવી ગઈ હોય છે.

જાહ્નવી પણ ઋતુરાજને જુએ છે.

ઋતુરાજ જાહ્નવીને ઇશારાથી I love you કહે છે. પેલા એ પોતાની તરફ હાથ કરે છે (I) પછી એના હાથથી દિલ બનાવે છે (Love) અને પછી એ જાહ્નવી તરફ હાથ કરે છે(you).

જાહ્નવી એને સ્મિત આપે છે પછીએ બન્ને હાથ જોડી " જય શ્રી કૃષ્ણ " કહે છે.

ઋતુરાજ પણ એને " જય શ્રી કૃષ્ણ " કહે છે.

દિવ્યા - " જાહ્નવી મન ભરીને જોઇ લે હવે તને લાંબા સમય પછી જ ઋતુરાજ જોવા મળશે. "

જાહ્નવી - " હા, હવે તો સગાઈમાં જ મળશું, બધું કેટલું સરસ થઈ ગયું, "દ્વારકાધીશની મારા પર કૃપા થઈ છે. "

દિવ્યા -" હા, સાચી વાત છે. "

આ બાજુ હિના ઋતુરાજ ને કહે છે, -" મન ભરીને જોઈ લે જે હવે સગાઈ સુધી નામ ના લેતો. "

ઋતુરાજ ગાડી ચાલુ કરે છે, એ ત્યાં અરીસામાંથી જાહ્નવીને જુએ છે, એ એને આવજો કહેતી હોય છે. થોડીવારમાં ગાડી દૂર જતી રહે છે....

****

આમ એક સુવર્ણ સમયનું જાણે આગમન થાય છે. કોલેજ આવીને જાહ્નવી નેહાને ગળે મળે છે અને બધી વાત કરે છે.

નેહા - " જોયું જાહ્નવી પાનખર પછી તારા જીવનમાં ઋતુરાજનું આગમન થઈ ગયું ને?"

જાહ્નવી - " હા, બસ હવે સગાઈની તારીખની રાહ જોઉં છું. "

નેહા - " હા અને જાહ્નવી જ્યાં સુધી બધું નક્કી ના થાય ત્યાં સુધી આ વાત બહાર ના પાડતી, ખરાબ નજર લાગતા વાર નથી.

જાહ્નવી - " (હસવા લાગે છે) હવે ડરવાની જરૂર નથી જરાય... બધા કાળા વાદળ હવે હટી ગયાં છે નેહા હવે બસ પૂર્ણિમાના ચન્દ્રની ચાંદની જ છે ચારે તરફ.. "

નેહા - " જરા સંભાળીને જ્યાં સુધી તમે બન્ને એક ગ્રન્થિથી જોડાઈ ના જાવ ત્યાં સુધી બધું જાહેર ના કરતી. "

જાહ્નવી - " હા, હા તું કે એમ, વ્યર્થ ચિંતા ના કરતી, હવે મારી જીવનડાયરીમાં બીજું કોણ હસ્તક્ષેપ કરી શકે? ઋતુરાજના હસ્તાક્ષરો થવાની વાર છે હવે બસ... "

નેહા - " શિવમ... "

જાહ્નવી - " શું?"

નેહા - " એમ કહું છું શિવમ આવે છે આપણી તરફ.. "

શિવમ - " કેમ છે નેહા?"

નેહા -" મજા છે તને કેમ છે?"

શિવમ - " બહુ સારું.. કેમ છે જાહ્નવી. "

જાહ્નવી - " બસ જો સારુ હો.. "

શિવમ - " મને તારા નોટ આપીશ લેક્ચરના તો એકઝામમાં થોડી સરળતાથી વંચાય જાય.. સાંભળ્યું તેં બહુ સારા નોટ બનાવ્યા છે."

જાહ્નવી - " હા સારું પણ કાલે પાછા આપી દે જે, મારે જોઈએ છે."

શિવમ - " હા ચોક્કસ. "

****

બીજાં દિવસે પરીક્ષાનું ટાઇમટેબલ પણ લાગી જાય છે, શિવમ જાહ્નવી પાસે આવે છે.

શિવમ - " પરીક્ષાનું ટાઈમ ટેબલ પણ લાગી ગયું. "

જાહ્નવી - " હા હવે બસ વાંચવાનું.. "

શિવમ - " મારી પાસે પરીક્ષા લક્ષી મટીરીયલ તથા મનોવિજ્ઞાન ના ઘણાં પુસ્તકો છે તારે જોતા હોય તો કહેજે. "

મનોવિજ્ઞાન જાહ્નવીનો મનપસંદ વિષય એટલે એ ખુશ થાય છે.

જાહ્નવી - " તને પણ મનોવિજ્ઞાન ગમે છે?"

શિવમ - " હા ખૂબ જ. "

જાહ્નવી - એ તો મારો પણ પ્રિય વિષય છે. "

શિવમ - " હું કલાકો એ વિષય પર વાત કરી શકું. "

જાહ્નવી - " અરે વાહ !! હું પણ તો એક કામ કરજે હમણાં રોજ મને એક એક પુસ્તક આપજે હું જોઈ લઈશ.. "

શિવમ - " હા. "

****

લલિતાબેનને નિશામાસીનો ફોન આવે છે.

લલિતાબેન - " હા સારું ત્યારે આમેય જાહ્નવીનું વેકેશન જ હશે તો વાંધો નહિ આવે. "

નિશામાસી -" ઋતુરાજની એવી ઈચ્છા છે કે બધું સાદગી થી જ થાય હું પણ એ વાતથી સહમત છું. તમારે તમારી અનુકૂળતા મુજબ જ તૈયારી કરવાની છે.

****

જાહ્નવીની સગાઈની તારીખ નક્કી થાય છે, ત્યારે એની યુનિવર્સિટીની પરિક્ષા પુરી થઈ ગઈ હશે અને વેકેશન હશે એમ જાણી એ ખૂબ ખુશ થાય છે. ઋતુરાજ પણ આ વાત જાણી નાચી ઊઠે છે. એ બન્નેની ફોન પર વાતો ચાલુ થાય છે.

****

બસ, આમ જ દિવસો વીતવા લાગે છે. હિના જૂનાગઢ પરત ફરે છે. એની નણંદના લગ્નની તૈયારીઓ કરવામાં લાગી જાય છે.

આ બાજુ દ્વારકામાં દિવ્યાના સંબંધ માટે એક જગ્યાએથી વાત આવે છે.

ઋતુરાજને કંપની તરફથી એક નવો પ્રોજેકટ મળે છે અને એનું એને ખૂબ કામ રહે છે.

જાહ્નવી અને શિવમ વચ્ચે પુસ્તકોનું આદાનપ્રદાન શરૂ થાય છે.

લલિતાબેન, જાહ્નવી તેમજ ઘરનાં બીજા સભ્યો બેઠાં હોય છે. સગાઈમાં કેટલાં મહેમાન આવશે, શું જમવાનું રાખશું, હોલ કયો બુક

કરશું વગેરે વગેરે વાત નક્કી થાય છે જાહ્નવી ઋતુરાજનો ફોન આવે છે એ અગાસી પર વાત કરવા જતી રહે છે.

જાહ્નવી - " કેમ છો?"

ઋતુરાજ - " દિવસો ગણું છું કે ક્યારે આપણે મળીએ. "

જાહ્નવી - " એમ?"

ઋતુરાજ - " હા, તને ખબર છે કે હું તને કેટલો પ્રેમ કરું છું તને?"

જાહ્નવી - " ના કેટલો?"

ઋતુરાજ - " જો કોઈ કહે કે પ્રેમ એ સ્વર્ણનું રૂપ છે તો મારા પ્રેમથી તારા માટે સ્વર્ણનગર બની જાય એટલો..

જો કોઈ કહે કે પ્રેમ એ મધનું સ્વરૂપ છે તો મારા પ્રેમથી તારા

માટે મધનો સમુદ્ર ભરાય જાય એટલો..

જો કોઈ કહે કે પ્રેમ એ શબ્દનું સ્વરૂપ છે તો મારા પ્રેમથી તારા માટે

કવિતાઓ લખાય જાવ એટલો..

જો કોઈ કહે કે પ્રેમ એ ચંદ્રકળાનું એક સ્વરૂપ છે તો મારા પ્રેમથી તારા

માટે પૂર્ણિમા રચાય એટલો.. "

જાહ્નવી - " અરે વાહ !! કવિરાજ શું વાત છે?"

જાહ્નવી વાત કરતી હોય છે ત્યાં એના ફોનમાં કોઈનો ફોન વેઇટિંગમાં બતાવે છે.

ઋતુરાજ - " તો પછી હું તને જેટલો પ્રેમ કરું છું એનાથી વધુ કોઈ કરી શકે?"

હજુ પણ ફોન વેઇટિંગમાં આવતો હોય છે.

જાહ્નવી – " એક મિનિટ ઋતુરાજ "

જાહ્નવી -"ફોનની ડિસ્પ્લે પર જુએ છે. એ કહે છે... શિવમ...

ઋતુરાજ - " શું ??"

જાહ્નવી - " અરે ના ના એમ નહિ શિવમનો ફોન વેઇટિંગમાં આવે છે મેં તમને વાત કરી હતી ને એ.. "

ઋતુરાજ - " સારું.. સારું.. "

જાહ્નવી -" અમારી મનોવિજ્ઞાનની ચર્ચા તમે સાંભળો તો સાંભળતા જ રહી જાવ. "

ઋતુરાજ - " એમ ? ખબર નહિ પણ તમારું આ મનોવિજ્ઞાન મારા ગળેથી તો ઊતરે નહિ હો "

જાહ્નવી - " એના માટે એમાં રસ હોવો જરૂરી છે. "

ઋતુરાજ- " તો તું એની સાથે વાત કરી જો કદાચ એને કંઈ કામ હશે, હું તને પછી ફોન કરું. "

જાહ્નવી ફોન મૂકે છે ત્યાં શિવમનો ફોન આવે છે.

શિવમ - " અરે, સોરી અત્યારે આમ ફોન કરવા માટે. "

જાહ્નવી - " ના ના વાંધો નહિ કે ને. "

શિવમ - " એક મનોવિજ્ઞાનની સ્પર્ધા છે આવતીકાલે, આપણે ત્યાં રાજકોટમાં જ. "

જાહ્નવી - " એમ? પણ આપણને તો જાણ જ નથી. "

શિવમ - " હા માત્ર ટીવી સમાચારમાં જ એ લોકોએ આપ્યું છે, એમાં દરેક કોલેજમાંથી ૨ વિદ્યાર્થી ભાગ લઈ શકે તો મેં વિચાર્યું શુ આપણે ભાગ લેવો છે?"

જાહ્નવી - " સ્પર્ધા ક્યારે છે?"

શિવમ - " આવતીકાલે સાંજે "

જાહ્નવી -" કંઈ ખબર પડતી નથી શું કરવું?"

શિવમ - " અરે, લઈએ ને ભાગ અને મનોવિજ્ઞાનનો કોઈપણ જટિલ પ્રશ્ન હશે તો એનો ઉકેલ તને ખબર જ હશે ને અને નહિ હોય તો હું તો છું જ.. !!"

જાહ્નવી - " હા સારું તો કાલે સાંજે હું ત્યાં જ મળીશ સીધી. "

શિવમ - " હા, સારું. "

જાહ્નવી પછી ઋતુરાજને ફોન કરી આ વાત કરે છે.

ઋતુરાજ - " સારી વાત છે, સ્પર્ધા માટે બેસ્ટ ઓફ લક. "

જાહ્નવી - " ઋતુરાજ, મારો અને શિવમનો સંબંધ પણ વિચિત્ર છે, ક્યારેક અમે સાથે મળીને સ્પર્ધાનું આયોજન કરીએ છીએ તો ક્યારેક સ્પર્ધામાં ભાગ લઈએ છીએ. "

ઋતુરાજ - " જો જો હો હવે ક્યાંક એકબીજા સાથે સ્પર્ધા નાં કરતા કેમ કે હવે એ જ બાકી રહ્યુ છે. "

જાહ્નવી - "તો તો હું જ જીતુ ને. મારી પાસે તો તમે છો અને તમારો સાથ છે અને તમારો પ્રેમ છે તો હું કોઈની પણ સામે જીતી શકું."

ઋતુરાજ - " હા એ તો છે જ ને. "

જાહ્નવી - " ચાલો શુભરાત્રી. "

ઋતુરાજ - " તને પણ.. "

****

સ્પર્ધા માટે જાહ્નવી તૈયાર થઈ નીકળે છે.

લલિતાબેન - " અરે, જાહ્નવી તું એક કામ કરીશ રસ્તામાં?"

જાહ્નવી - " હા, મમ્મી બોલો ને. "

લલિતાબેન - " આપણે જે સગાઈની આમંત્રણ પત્રિકા છપાવવાના છીએ એનો એક નમૂનો તૈયાર હશે તે દુકાન પર તું લેતી આવીશ?"

જાહ્નવી - " હા મમ્મી. "

પછી જાહ્નવી એમના આશીર્વાદ લઈ સ્પર્ધા માટે ઓટોરિક્ષામાં નીકળે છે.

રસ્તામાં જાહ્નવી - " આ આટલી બધી ધૂળ અને આ અવાજ શેનો છે?"

રિક્ષાવાળા ભાઈ - " આ ઓવરબ્રિજ બનવાનો છે ને એની તૈયારીઓ થાય છે, બહુ મોટો બ્રિજ તૈયાર થવાનો છે, જુઓ તો ખરા કેટલો બધો ઊંચો છે આ બિંબ. "

જાહ્નવી બહાર જુએ છે -" હા બહુ જ વિશાળ છે. "

થોડીવારમાં જાહ્નવી નિયત સ્થળે પહોંચી જાય છે.

શિવમ -" માનવ મન એક રહસ્ય" નામનું એક પુસ્તક જાહ્નવીને આપવા માટે લાવ્યો હોય છે. એ રસ્તામાં એક ગિફ્ટ કાર્ડની દુકાન પર ઊભો રહે છે અને કહે છે -" કાર્ડ બતાવો ને"

ત્યાં કાઉન્ટર પરથી પ્રશ્ન પુછાય છે - " કેવું કાર્ડ ?"

શિવમ - " લવ કાર્ડ. "

" જુઓ ત્યાં સામેની બાજુએ છે ત્યાં જતા રહો. "

આમ પ્રત્યુતર મળતા શિવમ ત્યાં જતો રહે છે.

થોડીવાર શોધ્યા પછી એને એક કાર્ડ ગમે છે. ગુલાબના પાંદડીની ડિઝાઇનવાળું જેમાં બે હૃદય દોરેલા હોય છે. એ લઈ લે છે અને લાલ પેનથી એમાં લખે છે.

To

Jahnavi...

નીચે.... From Shivam

અને પછી ખિસ્સામાંથી લખેલ પ્રેમપત્ર પણ અંદર મૂકી દે છે અને કવરમાં કાર્ડ અને પત્ર રાખી એ બીડી દે છે. આ કવરને એ પેલા પુસ્તકની અંદર રાખી દે છે.

શિવમ મનમાં -" જાહ્નવી તું સામે હો ત્યારે તો કંઈ બોલી જ શકાતું નથી એટલે આ રીતે મારા પ્રેમનો એકરાર કરું છું. આજે સ્પર્ધા પછી હું તને આ પુસ્તક આપી દઈશ. મને ડર પણ લાગે છે કે તારો જવાબ શું હશે? તું હા પાડીશ કે ના? બસ કાલે ખબર પડી જશે. "

શિવમ પણ થોડી વારમાં નિયત સ્થળે પહોંચી જાય છે.

****

જાહ્નવી - " શિવમ, મને તો ડર લાગે છે. "

શિવમ - " મનેય.. "

બન્નેના વાક્યો ભલે એક જ હોય પરંતુ ભાવાર્થ અલગ અલગ હતો.

જાહ્નવી સ્પર્ધાને અનુલક્ષીને કહેતી હતી અને શિવમ જાહ્નવીને અનુલક્ષીને..

જાહ્નવી - " આ સ્પર્ધામાં તો ઘણાં બધાં લોકો છે આપણે સિલેક્ટ થશું કે નહીં?"

શિવમ - " અરે હા ચોક્કસ થાશું, વિશ્વાસ રાખ. "

પ્રથમ રાઉન્ડ શરૂ થાય છે. બધાં સ્પર્ધકોને એક કાગળ અપાય છે. એમાં બધા એ એક મિનિટમાં મનોવિજ્ઞાનના લખાયેલા પુસ્તક અને એનાં લેખકનું નામ લખવાનું હતું જેટલાં વધુ લખાય એટલા વધુ ગુણ..

જાહ્નવી અને શિવમ એક પછી એક નામ લખવા માંડે છે, પછી શિવમને અચાનક યાદ આવે છે

- " જાહ્નવી, લખ -' માનવ મન એક રહસ્ય' "

જાહ્નવી - " પણ આ પુસ્તકનું નામ તો નથી સાંભળ્યું. "

શિવમ - " અરે આજે જ હું તને વાંચવા આપવાનો છું. "

જાહ્નવી હસવા લાગે છે - " સારું, સારું. "

એ રાઉન્ડમાં એ સિલેક્ટ થઈ જાય છે. પછી કુલ પાંચ ટિમ બને છે.

પછીના રાઉન્ડમાં મનોવિજ્ઞાનને લગતાં પ્રશ્નો પુછાય છે, એમાં પણ બન્ને ઘણાં સારાં ઉત્તર આપે છે. ત્રીજા રાઉન્ડમાં મનોવિજ્ઞાનના લેખકોના ફોટા બતાવાય છે જેને ઓળખવાના હોય છે એમા પણ જાહ્નવી અને શિવમ જીતે છે.

ફાઇનલ રાઉન્ડમાં બે ટિમ હોય છે, બઝર રાઉન્ડ હોય છે, જેમાં જેને ઉત્તર આવડે એ બઝર દબાવી ઉત્તર આપી શકે.

એનાં અંતે બન્ને ટિમ વચ્ચે ટાઈ થાય છે. સોના શ્વાસ અધર ચઢી જાય છે ખૂબ રસાકસીભર્યું વાતાવરણ સર્જાય ગયું હોય છે તો હવે વિજેતા ટિમ નક્કી કરવા બન્ને ટીમને એક પેઈન્ટીંગ બતાવાય છે...

જેમા રાતના સમયે દરિયા કિનારે એક વ્યકિત ઊભી છે અને એની આંખમા આંસુ છે દરિયાના પાણીમા ચંદ્રનો પડછાયો પડે છે... આજુ બાજુ ખુબ અજવાળુ હોય છે અને એ વ્યક્તિએ આવજો કહેવા હાથ લંબાવેલ હોય છે. એમ દર્શાવાય છે. "

બન્ને ટીમને પ્રશ્ન પુછાય છે કે આમાં આ વ્યક્તિનાં ચહેરા પરનો પ્રમુખ ભાવ, તીવ્ર અહેસાસ કે લાગણી ક્યાં છે?..

જાહ્નવીએ બઝર પર હાથ મુક્યો હતો પણ એને સમજાયું નહીં કે કયો ભાવ ?

શિવમે ફટાફટ એના હાથ પર હાથ મૂકી બઝર દબાવી દીધું એ પોતાની જગ્યાએ ઊભો થયો અને કહ્યું - "સાચો પ્રેમ. "

સામેથી પ્રશ્ન આવે છે - " દુઃખનો ભાવ કેમ નહિ?"

શિવમ - " ના આંસુઓ એ માત્ર દુઃખનું જ પ્રતીક નથી. જુઓ દરિયાના પાણીમાં ચિત્રકારે ચાંદાનું પ્રતિબિંબ દર્શાવ્યું છે, આજુબાજુ અજવાળું જ અજવાળું છે, એ વ્યક્તિનો હાથ આગળ લંબાયેલ છે એ કોઈને પકડવા કે છુટા પડવા નહિ પણ આવજો કહેવા એટલે કે એ વ્યક્તિ એની અતિશય પ્રિય છે, એને એ પ્રેમ કરે છે અને એ એનાથી દૂર જાય છે પણ આ વ્યક્તિ ને એનું દુઃખ નથી. એની આંખમાં અશ્રુઓ છે કે ભલે એ વ્યક્તિ પોતાનાથી દૂર છે પણ જ્યાં છે ત્યાં ખુશ રહેશ.. અને આ જ સાચો પ્રેમ છે.... "

ત્યા બધા પોતાની ખુરશી ઉપરથી ઊભા થઈ તાળીઓના ગડગડાટ મચાવી દે છે. બીજા બધા સ્પર્ધકો પણ ઊભા થઈ શિવમના આ કથનને બિરદાવે છે.

જાહ્નવી-શિવમને વિજેતા જાહેર કરવામાં આવે છે જાહ્નવીનો હરખનો પાર નથી રહેતો. થોડીવાર બાદ બંને ત્યાથી નીકળે છે.

જાહ્નવી એને હાથ મિલાવીને- "વાહ શિવમ માની ગયા હો શુ જોરદાર આન્સર આપ્યો છેલ્લે. . Congrats. . "

શિવમ - " થેન્ક યુ. "

જાહ્નવી - " તેં જેટલું જલ્દી કહ્યું એટલું તો હું ક્યારેય ના કહી શકત, અને હું તો એ વસ્તુ સમજી પણ ના શકત. "

શિવમ - "સારુ.. તારે એ વસ્તુ ક્યારેય સમજવી પણ નહીં પડે જોજે..

જાહ્નવી - " હા, સાચી વાત છે. "

ફરી પાછું જાહ્નવી ઋતુરાજને યાદ કરી કહેતી હતી અને શિવમ જાહ્નવીને જોઇને. "

શિવમ જાહ્નવીને પેલું પુસ્તક આપે છે. જાહ્નવી એને પોતાની બેગમાં મૂકે છે.

જાહ્નવી - " શિવમ, આ ઇનામ અને ટ્રોફી લઈ જઈશ? કાલે હું કોલેજ પર તારી પાસેથી લઈ લઈશ, બેગમાં રહે એમ નથી. "

શિવમ - " હા. "

જાહ્નવી પછી રિક્ષામાં ઘર તરફ ફરે છે. રસ્તામાં એ એક

જગ્યાએ રિક્ષાને ઊભી રાખે છે. એ દુકાનમાં જાય છે, દુકાનની સામે જ નાનકડું રામમંદિર હોય છે.

જાહ્નવી - " જી મારે પેલું સગાઈનું કાર્ડ જોઈએ છે. "

એમ કહી એ પોતાની પાસે કાપલી બતાવે છે. એને કાર્ડ મળે છે.

+. શુભ સગાઈ . +

જાહ્નવી.

સંગ

ઋતુરાજ

જાહ્નવી કાર્ડ જોઈ ખૂબ ખુશ થાય છે એ પછી સામે આવેલ મંદિરે દર્શન કરવા જાય છે.

એ કાર્ડ જાહ્નવી પછી પોતાની બેગ ખોલીને એમાં રહેલા પુસ્તકને બહાર કાઢ્યા વિના જ એમાં વચ્ચે મૂકી દે છે. આમ બન્ને કાર્ડ ભેગાં થઇ જાય છે. જાહ્નવી ત્યાંથી નીકળે છે. રામ મંદિરમાં શંખનાદ થાય છે અને આરતી શરૂ થાય છે.

આમ, **જીવનરૂપી પ્રેમકાગળમાં અજાણતાં જ ઋતુરાજ, જાહ્નવી અને શિવમનો પ્રણયત્રિકોણ રચાય જાય છે.**

જાહ્નવી ઘરે આવીને બધાને સ્પર્ધામાં મળેલી જીત વિશે કહે છે. બધા ખૂબ ખુશ થાય છે. લલીતાબેન ઘરમાં રહેલી મીઠાઈ થી જાહ્નવીનું મોઢું મીઠું કરાવે છે.

લલિતાબેનની આંખમાં આંસુ આવી જાય છે.

નમન - " દીદી, મમ્મી ને શું થયું ?"

જાહ્નવીની આંખો પણ એમને જોઈને ભરાઈ આવે છે.

લલીતાબેન - "હવે થોડા સમયમાં જ મારી દીકરી સાસરે જતી રહેશે, ખબર નહીં મને પછી કેમ ગમશે ?"

જાહ્નવી એમનાં ગાલ પર હાથ રાખી -

"મમ્મી, એમ ના કહો. મારે તો તમને બધાને છોડીને જવાનું છે, હું તમારા વિના કેમ રહીશ એ તો કહો. "

જાહ્નવીને પછી અચાનક યાદ આવે છે,

-" મમ્મી, સગાઈનું કાર્ડ આવી ગયું છે. "

બન્ને ત્યાં બેસે છે. જાહ્નવી નમનને પણ ત્યાં પોતાની પાસે જ બેસાડે છે અને વ્હાલથી એના માથા પર હાથ ફેરવે છે.

પછીએ બેગની અંદર જ પુસ્તક રહેવા દઈ સગાઈનું કાર્ડ કાઢે છે. એટલામાં શિવમ રાખેલું કવર બેગમાં પડે છે જાહ્નવી નું ધ્યાન જાય છે પણ શિવમ નું કાંઇક હશે એમ વિચારી એ એને બહાર કાઢતી નથી.

લલિતાબેન કાર્ડ જોઈને - "વાહ !! આ તો બહુ જ સરસ છે. "

જાહ્નવી - " હા, મને પણ ખૂબ ગમ્યું. "

લલિતાબેન -" સારું ચાલ હવે આ પેલું આમંત્રણ દ્વારકાધીશની આપીએ. લાલ પેન તો આપ. "

જાહ્નવી - " હા, મારા રૂમમાં છે લાવું. "

જાહ્નવી લાલ પેન લઈને આવે છે.

લલિતાબેન પેન લઈને લખવા જાય છે.

લલિતાબેન - " અરે, આ પેન તો ચાલતી નથી. "

જાહ્નવી પછી પેન ખોલીને જુએ છે. રિફિલ પુરી થઇ ગઇ હોય છે.

લલિતાબેન - " બીજી પેન છે?"

જાહ્નવી - "ના. "

લલિતાબેન -" નમન, તારી પાસે છે?"

નમન - " ના મમ્મી. "

લલિતાબેન -" વાંધો નહિ જાહ્નવી તું કાલે લઈને લખી નાખજે."

જાહ્નવી - " હા મમ્મી. "

રાત્રે જાહ્નવી પોતાના રૂમમાં આવે છે. બેગમાંથી " માનવ મન એક રહસ્ય. " બુક હોય છે. થોડીવારમાં ઋતુરાજનો ફોન આવે છે. જાહ્નવી એને કહે છે કે એ કઇ રીતે જીત્યાં. ઋતુરાજ ખૂબ ખુશ થાય છે.

ઋતુરાજ - " અરે, મારે આ શિવમને મળવું પડશે. એની પાસેથી સાચા પ્રેમની માહિતી તો લઉં "

જાહ્નવી - " ના હો કોઈ જરૂર નથી. તમારો પ્રેમ તો હંમેશા સાચો જ છે અને સાચો જ રહેશે. તમને ખબર છે આપણી સગાઈની આમંત્રણ પત્રીકા કાર્ડ આવી ગઈ છે. "

ઋતુરાજ - " કેવી છે કે તો ખરા?"

જાહ્નવી પછી એ પત્રિકા હાથમાં લઈ ઋતુરાજને વાંચી સંભળાવે છે.

" શુભ સગાઈ....

જાહ્નવી સંગ ઋતુરાજ...

ઋતુરાજ - " વાહ ! એ દિવસ કેવો યાદગાર હશે, નહિ?"

જાહ્નવી -" હા, હું આભૂષણો અને પારંપરિક વસ્ત્રોમાં સજ્જ હોઈશ. તમારા આગમનની હું આતુરતાથી રાહ જોઇશ તમે જ્યારે આવશો ત્યારે મારા નેત્રો તમારા સિવાય કોઈને નહિ જુએ. હું તમારા તરફ ચાલીને આવીશ. મારો હાથ આગળ કરીશ. તમે મને સગાઈની વીંટી પહેરાવશો ત્યારે હું આ દુનિયાની સૌથી ભાગ્યશાળી વ્યક્તિ

બની જઈશ. પછી હું તમને વીંટી પહેરાવીશ અને એ વીંટી સાથે મારો તમારા પ્રત્યેનો અસીમ સ્નેહ અને વિશ્વાસ પણ સોંપી દઈશ. "

આમ કહેતા કહેતા એ કાર્ડ બુકની વચ્ચે જ મૂકી દે છે અને એને યાદ પણ રહેતું નથી.

ઋતુરાજ - " જાહ્નવી, તારી વાતોથી તો હું પણ ભાવવિભોર થઈ ગયો છું. "

જાહ્નવી - " કહો બીજું શું ચાલે છે"

ઋતુરાજ - " મેં તને મારા નવા પ્રોજેક્ટ વિશે વાત કરી હતી ને? એ લગભગ પૂરો થવા પર છે એમા સફળતા મળશે તો આગલા પ્રોજેક્ટ માટે મને કંપની જર્મની મોક્લી શકે... "

જાહ્નવી -" તમને જરૂર સફળતા મળશે. હું દ્વારકાધીશને પ્રાર્થના કરીશ, "

ઋતુરાજ - " થેન્ક યુ જાહ્નવી, થેન્ક યુ. "

થોડીવાર આમ વાતો કર્યા પછી એ ફોન મૂકી દે છે.

જાહ્નવી પછી પુસ્તકને ટેબલ પર મૂકી દે છે અને બીજા દિવસે લઈ જવાના પુસ્તકો બેગમાં રાખવા જાય છે ત્યાં એને પેલું કવર દેખાય છે. જાહ્નવી એને બહાર કાઢે છે. કવરની અંદરથી એને કાર્ડ મળે છે.

એ જોઈને એના પગનાં તળિયા નીચેથી જમીન ખસકી જાય છે.

****

TO JAHNAVI

I LOVE YOU

FROM – SHIVAM

****

જાહ્નવીનાં હાથમાં શિવમે લખેલ પત્ર આવે છે. એ પત્ર ખોલે છે.

Dear Jahnavi,

તારી સમક્ષ કહેવાની હિમત નાં કરી શક્યો એટલે આ પત્ર દ્વારા મારા હૃદયની ભાવના વ્યક્ત કરું છું. આ વાંચી તારો પ્રત્યુત્તર શું હશે એ મને ખબર નથી. મને તો કંઈ લખતા પણ નથી આવડતું અને ખબર પણ નથી કે પ્રેમપત્રમાં કઈ રીતે લખાય પણ હા જે લખ્યું છે એ હૃદયનાં ઊંડાણથી લખ્યું છે.

જ્યારે મેં તને પહેલી વાર જોઈ ત્યારથી જ હું તને પસંદ કરવા લાગ્યો છું. રોજ તને મળવાનાં બહાના શોધું છું. નવરાત્રી માટે દાંડિયા સ્પર્ધાનું આયોજન કરતાં કરતાં ક્યારે મને તારી સાથે પ્રેમ થઇ ગયો ખબર ના પડી. સ્પર્ધામાં જ્યારે મેં તને જોઈ ત્યારે મારુ સમગ્ર અસ્તિત્વ તારામાં સમાય ગયું હતું. જ્યારે આપણે સાથે ગરબા રમ્યા ત્યારે એ સંગીતના સૂર સાથે મારા તારા પ્રત્યેના પ્રેમના સુરો પણ ચોમેર પ્રસરી ગયાં હતાં. આપણે જ્યારે એ રાતે જોડે ચાલતા હતા ત્યારે જ મારે કહી દેવું હતું કે હું આખું જીવન તારી જોડે ચાલવા માંગુ છું પણ હિમત જ ના થઇ કહેવાની. પુસ્તકોનાં આદાન પ્રદાન અને મનોવિજ્ઞાનની ચર્ચા કરતા કરતા પણ ઘણી વાર થયું કે તને હું કહી દઉં પણ હૃદયની વાત હોઠ પર આવી જ ના શકી,

તો આજે આ પત્ર દ્વારા કહું છું કે જાહ્નવી હું તને ખૂબ પ્રેમ કરું છું.

I LOVE YOU..

તારા જવાબની રાહ જોઇશ. તું શાંતિથી વિચારીને જવાબ આપજે.

From - Shivam.

જાહ્નવી થોડી ક્ષણો માટે સ્તબ્ધ થઇ જાય છે. એને કાંઇ સમજાતું નથી કે શું થઇ રહ્યું છે.

એ પછી એ પોતાના પલંગ પાસે આવે અને ત્યાં બેસી જાય છે. બારી પાસેનાં પડદા પવનથી ઊડતા હોય છે. બહાર રસ્તા પરથી જતાં વાહનોનો અવાજ આવતો હોય છે. રૂમમાં એક અલગ પ્રકારની શાંતિ છવાય જાય છે.

છત પર ફરતાં પંખાનો અવાજ આવ્યાં કરે છે. જાહ્નવીને એની આજુબાજુનું બધું ફરતું હોય એમ લાગે છે. એને એક પછી એક એમ બધાં શિવમ સાથે વિતાવેલા પળો યાદ આવે છે. એની આંખમાં આંસુ આવી જાય છે.

જાહ્નવી વિચારે છે-

" જો મને જરક પણ અણસાર હોત શિવમ કે તારા મનમાં આવુ આવું બધું ચાલે છે મારા માટે તો હું તારી જોડે ક્યારેય બોલત જ નહીં. મેં મારા જીવનની સૌથી મોટી ભૂલ કરી તારી સાથે મિત્રતા કરીને. તને એમ હોય કે તું ધારાસભ્યનો દીકરો છે એટલે ગમે તે છોકરીને પ્રપોઝ કરીશ એ ના નહિ પાડે તો એ તારો ભ્રમ છે. "

એ પછી ગુસ્સામાં એની બુક પોતાના બેગમાં રાખે છે અને શિવમે આપેલ કાર્ડ અને પત્ર પણ....

****

શિવમ વિચારે છે - " કાલે મારા અને જાહ્નવી વચ્ચે નવો સંબંધ શરૂ થશે. "

અહીંયા જાહ્નવી કહે છે - " કાલે મારા અને શિવમના તમામ સંબંધનો અંત આવી જશે. "

પછી એ રડવા માંડે છે.

" હે દ્વારકાધીશ, જયારે પણ મારાં જીવનમાં બધું સરખું થઈ ગયું એમ લાગે છે ત્યારે જ નવી મુશ્કેલીઓ સામે આવી ઊભી રહે છે. "

એટલામાં એનાં ફોનની રિંગ વાગે છે.

" RUTURAJ CALLING

એ મનમાં -" હવે હું ઋતુરાજને શું કહીશ? કઈ રીતે કહીશ બધું?"

બંધ

જાહ્નવી ફોન ઉપાડે છે.

ઋતુરાજ- " કેમ છે ?"

જાહ્નવી - " બસ સારું સારું"

ઋતુરાજ - " કેમ તારા અવાજમાં આજે કંઈક અલગ જ ભાવ આવે છે ?

થોડીવાર પહેલા તો મસ્ત વાતો કરતી હતી. મને ઊંઘ નથી આવતી એટલે થયું તને ફોન કરું તું તો વાંચતી હશે ને?"

જાહ્નવી - " ના ના હું થોડી થાકી ગઈ છું. આજે સ્પર્ધાની દોડાદોડી અને એ બધામાં એટલે બસ સુઇ જવું છે. "

ઋતુરાજ - " હા સારું ચાલ તો બરાબર સુઈ જા, આરામ કર.

****

" આ ઘડિયાલના કાંટા કેમ આટલા ધીમા ફરે છે આજે?"

કોલેજમાં જવાના માર્ગ વચ્ચે નવા કપડાં પહેરી આવેલો શિવમ નવા સુગંધી અત્તરથી મઘમઘતો હતો.

" આજે શિવમ જન્મદિવસ છે તારો ?

શિવમ - " ના, ના એમ જ ખાલી. "

જાહ્નવીનાં આગમનની આતુરતાથી રાહ જોતો શિવમ વારંવાર કોલેજનાં મુખ્ય દ્વાર તરફ જોયાં કરે છે એટલામાં જાહ્નવી અને નેહા આવે છે. શિવમ પોતાની બાઇક પરથી નીચે ઊતરી જાય છે. એનું હૃદય જોર જોરથી ધબકવા લાગે છે.

જાહ્નવી એની નજીક આવતી જાય છે. શિવમ થોડો ચિંતાતુર થઈ જાય છે. જાહ્નવી અને નેહા એની પાસે આવી જાય છે. પરંતુ જાહ્નવી તો

એને જોયા વિના જ આગળ નીકળી જાય છે. શિવમ હતાશ થઈ જાય છે. એનાં હાથ પગ ઠંડા થઈ જાય છે. એને થોડો ઝટકો લાગે છે. પણ પછી

- " અહીંયા બધાં સામે કંઈ જાહ્નવી થોડી ઉત્તર આપે એમ વિચારી એ ક્લાસમાં જતો રહે છે. "

જાહ્નવી રોજ શિવમની હરોળવાળી બેન્ચ પર જ બેસતી પરંતુ, શિવમ આવીને જુએ છે કે એ તો છેલ્લી બેચ પર બેસી ગઈ છે.

એનાથી એકપણ લેકચરમાં દયાન કેંદ્રિત થતુ નથી. લંચ બ્રેક પડે છે બધા જતાં રહે છે.

શિવમ, જાહ્નવી અને નેહા ત્યાં જ હોય છે.

નેહા -"જાહ્નવી, તું કહે તો હું અહીં જ રહું તારી સાથે?"

જાહ્નવી -"ના, ના હું સંભાળી લઈશ. "

નેહા જતી રહે છે. જાહ્નવી શિવમની પાસે જાય છે.

શિવમ-"આજે કેમ ત્યાં બેસી ગઈ અહીંયા જગ્યા તો ખાલી જ હતી. "

જાહ્નવી-"બસ સમય જતાં અમુક વસ્તુઓ બદલી દઈએ એ સારું."

શિવમ-"તેં લેટર વાંચ્યો?"

જાહ્નવી -"હા. "

શિવમ આકુળ વ્યાકુળ થઈ જાય છે. જાહ્નવીનાં ચહેરા પર કોઈ ભાવ સ્પષ્ટ દેખાતો નથી.

શિવમ -"હવે જલ્દી મને તારો જવાબ આપી દે. મારાથી વધુ રાહ જોવાતી નથી. "

જાહ્નવી -" જો હું તને સીધું, સ્પષ્ટ અને શાંતિથી જ કહી દઉં છું કે મારો જવાબ ના છે. "

આ સાંભળી શિવમના હૃદયના ટુકડે ટુકડા થઈ જાય છે.

જાહ્નવી - "મને આવું લખીને આપતાં પહેલા તેં એક વાર પણ ના વિચાર્યું? તારાં મનમાં મારા માટે આવું હશે એ મને જરાક પણ ખબર હોત તો તને પેલા જ રોકી લેત. તને શું લાગે છે કે તું ગમે તે કરી શકે? કોઈ તને ના ના પાડી શકે એમ? તો એ તારો વહેમ છે સાંભળી લે જે. "

શિવમ - " એવું કંઈ જ નથી મારા મનમાં અને તને વાંધો શું છે એ તો કહે?"

જાહ્નવી - " મારે કોઈ જ વધારાની ચર્ચા કરવી નથી. તું બસ મને ભૂલી જા અને આવું બધું મનમાંથી કાઢી નાંખ, હું તને પ્રેમ નથી કરતી અને ક્યારેય નહીં કરું.. "

જાહ્નવી પછી પોતાની બેગમાંથી શિવમનું પુસ્તક કાઢીને આપે છે.

જાહ્નવી - " આ તારી બુક.. આ તારું કાર્ડ અને આ લેટર... તું જાતે જ ફાડી નાંખજે... "

શિવમ જાહ્નવીનો હાથ પકડી લે છે –

"પણ તને મારા પ્રેમમાં ખામી શું દેખાય છે? હું તને કેટલો પ્રેમ કરું છું એ ખબર છે તને?"

જાહ્નવી-"શિવમ, બારે બધાં તારા આમ જોરથી બોલવાથી ભેગા થઇ ગયાં છે અને મારો હાથ મુક નહિ તો તમાચો મારતાં મને વાર નહિ લાગે.. "

શિવમ એનો હાથ છોડી દે છે.

જાહ્નવી - " તું તારી ઝિંદગી જીવ શાંતિથી અને મને મારી જીવવા દે. "

શિવમ - " હું તારા માટે બધું કરી છુટવા તૈયાર છું. તું કહીને તો જો. "

જાહ્નવી - ' તને સમજાતું કેમ નથી કે હું તને પ્રેમ જ નથી કરતી પછી આગળ કશું કહેવાની જરૂર જ નથી ને.. "

શિવમ - " તને એ વાંધો છે ને કે હું ધારાસભ્યનો દિકરો છું, મારી પોતાની ઓળખ નથી તો હું એ ઓળખ બનાવીશ. "

જાહ્નવી - " છેલ્લીવાર કહું છું શિવમ, મારે કોઈ જ લેવાદેવા નથી તું શું છે, કોણ છે, બસ મને છોડી દે અને આ વાતનો અહીંયા જ અંત કર.. "

શિવમ આઘાત પામી બેન્ચ પર ત્યાં જ બેસી જાય છે. જાહ્નવી જતી રહે છે. બહાર ઊભેલા ઘણાં લોકોએ આ જોયું હોય છે. ઠેર ઠેર આ વાત ઊડે છે. શિવમ કોઈ સાથે બોલ્યાં વિના જ કોલેજમાંથી જતો રહે છે.

શિવમ પોતાનાં ઘરે આવીને સીધો પોતાનાં રૂમમાં જતો રહે છે. એ એમ જ અંધારામાં બેસી જાય છે કેમ કે આ રૂમનાં અંધકાર કરતા એ અંધકાર વધુ ઘેરો હતો જે એનાં જીવનમાં જાહ્નવીને લીધે આવ્યો હતો. એનાં જીવનનાં પ્રેમનો સૂર્ય ઉદય થાય એ પહેલાં જ અસ્ત પામી ગયો હતો. શિવમ પર આની ઘેરી અસર થઈ હતી. કોઈ સુખદ સ્વપ્ન અચાનક જ તૂટી ગયું હતું. હતાશ થઈ પછી એ સુઈ જાય છે.

****

અહીંયા જાહ્નવી - "નેહા, મારે ઘરે જતું રહેવું છે. બધાં મને એવી રીતે જુએ છે જાણે મેં કોઈ અપરાધ કર્યો હોય. "

નેહા - " હા, તો ચાલ હું તને ઘરે મૂકી જાવ છું. "

જાહ્નવી પણ ઘરે આવી ઉદાસ થઈ બેસી જાય છે અને પોતાનાં પુસ્તકો વાંચવા માંડે છે.

સાંજે ઊઠ્યા બાદ શિવમ વિચારે છે કે - " કાશ ! એ બધું સપનું હોય. એવું કંઈ બન્યું જ ના હોય. જાહ્નવીએ ના પાડી જ ના હોય. "

એ પોતાનાં બન્ને હાથ માથા પર મૂકી રાખી બધું વિચારવા લાગે છે. છેવટે કંઈ ઉકેલ ન મળતા એ રૂમમાંથી બહાર આવે છે અને એનાં મમ્મી હંસાબેનને કહે છે - "મમ્મી, મને ચા પીવી છે. "

હંસાબેન એનાં માથા પર હાથ રાખી - "શિવમ, દીકરા તારી તબિયત તો ઠીક છે ને? આવ્યો ત્યારનો આમ ગુમસુમ છો. સુઇ ગયો બપોરે જમ્યું પણ નહીં. "

શિવમ - " હા, મમ્મી બધું બરાબર છે બસ થોડું માથું દુખે છે."

હંસાબેન - " હા તો હું હમણાં તારા માટે કડક ચા બનાવી લાવું છું એનાથી તને સારું લાગશે. "

****

અહીંયા જાહ્નવીથી રહેવાતું નથી એટલે એ બધી વાત

ઋતુરાજને કહી દે છે.

ઋતુરાજ - " જાહ્નવી, તું શાંત થઇ જા, જે થયું એમાં તારો વાંક નથી. "

જાહ્નવી - " જ્યારે પણ મને એમ લાગે કે બધું સરખુ થઇ ગયું છે ત્યારે જ કેમ કંઇ નવું આવી ઊભું રહી જાય છે?"

ઋતુરાજ - " અત્યારે તું કંઇ જ ના વિચાર. હવે તારે 3 દિવસ જ કોલેજ જવાનું છે. પછી રીડિંગ ટાઇમ વખતે તો ઘરે જ રહીશ અને પરીક્ષાનું વાંચવામાં બધું ભુલાય જશે. એકવાર અમય વીતી જશે એટલે બધું આપમેળે બરાબર થઇ જશે. "

જાહ્નવીનું મન ઘણું શાંત થઇ જાય છે.

જાહ્નવી - "તમારે પ્રોજેકટનું કામ હશે ને? ચાલો પછી વાત કરશું. "

ઋતુરાજ - " હા, તને કંઇપણ ઊધા વિચાર આવે મને ફોન કરજે."

જાહ્નવી - " હા, તમને બધું કહી દીધું હવે મારૂ મન શાંત થઇ ગયું તમને કહ્યા વિના રહી જ ના શકી. બસ, હવે જલ્દી આપણી સગાઇ થઇ જાય. "

ઋતુરાજ - " હા, એ દિવસની તો હું પણ પ્રતીક્ષા કરું છું. "

****

રાતે શિવમ પોતાના બેગમાંથી માનવ મન એક રહસ્ય પુસ્તક કાઢે છે. એને એ સ્પર્શ કરે છે.

" જાહ્નવી એ પણ આ પુસ્તકને સ્પર્શ કર્યું હશે. "

એ આંખ બંધ કરે છે તો એની સામે જાહ્નવીનું પહેલીવાર પ્રિન્સિપલ સરની ચેમ્બરમાં મળવું, એ દાંડિયા સ્પર્ધાના આયોજન માટેનાં સૂચનો - "ફૂલો તો સાચાં જ રાખશું.. "

એ સ્પર્ધામાં એનું સાથે રમવું, સ્પર્ધા પછી બન્નેનું સાથે ચાલીને જવું, મનોવિજ્ઞાનની સ્પર્ધામાં જીતવું, બધું જ કોઇ ચલચિત્રની જેમ પસાર થઈ જાય છે.

આ વિચારોમાં અજાણતાં જ એના હાથમાંથી પુસ્તક પડી જાય છે અને એમાંથી જાહ્નવીનું સગાઈનું કાર્ડ બહાર પડી જાય છે. શિવમનું ધ્યાન એનાં તરફ જાય છે. ત્યાં રૂમની બારી જોરથી ભટકાઈ છે. એ કાર્ડ લઈ બારીની નજીક આવે છે અને બારીને સરખી ખોલી નાંખે છે.

એ પછી કાર્ડ ખોલે છે.

" શુભ સગાઈ

જાહ્નવી સંગ ઋતુરાજ. "

એક વજ્રઘાત થાય છે. એના પર

" જાહ્નવીની સગાઈ ??? "

" આ શું.... ? "

"જાહ્નવી કોઈ બીજા સાથે સગાઈ કરવાની છે???"

"આવું કેમ થઈ શકે???"

"એ મને આમ છોડી ના શકે.. !!!!!"

શિવમનું હૃદય હવે પૂર્ણ રીતે તૂટી જાય છે. એ નેહાને મેસેજ કરે છે. નેહાનો થોડીવાર પછી રીપ્લાય આવે છે.

નેહા - " હા, શિવમ જાહ્નવી જે છોકરાને પ્રેમ કરે છે એ ઋતુરાજ છે અને એની સાથે જ એની સગાઈ થવાની છે. એટલે હવે તું આ વાસ્તવિકતા સ્વીકારી લે અને એને મહેરબાની કરીને હેરાન ન કરતો.. "

શિવમ સામે હવે બધું સ્પષ્ટ હતું. પણ એનું હૃદય માનવ તૈયાર જ ન હતું. એ આખી રાત પથારીમાં જાગતો, પડખા ફરતો પડ્યો રહે છે અને ક્યારે સૂર્યોદય થઈ જાય છે ખબર પડતી નથી.

****

શિવમ કોલેજ માટે તૈયાર થાય છે પણ ઉત્સાહનો એક ભાવ એના મુખ પર દ્રશ્યમાન થતો નથી. એ તૈયાર થઈ કોલેજે જાય છે. લેક્ચરમાં પણ એનું ધ્યાન લાગતું નથી. એક લેકચર પૂરું થયા પછી એ જતો રહે છે અને કેન્ટીનમાં બેસે છે. અનિકેત એને આવીને મળે છે. નેહા એ અનિકેતને બધી વાત કરી હોય છે. શિવમના ખભા પર એ હાથ મુકે છે

અનિકેત - " શિવમ, બધું બરાબર તો છે ને?"

શિવમ - " હા, બધું બરાબર જ હતું. બસ મને જ ના દેખાયું.. !"

અનિકેત - " શિવમ, તારી તકલીફ હું સમજી શકું છું અને એનો ફક્ત એક જ ઈલાજ છે. સમય... જેમ જેમ દિવસ વીતશે તું બધું ભૂલી જઈશ.. આપણી પરીક્ષા આવે છે તો આપણે સાથે વાંચશું બરાબર...?"

શિવમ - " હા બરાબર.. "

****

જાહ્નવી અને નેહા છૂટીને ઘરે જતાં હોય છે. શિવમ પોતાનું બાઇક ચાલુ કરે છે એ આગળ જુએ છે કે જાહ્નવી જાય છે. રોજ શિવમ

કોલેજના ગેઇટથી જમણી બાજુ તરફથી પોતાના ઘરે જતો એ જ બાજુથી જાહ્નવી પણ ઘરે જતી.

જાહ્નવી અને નેહા ગેઇટની બહાર પગ મૂકે છે. શિવમની બાઇક પણ ગેઇટની નજીક પહોંચે છે.

જાહ્નવી - " જોયું, તે એ જાણીજોઈને આપણી પાછળ આવે છે હવે આખા રસ્તે તે આમ કરશે. "

એમ કહી જાહ્નવી જમણી બાજુ તરફ ચાલવા માંડે છે. પરંતુ, શિવમ પોતાની બાઇક ડાબી તરફ વાળી લે છે અને જતો રહે છે.

શિવમ (મનમાં) -" જાહ્નવી, જો ભૂલ મારી હતી તો એને સુધારીશ પણ હું જ.. જો હું તારા રસ્તા પર હતો તો હું જ હવે એ રસ્તો છોડી દઈશ. "

નેહા પાછળ જુએ છે અને જાહ્નવીને કહે છે - " એણે તો રસ્તો જ બદલી નાંખ્યો.. "

જાહ્નવી - " એનાં માટે એ જ સારું છે. "

નેહા - " હા એ પણ છે. "

ટમટમતાં તારા વચ્ચે બીજનો ચંદ્ર પોતાની હાજરી દર્શાવી રહ્યો હતો. થોડી થોડી વારે એ વાદળોની પાછળ સંતાઈ જતો હતો.

ઓફિસમાં મોડે સુધી કામ કરી રહેલ ઋતુરાજને કાચની બારીમાંથી આ દ્રશ્ય દેખાય છે. એ વિચારે છે-

" આ ચંદ્ર આજે કેટલો સુંદર લાગે છે કે મારાં સ્વપ્નો મને આજે આવી અનુભૂતિ કરાવી રહ્યાં છે. બસ, એ ક્ષણની રાહ જોઉં છું જ્યારે મારા હાથમાં જાહ્નવીનો હાથ હશે.

****

પોતાના રૂમની બારી પાસે ખુરશી રાખી વાંચી રહેલ જાહ્નવી પણ ચાંદાની આ મનમોહક બાજુ જોઈ વિચારે છે.

" આજે આ ચંદ્ર કેમ આટલો તેજસ્વી લાગે છે કે પછી મારી ઊર્મિઓ મને આવી ઝંખના કરાવી રહી છે. હવે બસ એ ક્ષણની પ્રતીક્ષા છે જ્યારે ઋતુરાજનો હાથ મારાં હાથમાં હશે. "

પોતાનાં આલીશાન બંગલોની છત પર ચારો તરફ ગોઠવાયેલા રંગબેરંગી ફૂલો ધરાવતાં કુંડાની વચ્ચે આવેલાં રાજસ્થાની રજવાડી હિંચકા પર ઝૂલતાં ઝૂલતાં શિવમ આકાશને જોઈ કહે છે.

" ઘણાં સમય પછી કોઈ એવું મળ્યું હતું જેની સાથે આખી ઝિંદગી વિતાવવાની મનસા થઈ આવે. પણ નસીબ તો જો ચાંદા, એ પણ મારી પાસે ન રહ્યું. એ કોઈ બીજાને પ્રેમ કરે છે અને એની સાથે ખુશ રહે. હવે બસ એ જ મારી પ્રાર્થના છે.

કેમ કે

પ્રાપ્તિ એ જ હંમેશા પ્રેમનું પરિણામ ના હોઇ શકે..

ત્યાગનું બીજું નામ પણ પ્રેમ છે... "

પોતાનાં નેત્રોનાં ખુણા પર આવી ચુકેલા દર્દરૂપી અશ્રુઓને શિવમ વહેવા દે છે. થોડીવાર પછી ચંદ્ર વાદળોમાં ઢંકાય જાય છે. જાહ્નવી રૂમની બારી બંધ કરી દે છે.

ઋતુરાજ ઓફિસનો પડદો આડો કરી દે છે અને શિવમ હિંચકા પર ઝૂલતો રહે છે. અને ચન્દ્રમાં ઉપરથી સંતાઈને ધરતી પરનો આ નજારો નિહાળ્યા કરે છે.

***

સવારે શિવમ કોલેજ આવવા માટે તૈયાર થતો હોય છે ત્યાં તેનું દયાન પેલી આમત્રણ પત્રિકા પર જાય છે. એને થોડીવાર દુ;ખ થાય છે પરંતુ, બીજી ક્ષણે એ એને હાથમાં લઈ જુએ છે. જાહ્નવીનાં નામ પર એ સ્નેહથી હાથ ફેરવે છે.

પછી -" તું જ્યાં રહે, જેની સાથે રહે બસ ખુશ રહે. મારો પ્રેમ એટલો પણ સ્વાર્થી નથી જે તને આમ બીજાં સાથે સાંખી ના શકે.. મને મારો પ્રેમ ના મળ્યો તો શું થયું તને તો મળે છે. એ જોઈ હું ખુશ રહીશ.

પછી એ લાલ પેન લઈ કાર્ડમાં "શ્રી સિધ્ધિવિનાયક " લખે છે અને પોતાનાં ઘરનાં મંદિરમાં મૂકી દે છે. જાહ્નવીનાં જીવનનાં આ શુભ પ્રસંગે તમે હાજરી આપજો અને એનાં પર તમારી કૃપાનો હાથ રાખજો. આ તમારું આમંત્રણ એને સ્વીકારજો... "

નેહા - "પરીક્ષા માટે ભલે ગમે એટલાં દિવસથી વાંચતા હોઈએ છેલ્લે તો ઘણું બાકી જ હોય. "

પરિક્ષાખંડમાં પ્રવેશતી વખતે જાહ્નવીને નેહા એ કહ્યું.

જાહ્નવી - " અરે પેપર સારું જ જશે, ચિંતા ના કર. "

શિવમની બેઠક જાહ્નવીની હરોળની બેન્ચમાં જ હોય છે. પરંતુ, જાહ્નવીને જરા પણ પરેશાની નાં થાય એ હેતુ એ નજરો પણ એ બાજુ કરતો ન હતો.

પેપર પૂરું થાય છે, બધાં બહાર નીકળે છે.

જાહ્નવી - " પેપર લખવાની મજા આવી પણ આગળવાળા અંદર અંદર ચોરી કરતાં હતાં તો વારંવાર ધ્યાન જતું હતું. "

નેહા - " ચાલ્યા કરે બધું.. પેપર પૂરું થયું બસ.. !!!"

બીજા દિવસે જો કે જાહ્નવીને એ સમસ્યાનો સામનો કરવો પડતો નથી. એક પછી એક બધાં પેપર વીતે છે. જાહ્નવીનું મનોવિજ્ઞાનનું પેપર ખૂબ સારું જાય છે. પરીક્ષા પુરી થાય છે. બધાં કિલ્લોલ કરતાં બહાર નીકળે છે અને વેકેશન માણવાની તૈયારીઓ કરે છે.

જાહ્નવીની સગાઇની તૈયારીઓ પુરજોશમાં થાય છે. આ બાજુ દિવ્યાને જે છોકરો જોવા આવ્યો હતો એ દિવ્યાને પસંદ આવે છે

દિવ્યા જાહ્નવીને આ વાત કહેવા ફોન કરે છે.

દિવ્યા - " જાહ્નવી, તને તો ખબર જ હશે. "

જાહ્નવી જાણે કંઈ જાણતી જ ન હોય એમ - "ના શેની?"

દિવ્યા -" અરે ઘરે ફઇએ કીધું જ હશે !!"

જાહ્નવી - " ના મને ખબર નથી કોઈએ કહ્યું નથી, શેની વાત કરે છે?"

જાહ્નવીને નાટક કરવાની મજા આવતી હતી.

દિવ્યા -"મને જોવા આવ્યા હતાં એ. "

જાહ્નવી - " ઓહો... !!! તો તને જોઈ લીધી?"

દિવ્યા -" મારી ખેંચવાનું બન્ધ કર હવે તું પકડાઇ ગઇ.. "

જાહ્નવી - " ખૂબ ખૂબ શુભેચ્છાઓ. "

દિવ્યા - " આભાર.. ભરત નામ છે અને અહીંયા મીઠાપુરમાં જ રહે છે ત્યાંની કંપનીમાં એન્જીનીયર છે. "

જાહ્નવી- " વાહ ! આપણી ભાગ્યરેખાઓ કેટલી સમાંતર જાય છે."

દિવ્યા - " હા, પેલા તારી સગાઇ પછીનાં જ અઠવાડિયામાં મારી સગાઇ ... ડબલ ધમાકા.. તારી સગાઈમાં ભરતને બોલાવશું અને મારી સગાઈમાં ઋતુરાજને.. "

જાહ્નવી - " હવે તું ક્યારે આવે છે અહીંયા?"

દિવ્યા- " બસ હું પરમ દિવસે આવું જ છું.. આપણે બન્ને સાથે જ ખરીદી કરીશું. "

જાહ્નવી - " હા તારી કંપનીની ખૂબ જરૂર છે, જલ્દી આવી જા. "

દિવ્યા - " તું આંખ બંધ કરી ખોલ ત્યાં હું આવી જઈશ.. I mean આજે રાત્રે ઊંઠિ જા પછી હું આવી જઈશ.. "

જાહ્નવી - " ચાલ મળીએ.. લક્ષને પણ લેતી આવજે નમનને પણ મજા આવશે. "

દિવ્યા - " હા, સારું અમે બેય આવશું. "

****

ઘરનાં દરવાજા પર ઘંટી વાગે છે. નમન દરવાજો ખોલે છે.

નમન - "લક્ષ !!"

એ લક્ષને ભેટી પડે છે. દિવ્યા નમનનાં માથા પર હાથ મૂકે છે.

લલિતાબેન - " આવતાં રહો અંદર તમારી જ રાહ જોવાતી હતી."

દિવ્યા - " જય શ્રી કૃષ્ણ ફઇ કેમ છે?"

લલિતાબેન - " મજા છે શું કરે દ્વારકા બધાં?"

દિવ્યા- " મજા.. જાહ્નવી?"

લલિતાબેન - " ન્હાવા ગઈ છે. "

નમન - " લક્ષ, ચાલ તને મારી વિડીયોગેમ બતાવું. "અને એ બન્ને જતાં રહે છે.

દિવ્યા - " હું જાહ્નવી પાસે જાઉં છું. "

દિવ્યા એનાં રૂમમાં જાય છે. બાથરૂમનો દરવાજો ખટખટાવી-

" એકદમ ઘસી ઘસીને હોં જાહ્નવી ઋતુરાજને એમ ન થવું જોઈએ કે તારો વાન ગોરો નથી.. !!!"

અંદરથી જાહ્નવી - " તું ઊભી રહે હમણાં બહાર આવીને તારી ખબર લઉં છું.. "

****

આ બાજુ બરોડા પહોંચેલી હિનાને ઋતુરાજ તેડવા છે.

હિના ઋતુરાજનો હાથ પકડી - " ભાઈ કેમ છે?"

ઋતુરાજ - " બહુ થાકી જવાય છે, એકબાજુ પ્રોજેક્ટનું કામ અને બીજી બાજુ સગાઈની તૈયારીઓ. "

હિના - " હવે તું કામમાંથી રજા લઈ લે બસ. "

ઋતુરાજ - " હા, આજે જ મારે વાત કરવી પડશે. "

હિના - " ચાલ ઘરે જઈએ. "

અને બેય ઘરે આવવા નીકળે છે.

****

જાહ્નવી ન્હાઈને બહાર આવે છે. ભીનાં વાળનો બાંધેલો અંબોળો અને એમાંથી ટપકતી જલની બુંદો એના યૌવનને વધુ માદક બનાવતી હતી.

જાહ્નવી - " દિવ્યા, તો તું શું કહેતી હતી હવે કે તો. "

દિવ્યા - " ના ના કઈ નથી કહેતી તને કંઈ કહેવાય?"

જાહ્નવી- " મને ફોટો તો બતાવ ભરતનો.. "

દિવ્યા- " હા, ચાલ તૈયાર થઈ જા બતાવું છું. "

****

કબાટનાં ખાનાં માંથી એક ફોટો લઈ એને જોતાં જોતાં. એનાં પર સ્પર્શ કરતાં કરતાં એને હૃદયે લગાડી વ્હાલ કરતાં કરતાં અશ્રુના ચાર પાંચ ટીપાં પડી જાય છે અને એ અશ્રુઓમાં શિવમનું પ્રતિબિંબ રચાય જાય છે.

" શિવમ, નાસ્તો કરવાં આવી જા. "

શિવમ - " ના, મમ્મી ભૂખ નથી. "

હંસાબેન - " મારે કંઈ નથી સાંભળવું અહીંયા આવ તો... તે હમણાં આ બધું શું માંડ્યું છે?"

શિવમ - " હા મમ્મી, આવું છું. "

****

દિવ્યા- "કેવા લાગ્યો"

જાહ્નવી- "ઠીક ઠીક"

દિવ્યા- "શું ? ઊભી રહે.. "અને એની બાજુમાં પડેલ તકિયો લઈ એની પર ફેકે છે.

જાહ્નવી-"છોકરાનું નાક ત્રાંસુ છે. "

દિવ્યા-"ઊભી રે તો"અને કહી એ જાહ્નવીની પાછળ દોડે છે.

જાહ્નવી રૂમનો દરવાજો ખોલી બહાર નીકળે છે.

લલિતાબેન –"એ આ છોકરાઓને જોઈને કોણ કહેશે કે હમણા સગાઈ છે બેયની. "

જાહ્નવી લલિતાબેનની પાછળ આવી જાય છે.

દિવ્યા- "ઊભી રે આજે તો તુ ગઈ જ... ફઈ તમે એને ના બચાવતા. "

એમ કહી એ એની પાછળ આવે છે.

જાહ્નવી દોડતી લક્ષ-નમન પાસે જાય છે.

લક્ષ- "દિવ્યાદીદી, મારી ગેમ ચાલુ છે. "

જાહ્નવી- "ઊભો રહે ગેમ વાળા".. એમ કહી એ એના હાથ માંથી રીમોટ લઈ લે છે અને રમવા માંડે છે.

નમન-"અલ્યો દિવ્યાદીદી મારુ રીમોટ દીદીને હરાવી છે. "

પછી બેય રમે છે.

દિવ્યા-".... તુ હારી ગઈ... હુ જીતી ગઈ... "

જાહ્નવી- " એય હજી એકવાર રમ હુ હરાવી દઈશ.... "

દિવ્યા- " યે......... તુ હારી ગઈ... "

જાહ્નવી- "ના તે ચીટીગ કરી... ફરીથી... "

પછી બંને હસીને એકબીજાને ભેટી પડે છે.

જાહ્નવી- તારે માટે તો સો વાર હારી જાવ. "

લક્ષ અને નમન પણ એ બેયને ભેટી પડે છે. લલિતાબેન પોતાના ફોનમાં બંધાનો ફોટો પાડી લે છે...

જાહ્નવી- "આજે કેટલા બધા દિવસ પછી આટલી મસ્તી કરી."

દિવ્યા- "હા મે પણ... ચાલ હવે તે શુ શુ ખરીદી કરી છે બતાવ. "

જાહ્નવી- "હજુ થોડુક જ લીધુ છે. આજે સાંજે જાઈ આપણે બીજું બધુ લાવશું. "

દિવ્યા- "હા સારું "

****

સાંજ થવા આવી હતી.

હંસાબેન શિવમને થોડો બહાર મોકલવા.

હંસાબેન-"જા ને શિવમ મને આટલો સામાન શોપિગ મોલમાંથી લઈ આવી દે ને.. "

શિવમ – " હા સારુ. "

એ યાદી લઈ ઘરની બહાર આવે છે.

આ બાજુ સગાઈ માટે ખરીદી કરવા નીકળેલી દિવ્યા અને જાહ્નવી પણ શોપીગ મોલમાં પ્રવેશે છે.

દિવ્યા- "ચાલ, કંયાથી શરૂ કરીશું ? "

જાહ્નવી- અં.. થોડી મેચિગ બંગડીઓ અને એવું બધુ લઈ લઈએ...

પછી બેય એ લેવામાં વ્યસ્ત થઈ જાય છે.

****

જાહ્નવી-" આ સાડી કેટલી મસ્ત છે જો તો દિવ્યા... "

ત્યા સાડી સ્ટોલમાં રહેલી એક આછા ગુલાબી રંગની મોતીથી ભરતકામ કરેલી સાડી તરફ એનું દયાન જાય છે.

દિવ્યા- " હા ચાલ આનો ભાવ પુછીએ"

ત્યાથી પસાર થઈ રહેલા શિવમનું દયાન જાહ્નવી તરફ જાય છે.

એ ત્યા કાચના દરવાજાની પાછળ ઊભો રહી જાય છે સંતાઈ ને એ હસતી જાહ્નવીને જોયા રાખે છે એના પગ ત્યાં જ સ્થિર થઇ જાય છે. જાહ્નવીના મુખ પરનું સ્મિત શિવમને પણ અપાર ઠંડક આપી જાય છે.

જાહ્નવીને અચાનક એમ લાગે છે કે કોઈ ત્યાં દરવાજાની બહારે થી એને જુએ છે જેવી એ ત્યાં જુએ છે. શિવમ સંતાઇ જાય છે ફરી જાહ્નવી દિવ્યા સાથે વાત કરવા લાગે છે એ ત્યા કાઉન્ટરે આવી સાડીનો ભાવ પુછે છે.

દિવ્યા- "બહુ મોઘી કહેવાય... "

જાહ્નવીનુ મોઢુ પડી જાય છે એ સાડીને ત્યા જ મુકી જતી રહે છે જાહ્નવી બહારે આવે શિવમ ત્યાં બહાર રાખેલા પૂતળા પાછળ સંતાય જાય છે.

જાહ્નવી અને દિવ્યા ત્યાંથી નીચે જતાં રહે છે નીચે મુખ્ય દ્વાર પાસે દિવ્યા અને જાહ્નવીને શિવમ જતા જુએ છે.

શિવમ વિચારે છે- " બે દિવસ પછી તારી સગાઈ છે જાહ્નવી... તારા જીવનની આ ધારામા કયારેય કોઈ અવરોધ ના આવે હંમશા આમ જ વહેતી રહે જે.... "

****

રસ્તામાં દિવ્યા- "જાહ્નવી સગાઈ માટેના હોલ પર કાલે સાંજે જ જતા રહીશું ને ? "

જાહ્નવી- " હા હો... બધા મહેમાન આવતી કાલે જ આવી જશે.

દિવ્યા – "ભરત તો પરમ દિવસે સવારે જ આવશે એમને એક જ દિવસની રજા મળી છે. "

જાહ્નવી- " એમ ? એમને એક જ દિવસની રજા મળી છે. "

દિવ્યા – " હા, હો હવે ચાલ ઘરે "

****

ઘરે આવેલી દિવ્યા અને જાહ્નવીને લલિતાબેન કહે છે.

જાહ્નવી, સગાઈના દિવસે પહેરવાનું ચોલી સુટ આવી ગયુ છે જા જોઈ લે અત્યારે ફિટિંગ બરાબર તો છે ને. "

દિવ્યા- " ચાલ ચાલ આપણે જોઈ લઈએ. "

દિવ્યા જાહ્નવીને તૈયાર કરે છે.

દિવ્યા-" એ જાહ્નવીને હવે દર્પણમાં જો તો ખરા. "

જાહ્નવી – "સાચે ? "

દિવ્યા – " ધીમે ધીમે જો જે કયાંક તારા સૌદર્યનાં પ્રવાહથી દર્પણ તૂટી નાં જાય. "

જાહ્નવી થોડી શરમાય જાય છે. એ ધીમે થી એની નજરો ઊંચી કરી જુએ છે.

જાહ્નવી- " દિવ્યા, ઋતુરાજ ને હું ગમીશને આમાં ? "

દિવ્યા – "શંકાને સ્થાન નથી જાહ્નવી. "

"ચાલ તારા ફોટો પાડી લઈએ આમાં. "

પછી એ જાહ્નવીનાં ફોટા પાડે છે લલિતાબેન ને દિવ્યા બોલાવી લાવે છે.

જાહ્નવીનાં ઓરતા લઈ એ કહે છે

"મારી સાડીનો પાલવ પકડી ચાલતી મારી દીકરી ક્યારે આટલી મોટી થઇ ગઇ ખબર જ ના પડી હવે તો એ થોડો દિવસોમાં સાસરે પણ જતી રહેશે.

જાહ્નવી લલિતાબેનને ભેટી પડે છે એની આંખમાંથી પણ અશ્રુઓ વહી જાય છે.

દિવ્યા- " ચાલો Smile...બંનેના એક ફોટો લઈ લઈ એ... "

સુરેશભાઇ – " અરે, જાહ્નવી જો તો આ તારી સગાઇની વીટી આવી ગઈ છે. "

રૂમમાં પ્રવેશ કરતાં સુરેશભાઈ જાહ્નવીને વ્હાલથી જોતા જ રહ્યાં.

સુરેશભાઈ એના માથા પર હાથ મુકી કહે છે.

"જાહ્નવી, તુ બરોડા જઇ મને ભુલી તો નહિ જા ને? "

જાહ્નવી ભાવુક થઇ જાય છે અને એમને ભેટી પડે છે

જાહ્નવી- " ના પપ્પા, ક્યારેય નહિ. "

દિવ્યા એક વધુ સ્મૃતિ કેદ કરી લે છે.

****

" આનંદની કોઈ મેઘવાદળી છો કે સ્નેહની તું સરિતા છો...

તું જ મારી પંક્તિઓ અને તું જ મારી મનગમતી કવિતા છો..."

સવારે જાહ્નવીનાં મોબાઈલમાં ઋતુરાજનો આ હસ્તલિખિત મેસેજ આવે છે અને જાહ્નવીની સવાર ખીલી ઊઢે છે..

બાજુમાં સુતેલી દિવ્યા એને કહે છે.

" શું વાત છે જાહ્નવી સવાર સવારનાં ઋતુરાજના મેસેજને વાંચી ખુંશ ખુંશ થઇ ગઈ. "

જાહ્નવી પલંગ પરથી ઊભી થાય છે

-" દિવ્યા, મારી તો સવાર ની ચા અને રાતની ચાદર ઋતુરાજ જ છે. "

જાહ્નવી પછે બારી ખોલે છે સુર્યનાં કિરણો એના મુખારવિંદને ઉમસિત કરી દે છે.

જાહ્નવી કહે છે.

સવારના સૂર્યનાં આ કોમળ કિરણોની જેમ ઋતુરાજ મને પ્રકાશિત કરે છે અને રાતનાં ચાંદાની જેમ એ મને શીતળતા આપી જાય છે હું ઘણીવાર વિચારતી ચાંદને જોઈને કે શું હશે એની બાજું?

પણ હવે ઋતુરાજને મળ્યા પછી હુ જોરજોરથી કહું છું દિવ્યા ઊભી થા... "

એ દિવ્યાને લઈ ફુદરડી ફરે છે.

" હુ રાતનાં ચાંદાને જોર જોરથી કહેવા માંગુ છુ કે જરૂર નથી જોવાની હવે મારે શું છે - **ચાંદા તારી બીજી બાજું** "

દિવ્યા "હા હા મારી બેન હવે જલ્દી તૌયાર થઈ જઈએ. "

****

જાહ્નવી તૈયાર થઈ ઋતુરાજને ફોન કરે છે.

જાહ્નવી- " બહુ સુંદર પંક્તિઓ હતી તમારી "

ઋતુરાજ- " તારાથી વધારે સુંદર ના હોઈ શકે. "

જાહ્નવી – " અને હું તમારા સાથથી સુંદર છું. હુ તો હંમેશા તમારી સંગ જોડાયેલી જ છું.

જયાં ઋતુરાજ નામ પૂરું થાય છે

ત્યાં જાહ્નવી શરૂ થાય છે "

ઋતુરાજ- " શું વાત છે. આજે તો તું પણ મારી જેમ બોલવા લાગી. "

જાહ્નવી થોડુ હસે છે. પછી કહે છે. "થઈ ગઈ બધી તૈયારીઓ?

ઋતુરાજ – " હા થઈ ગઈ.. બસ, કાલે સાંજે આપણી સગાઈ સંપન્ન થઈ જશે. "

જાહ્નવી – "હા, હું પણ રાહ જોઉ છુ એ પળની.. ચાલો, મારે મંદિરે જવાનું છે પછી વાત કરીએ. "

****

હિના ફોન પર ધ્વનિત સાથે વાત કરી રહી હતી.

હિના – " પણ ધ્વનિત તમે કેમ નહિ આવી શકો. "

ધ્વનિત – "હિના, જો હમણા જ આપણા ઘરમાં એક લગ્ન માટે મે ઘણી બધી રજા લઈ લીધી છે. હવે મને રજા મળે એમ નથી."

હિના – પણ તમારા વિના જરાય મન નહિ લાગે. "

ધ્વનિત – પ્રેમની પરિક્ષા તો દુર રહીએ તો જ થાય ને. "

હિના – " ના હો મારે કાંઈ પરિક્ષા નથી આપવી.. આટલા વર્ષ સુધી સ્કુલ અને કોલેજની પરિક્ષા આપી થાકી ગઈ છું અને હવે તમે કહો છો પ્રેમની પરિક્ષા... "

ધ્વનિત હસવા લાગે છે.

" સૌથી અઘરી પરિક્ષા એ જ હોય છે ખબર છે.. "

હિના – હું તો આપવાની જ નથી... "

ધ્વનિત – " હા, હા સારુ.. મારા વતી તું બંનેને અભિનંદન આપી દે જે. "

" હિના અહીયા આવ તો આ બધુ જોઈ લે કાંઈ ઘટતુ નથી ને... "

નિશામાસી હિનાને બોલાવે છે અને એ જતી રહે છે.

****

શોભામામી, વિનયમામા જાહ્નવીના નાના-નાની સૌ રાજકોટ આવી જાય છે.

જાહ્નવી અને દિવ્યા બ્યુટી પાર્લર જાય છે

જાહ્નવીનાં હાથનાં મહેંદી લગાડાય છે.

દિવ્યા – "વાહ આ મહેંદી તો બહુ જ સરસ લાગે છે. સાંજ સુધી જોજે એનો રંગ કેટલો સુંદર આવી જાશે. "

બપોરે ઘરે સૌ જમવા બેસે છે.

દિવ્યા – " અરે જાહ્નવી, તારા હાથમાં તો મહેંદી છે તુ કઈ રીતે જમીશ ? "

વિનયમામા – "ચાલો, એક કામ કરીએ આપણે બધાં એક એક કોળિયો એને ખવડાવીએ. "

દિવ્યા- " હા પપ્પા... ચાલો હું જ શરૂઆત કરું છું. "

જાહ્નવીને દિવ્યા એક આંખુ ગુલાબજાંબુ ખવડાવી દે છે પછી વારા ફરતી બધા આવે છે છેલ્લે નમન આવે છે.

જાહ્નવી એનાં નાનાભાઈને જોઈને હવે ભાવુક થઈ જાય છે નમન એક કોળિયો લે છે અને જાહ્નવીનાં મુખમાં મુકે છે. અને એક પછી એક એમ અશ્રુની ધાર જાહ્નવીની આંખમાંથી વહેવા લાગે છે.

" નમન તુ અહિયા.. ?

આ દીદી મારા કાન ખેચે છે દુ:ખે છે...

આ બટકુ ભર્યુ આ એ... "

એને એક પછી એમ બધા પળો યાદ આપવા લાગે છે.

એ નમનને ભેટી પડે છે અને ખૂબ રોવા લાગે છે એને જોઈ પછી દિવ્યા અને બીજા બધાંની આંખો પણ ભરાઈ આવે છે.

નમન એની આંખના અશ્રુ લુછે છે અને કહે છે.

-" હજુ ખાઉ છે કે ધરાઈ ગઈ ?

ક્યારની બધા પાસેથી ખાઈ છે... "

અમનેય ભુખ લાગી છે હો?

આં સાંભળી બધા હસવા લાગે છે સાંજે સૌ સગાઈનાં હોલ પર પહોચી જાય છે રાત્રે બધા થોડીવાર દાંડિયા રમે છે દિવ્યાને ભરતનો ફોન આવે છે.

દિવ્યા- " જાહ્નવી, ચાલને મારી જોડે છત પર મને એકલી જતા ડર લાગે છે.. "

જાહ્નવી અને દિવ્યા હોલની છત પર જાય છે.

ટમટમતા તારાથી ભરેલું આકાશ જાહ્નવી જુએ છે. પણ એને ખુબ કયાંય ચાંદો દેખાતો નથી. એ આમ તેમ જુએ છે આકાશમાં દેખાતો નથી.

દિવ્યા- " ભરત, એક મિનિટ હો. "

"જાહ્નવી, શુ શોધે છે આકાશમાં ?

જાહ્નવી- " ચાંદને શોધુ છું. વાદળો પણ નથી છતા કયાં છે એ સમજાતુ નથી. "

દિવ્યા- અરે દરવખતે ચાંદાને સંતાડનાર વાદળો જ ના હોય મોટી ઈમારતો પાછળ પણ કયારેક ચાંદો સંતાય જાય છે જો ત્યાં પેલી મોટી બિલ્ડિગ છે એની પાછળ લાગે છે"

જાહ્નવી- " હા દિવ્યા વાત તો સાચી છે તારી... "

થોડીવાર એ ઈમારત પર ચંદ્રમા આવી જાય છે જાહ્નવી વિચારે છે – **"કયારેક કુદરતનાં વાદળો તો કયારેક કૃત્રિમ ઈમારતો તને ઢાકી દે છે ચાંદા છતા તુ તારી ચાંદની કયારેય ઓછી નથી કરતો.. સાચો પ્રેમનુ આવુ જ છે ઘણા પરિબળો એને ઢાંકવાની કોશિશ કરે છે પણ એ કયારેય હારતો નથી. "**

"આવતી કાલનો ચાંદ પણ કાંઈક અલગ જ હશે મારી નવી દુનિયાનો એ સાક્ષી હશે. "

દિવ્યા – "શું મનમાં વાતો કરે છે ? "

જાહ્નવી – " કાઈ નહિ ચાલ.. " અને બંને નીચે હોલમાં જતા રહે છે.

****

હિના – "મમ્મી આટલા મોઘા ઘરેણા આટલી બધી કિમતી વસ્તુઓ અને આટલો ઠાઠમાઠ કયાંય આ બધાથી એ લોકોને ઓછુ ના લાગે કે તેઓ તો આટલુ કાંઈ આપી શકવાના જ નથી. "

નિશામાસી – " જો હિના મારાં એકનાં એક દિકરાનાં સગાઈ-લગ્ન માટે મે ઘણા સપના જોયા છે મે ઘણી બધી વાતોમાં બાંધ છોડ કરી છે હવે આ બધામાં બિલ્કુલ નહિ કરું. "

હિના- " મમ્મી, જાહ્નવીની પણ એમ જ ઈચ્છા છે કે બધુ સાદાઈ થી થાય. "

નિશામાસી- જો હુ એ લોકો પાસેથી કાંઈ અપેક્ષા નથી રાખતી. મે ક્યાં એમ કહું કે મારે આ જોઈએ પેલુ જોઈએ. એ લોકો ભલે બધુ સાદાઈ કરતાં હું તો થોડી ધામધુમ કરી શકુને ? "

હિના- "બસ, કોઈનુ સ્વાભિમાનના ઘવાઈ મમ્મી એની ચિંતા છે મને. "

ઋતુરાજ દરમિયાન ત્યાં આવી જાય છે

અરે, હિના બિલ્કુલ ચિંતા ના કર આપણા મમ્મી જે કરે એ આપણા હિતમા જ હોય અને

એમને પણ હરખ હોય ને? એ પુરો કરવા દે. "

નિશામાસી – " જોયું મારો દિકરો કેટલો આજ્ઞાકારી છે... "

ત્યાં ઋતુરાજને કંપનીમાંથી ફોન આવે છે અને એ વાત કરવા જતો રહે છે.

****

" શુંભ સગાઈ "

ચારે તરફ ફુલોથી શણગારેલા હોલમાં વચ્ચે શેરવાની પહેરી ઊભેલા ઋતુરાજને હિના સગાઈની વીટી આપે છે.

ઋતુરાજ જાહ્નવીને વીટી પહેરાવે છે દિવ્યા પછી જાહ્નવીને વીંટી આપે છે. દિવ્યા પછી જાહ્નવીને વીટી પહેરાવે છે. સૌ તાળીઓ વગાડવા લાગે છે બંને પર પુષ્પવર્ષા થાય છે.

નિશામાસી – "હવે બસ લગ્ન પણ જલ્દી થઈ જાય. "

ઋતુરાજ – " મમ્મી ગોરબાપાને કહીને આજે જ ફેરા ફેરવી દો ને."

જાહ્નવી – "તમનેતો બહુ ઊતાવળ છે. " બધાં હસવા લાગે છે.

"જાહ્નવી ઊઠ જાહ્નવી છ વાગી ગયાં છે આમ શું ઊંઘમાં હસવા લાગી છે. "

દિવ્યાનો અવાજ સાંભળી જાહ્નવી પથારીમાંથી ઊભી થઈ જાય છે એ પોતાની આંગળીમાં વીટી શોધે છે જે સ્વપ્નમાં પહેરી હતી.

દિવ્યા – " સ્વપ્ન જોયુ ને સગાઈનું ?

જાહ્નવી – " અરે એ સ્વપ્ન હ્તું? કેટલુ સરસ ચાલતુ હતું... તે આવીને તોડી નાખ્યું.

દિવ્યા – "હું તો હકીકતમાં એને સાકાર કરવા તને ઊઠાડવા આવી છુ.. ઊઠ ચાલ... "

જાહ્નવી પોતાના બેય હાથ આગળ કરીને.. -મને ખેચને... આળસ આવે છે... "

દિવ્યા એના હાથ ખેચે છે. જાહ્નવી એને ભેટી પડે છે.

દિવ્યા- "ચાલ, હવે જલ્દી થી તૈયાર થઈ જા. "

જાહ્નવી- આ નેહા હજી નથી આવી... ચાલ એને ફોન કરી ઊઠાડું અને બોલાવુ છું.

નેહાને જાહ્નવી બોલાવે છે થોડી જ વારમાં નેહા ત્યાં આવી જાય છે..

જાહ્નવીએ લાલ રંગનો અનારકલી ડ્રેસ પહેર્યો હોય છે. એના ગાલનો ગુલાબી રંગ અને આંખોની તેજસ્વિતા જાણે શૃગાર પૂર્ણ કરી રહી હતી.. નેહા એના હાથમાં બંગળી પહેરાવે છે.. અને દિવ્યા એને ગળામાં હાર પહેરાવે છે...

દિવ્યા – "નેહા, તારા વિશે જાહ્નવી એ દ્વારકામાં ઘણી વાતો કરેલી.. "

નેહા – " આશા રાખું છું વખાણ કર્યા હશે. "

જાહ્નવી – ના ના મે તો બુરાઈ કરી હતી.. ચશ્મા પહેરે છે.. ચાલવાની ભાન પડતી નથી.. ગમે ત્યા ભટકાઈ જાય છે. " અને પછી એ હસવા લાગે છે.

દિવ્યા – "ચાલો, ચાલો એક ફોટો અને પછી એ બંનેના ફોટો પાડે છે...

જાહ્નવીનાં ઘણા ફોટો પાડે છે.

નેહા- "જો જે હો દિવ્યા હજુ સાંજે પણ ચોલીસુટ માં પાછા ફોટા પાડવાનાં છે. "

દિવ્યા – " અરે હા હા.. સાંજે તો જાહ્નવીને એવી તૈયાર કરશું કે ઋતુરાજ જોતો જ રહી જાશે. "

જાહ્નવી ત્યારબાદ સૌના આશીર્વાદ લે છે બધાં નાસ્તો કરે છે નેહાને ત્યા અનિકેતનો ફોન આવે છે.

નેહા – " શું ? આજે જ ? ક્યારે હમણા જ મૂકાયું ? ચાલ હું જાવ છું. "

જાહ્નવી – "શું ? આજે જ ? ક્યારે હમણા જ મૂકાયુ ? ચાલ હુ જાઉ છુ.. ?

આ સાંભળીને નવાઈ પામતા "નેહા શુ થયું ?

નેહા- " આપણુ રિઝ્લ્ટ આવી ગયુ છે ત્યા નોટીસ બોર્ડ પર મુકાયુ છે અનિકેત બહારગામ છે હુ જાઉ છું તારુ અને મારુ રિઝલ્ટ જોઈ ફોન કરું છું, "

જાહ્નવીના હ્રદયનાં ધબકારા વધી જાય છે.

જાહ્નવી- " નેહા હું પણ તારી જોડે આવુ છું. "

લલિતાબેન – " આ કેવી વાત કરે છે તુ ? આજે તારી સગાઈ છે. બધા આવી ગયાં છે આજે આમ કોલેજ પર થોડું જવાય.. નેહા, તુ જા અને ફોન કરી કહી દે જે રિઝલ્ટ. "

નેહા – "હા જાહ્નવી, હુ તને તરત જ કહીશ. "

જાહ્નવી – "મમ્મી, હુ અને દિવ્યા ઉપરનાં રૂમમાં છીએ. "

લલિતાબેન – " હા તારુ રિઝલ્ટ સારુ જ આવશે. હુ કહુ છુ ને."

****

રૂમમાં આવી અધીરી બની આમ તેમ આંટા મારતી જાહ્નવી- "આ નેહા ક્યારે પહોચશે ?

દિવ્યા – " બીજું કોઈ નથી ત્યા કોલેજ પર ?

જાહ્નવી – "બીજુ તો વૈષ્ણવીને ખબર નહિ હોય" પછી અને શિવમ યાદ આવે છે ના ના એને તો પુછવાનો પ્રશ્ર્ન જ નથી આવતો ને. "

ત્યાં એને એક નંબર પરથી મેસેજ આવે છે

" Jannavi Bhatt. 64% Collage 3rd

જાહ્નવી એ વાંચીને નાચી ઊઠે છે.

" હરરે.. દિવ્યા કોલેજમાં ત્રીજો નંબર અને 64 % "

દિવ્યા – "ચાલ, આપણે બધાને કહીએ. "

જાહ્નવી – "એક મિનિટ પણ આ નંબર કોના છે ખબર નથી. "

દિવ્યા – જેના હોય એના અત્યારે તુ ચાલ બધાને કહી એ. "

બધાં આ સાંભળીને બહુ ખુશ થાય છે નમન અને લક્ષ ચોકલેટ લઈ આવીને જાહ્નવીને ખવડાવે છે.

દિવ્યા – "વાહ જાહ્નવી ૫ મેનો આ દિવસ તારા માટે ઘણુ બધું લઈને આવ્યો લાગે છે"

નેહાનો ત્યાં ફોન આવે છે

જાહ્નવી- " હા, હા મેન ખબર છે તારૂ રિઝલ્ટ શું આવ્ય ?

નેહા-" સેકન્ડ કલાસ ૫૮% તારુ રિઝલ્ટ પ્રિન્સીપલ સર પાસે છે "

જાહ્નવી-" સારુ તો હુ આવતીકાલે લઇ લઇશ... તુ અહી જલ્દી આવી જા હો"

નેહા – " હા હુ નીકળુ છુ. "

****

બરોડાથી વહેલી સવારે બસમાં નીકળેલા ઋતુરાજ અને અન્ય સૌ રસ્તામાં એક જગ્યાએ ઊતરે છે.

નિશામાસી-"હિના, ઋતુરાજ ક્યાં ?"

હિના- " જો એ ઊતરે છે બસમાંથી" ઋતુરાજ ઊજળાં દુધ જેવા શ્વેત શર્ટ અને ઘેરા વાદળી રંગેનાં પેન્ટમાં ખુબ સોહામણો લાગતો હતો.

નિશામાસી-" ઋતુરાજ, અહીયા આવતો દીકરા. "

ઋતુરાજ-" હ મમ્મી "

નિશામાસી- " અલે આ ચણોઠી રૂમાલમાં ખુણા પર બાંધી લે. "

હિના – " આનાથી કોઈની નજર નાં લાગે એમ બધા કહે છે."

ઋતુરાજ- " સારુ બસ તમે કહો તેમ" એ રૂમાલ કાઢે છે અને એમા ચણોકી રાખવા જાય છે ત્યા હિનાને ધ્વનિતનો ફોન આવે છે.

હિના-"ભાઈ, અલે તો દવનિતને વાત કરવી છે તારી સાથે. "

ઋતુરાજ રૂમાલમાં વચ્ચે ચણોઠી રાખી અને ખિસ્સામાં મુકી દે છે હવે બસમાં બેસી શાંતિથી જ બાંધી લઈશ એન એ નકકી કરે છે.

****

જાહ્નવી જેવો ફોન મુકે છે એવો એને પ્રિન્સીપલ સરનો ફોન આવે છે.

સર- " ખુબ ખુબ અભિનંદન તમે બંને એ ફરી એકવાર કોલેજનુ નામ રોશન કર્યું છે. "

જાહ્નવી- " બંને એ સર ? "

સર – " તે અને શિવમ એ......

શિવમ કોલેજમાં બીજા નંબર પર અને તમે ત્રીજા નંબર પર ઉત્તીર્ણ થયા છો અને તમને મનોવિજ્ઞાનમાં આખી યુનિવર્સિર્ટીમાં સૌથી વધુ ગુણ છે. "

જાહ્નવી- "ખરેખર "

સર- " હા... હવે મે એટલા માટે ફોન કર્યો કે અત્યારે તમે કલાક માટે અહી આવી શકો ? આપણે કોલેજ સો ટ્રસ્ટી અહી હાજર છે અને તમને આગળ મનોવિજ્ઞાનના ઉચ્ચ અભ્યાસ માટે છાત્રવૃત્રિ તેમજ પુરસ્કાર આપવા માગે છે. "

જાહ્નવી- હા હું આવુ છું થોડીવાર માં"

****

દિવ્યા – " શું થયુ જાહ્નવી ? "

જાહ્નવી એને બધી વાત કહે છે.

જાહ્નવી – મારે જવું છે. "

"દિવ્યા મને આગળના અભ્યાસ માટે સ્કોલરશીપ મળવાની છે હું નહિ જઉં તો મને અફસોસ રહી જશે.

દિવ્યા- " પણ તને ફઈએ સવારે જ ના પાડી દીધી હતી કે આજે ક્યાંય બહાર જવાનુ નથી.

જાહ્નવી-"ગમે તેમ કરી મારે જવું છે. એક કલાકની તો વાત છે ઋતુરાજને બધા પહોચશે એ પેલાતો હું આવી જઈશ. "

દિવ્યા-" તે ઋતુરાજને કહ્યું તારુ રિઝ્લ્ટ? "

જાહ્નવી-" મે થોડીવાર પહેલા ફોન કર્યો હ્તો પણ એ કવરેજ ક્ષેત્રમાં ન હતા. તુ શોભાભાભીને બોલાવ એ આપણી મદદ કરશે. "

શોભાભાભી આવે છે અને બધુ સાંભળીને કહે છે-" પણ આમ તમે બેય જાશો હું શુ કરીશ. ?"

દિવ્યા- " મમ્મી, કલાકમાં આવતા રહેશુ અને હુ જાહ્નવી સાથે જ છુ તમે ચિંતા ન કરતા. "

જાહ્નવી- "હા મામી તને થોડીવાર મમ્મીને સંભાળી લેજો. "

શોભામામી-" એક મિનિટ અલે આ રાખ તારી પાસે. "

જાહ્નવી-" આ લીંબુ ? "

શોભામામી-" હા તને નજર ના લાગે આજના દિવસે એટલે... "

જાહ્નવી- પોતાના પર્સમાં લીંબુ રાખે છે પોતાનો મોબાઈલ પણ એમા રાખી દે છે.

શોભામામી-" આ પાછળના ગેઈટથી ફટાફટ નીકળી જાઓ."

જાહ્નવી અને દિવ્યા કોઈની નજરના પડે એમ નીકળી જાય છે.

જાહ્નવી –" રિક્ષા, રિક્ષા "

દિવ્યા-" તારી કોલેજ કેટલી દુર છે અહીથી? "

જાહ્નવી- " ઘણી દુર છે પહોચતા પહોચતા જ ૨૦ મિનિટ થઈ જાશે. "

બંને રિક્ષામાં બેસે છે.

દિવ્યાને એટલામાં ભરતનો ફોન આવે છે.

ભરત – " હેલ્લો દિવ્યા હું અહી બસ સ્ટોપ પર આવી ગયો છુ તુ આવે છે ને લેવા ? "

દિવ્યા-" ના, ના હું અત્યારે થોડા કામમાં છું"

જાહ્નવી- "એક મિનિટ કાકા રિક્ષા ઊભી રાખજો ને. "

દિવ્યા-" હું તમને હમણા ફોન કરુ હો"

રિક્ષા સાઈડમાં ઊભી રખાય છે

જાહ્નવી-"દિવ્યા, આ શુ કરે છે તુ ? કેમ ના પાડે છે? "

દિવ્યા-" તો ના જ પાડુ ને જાહ્નવી મારે તારી સાથે જ રહેવાનુ છે."

જાહ્નવી- " અરે, હુ કાંઈ નાનુ બાળક નથી કે ખોવાઈ જાઉ અને તે ભરતને કહ્યું હતુ કે તુ એમને લેવા જાઈશ એ પેલીવાર રાજકોટ આવ્યા છે અને આપણા મહેમાન છે આમ તુ ના જા ખરાબ લાગે અને આમેય હુ તો કોલેજ પર જ છુ ને કયાં બીજે જાઉ છુ.. તુ જા દિવ્યા અને થોડો સમય વીતાવ ભરત સાથે હું પહોચી જાઈશ મારી રીતે... "

દિવ્યા- " ના ના હો તને એકલી મુકીને જતા જીવ નથી ચાલતો મારો. "

જાહ્નવી-" તો ઠીક છે આપણે બંને જઈ એ ભરત ને તેડવા "

દિવ્યા-" હઠ ના કર. "

જાહ્નવી- " તું હઠ ના કર "

દિવ્યા-" ઠીક છે.. પાકંકુ તુ સમયસર આવી જાઈશ ને ? "

જાહ્નવી-" હા, હા આવી જઈશ તુ જા. "

દિવ્યા- " જાહ્નવીને ભેટી પડે છે.

દિવ્યા- " ચાલ હું નીકળુ છુ"

જાહ્નવી- " જો હું તને ભરતને મળવના માર્ગ મોકળા કરી આપુ છુ તારી સગાઈમાં મને અને ઋતુરાજને પણ આમ મળાવજો હો? "

દિવ્યા- " હા ચોક્કસ... પછી એ એને આવજો કહે છે. "

જાહ્નવી- " કાકા ચાલો હવે "

કોલેજ પર પહોચી જાહ્નવી રિઝલ્ટ લે છે પ્રિન્સીપલ સર તથા સૌ ટ્રસ્ટીનાં આશીર્વાદ લે છે.

સર- તમને આ સ્કોરશીપ આપતા ખુબ હર્ષ થાય છે તમે એક કામ કરશો ? "

જાહ્નવી- " હા સર બોલો ને"

સર–"આ પારિતોષિક શિવમનુ છે એમને જાણ કરી આપી દેશો ? અમારે અત્યારે સંસ્થાની મીટીગમાં જવાનુ છે એટલે "

જાહ્નવીને અનિચ્છાએ હા કહેવી પડે છે જાહ્નવી બહાર નીકળી શિવમને ફોન કરે છે.

શિવમ-" હેલ્લો"

જાહ્નવી-" શિવમ, જાહ્નવી બોલુ છુ આ તારુ પારિતોષિક મારી પાસે છે અને હુ કોલેજ પર છુ. "

શિવમ- " હા જાહ્નવી હું પહોચુ જ છુ" જાહ્નવી થોડી રાહ જુએ છે પણ શિવમ આવતો નથી.

જાહ્નવી અંતે ગુસ્સે થાય છે અને જુનુ બધુ યાદ આવે છે એ શિવમને ફરી ફોન કરે છે " તને કદાચ સમયની કોઈ કદર નહિ હોય

પણ મારે અત્યારે મોડું થાય છે હુ એક મિનિટ પણ અહીયા ઊભી રહેવા માંગતી નથી. "

શિવમ-" હુ બસ પહોચી જગ્યો પ મિનિટ રાહ જોવાય તો રહે બાકી કાંઈ વાંધો નહિ...

આજે તારી સગાઈ છે તને ખુબ ખુબ અભિનંદન"

જાહ્નવી- "શિવમ મારે તારી શુભેચ્છાઓ ની કાંઈ જરૂર નથી.. હું જાવ છું.

જાહ્નવી ગુસ્સામાં ત્યાંથી નીકળી જાય છે અને લગ્ન હોલ પર પાચા આવવા માટેની રિક્ષા કરે છે.

જાહ્નવી-" જલ્દીથી લઈલો ને રિક્ષા... " પછી એ એડ્રેસ કહે છે કલાક ઉપર થવા આવી હતી.

રિક્ષાવાળા ભાઈ કહે છે-"આજે લગભગ બધે જ ચુંટણીની રેલી નીકળી છે હું રિંગ રોડ પરથી લઈ લઉ છુ ત્યાંથી સહેલુ પડશે. "

જાહ્નવી- " હા, ભલે લઈ લ્યો. "

****

અહીયા બસ સ્ટેન્ડ પર રાહ જોઈ રહેલા ભરતને દિવ્યા લેવા પહોચી જાય છે.

દિવ્યા- "તો કેવી રહી મુસાફરી ?"

ભરત-" થોડો થાંકી ગયો છું.. "પછી એ દિવ્યાનો હાથ પકડે છે "પણ તને જોઈને બધો થાક ઉતરી ગયો. "

****

શોભામામી અહીયા લલિતાબેન ને વાતો મા વ્યસ્ત રાખે છે છેવટે એ કહે છે "ચાલો આપણે બધુ જોઈ લઈએ કયાંય ઘરે કાંઈ ભુલાય તો નથી ગયુ ને ?"

લલિતાબેન-" હા હો સાચી વાત છે સાવ છોકરા પર ના છોડી દેવાય આપણેય ખાતરી કરી લઈએ. "

બંને બધો સામાન જોવા જાય છે.

****

હંસાબેન અહીયા રસિકભાઈ સાથે ફોન પર વાત કરી રહ્યા હતા.

"સાંભળ્યુ ' આપણા શિવમનો આખી કોલેજમાં બીજો નંબર આવ્યો છે.

પાર્ટીમાં બધાને પેડા વહેચી દેજો.. અને આજે સાંજે મે સત્યનારાયણની પૂજા રાખી છે તો સૌ ને આમંત્રણ આપી દેજો. "

પછી એ વિચારે છે "ચાલો તો આ મંદિરની સફાઈ કરી નાંખુ. " અને એ મંદિરની સફાઈ કરવા લાગી જાય છે.

૧૫૦ ફુટ રિંગ રોડ

ઓવરબ્રીજનુ કામ ચાલી રહુ હોવાથી ચારે તરફ ધુળની ડમરીઓ ઊડી રહી હતી. વાહનોના ધુમાડા અને હોર્નનો ઘોંઘાટ શહેરી પ્રદુષણની સાક્ષી પુરતાં હતા.

ટ્રાફીક પોલીસની સીટીની રાહ જોતા એક બાજુ હરોળમાં ગોઠાવાયેલા કેટલા બધા વાહનો સીટી વાગતા જ પુરપાટ દોડી જતા હતા.

અને બીજી બાજુનાં વાહનો સીટી વાગતા થંભી જતા હતા. સુર્યના સીધા કિરણો તાપમાનમાં પારો ઊંચો લઈ જઈ રહ્યા હતા.

" એ ભાઈ જલ્દી કરને"

" ખબર નહિ આ મુઆ પુલનું કામ કયારે પુરૂ થશે. "

" આ વખતે મે ના એધાણ સારા છે આ તાપ તો જો "

" ઈમા શુ તમે સીધા વઈ જાવ ત્યા જ હોસ્પિટલ છે. "

ચાર રસ્તામાં જયા ભેગા થઈ રહ્યા હતા ત્યા ચોક પર આમ વાતો થઈ રહી હતી.

" મમ્મી મને આ બોલ લઈ દે ને"

નાનકડો બાબો આમ જિદ કરી રહ્યો હતો.. એટલે એના મમ્મી ત્યા એક દુકાનેથી બોલ લઈ દે છે એ બાબો બોલથી રમવા લાગે છે.

" આ ગીતનો અવાજ વધારુ ને મને બહુ ગમે છે. "

એક બાજુથી આવી રહેલા ટ્રક ડ્રાઈવરના પુત્રએ રાજકોટ પ્રવેશ કરતા જ એફ. એમ. ચાલુ કર્યુ એના પિતા તરફથી હા ઉતર મળતા એ અવાજ વધારે છે.

જાહ્નવી-" જરા જલ્દી કરજો ને "

રિક્ષાની ગતિ વધે છે પેલા બાબાના હાથમાંથી બોલ છુટીજાય છે અને રસ્તા પર જતો રહે છે એના મમ્મી પૈસા આપવામાં હોય છે એ બાબો બોલ લેવા દોડે છે.

પુરેજોશથી આવતી રિક્ષામાં બઠેલી જાહ્નવી આ જુએ છે

-" જો જો પેલો બાબો"

રિક્ષાની બ્રેક જોરથી લાગે છે

એ બાબો રસ્તો ઓળંગી જાય છે અચાનક બ્રેક લાગતા જાહ્નવીની રિક્ષા ત્યાં રસ્તા વચ્ચે જ ઊભી રહી જાય છે.

જાહ્નવી-" હાશ !! દ્વારકાધીશ.... "

ત્યાં પાછળથી ઝડપથી આવતા ટ્રક્માં બેઠેલ પુત્ર કહે છે-" પપ્પા જો જો આગળ રિક્ષા છે. "

પરંતુ, ગીતના અવાજ માં કાંઈ સંભળાય એ પહેલા જ રિક્ષાને પાછળથી જોરથી ઠોકર લાગી જાય છે ટ્રકનું સંતુલન બગડી જાય છે રિક્ષાને ઠોકર વાગતાં એ ઊછળી આગળ ઊંધી પટકાય જાય છે.

****

અહી બસ સ્ટેન્ડ પર દિવ્યા અને ભરત વાતો કરી રહ્યા હતા.

ભરત – "અલે, દિવ્યા આ પ્રસાદ ઘરેથી મમ્મીએ આપ્યો છે. "

દિવ્યા જેવી પ્રસાદ લેવા જાય છે એવીજ પાછળથી દોડતી ગાય આવે છે, ભરત દિવ્યાને ઝડપથી પોતાની બાજુ ખેંચી લે છે પરતુ, એના હાથનો પ્રસાદ ઢોળાય જાય છે.

****

અહીં મંદિર સાફ કરી રહેલા હંસાબેન મંદિરમાં પડેલી જુની કંકોત્રી જુએ છે.

" હવે આ બધાનું શું કરવું ? ચલ ફાડી નાખુ છું. "

એમ વિચારી હંસાબેન બધુ લઈ લે છે એમા જાહ્નવીની સગાઈની આમંત્રણ પત્રીકા પણ આવી જાય છે.

હંસાબેન એક... બે..... ત્રણ.... ચાર..... એમ એના અજાણતા જ ટુકડે ટુકડા કરી નાખે છે અને નીચે ફેકી દે છે.

****

શોભામામી- "મને સગાઈની વીટી તો બતાવો"

લલિતાબેન-" હા જો આ રહી"

એમ કહી એક નાનકડા મખમલી લાલ રંગના બોકસમાંથી વીટી કાઢી શોભામામીને બતાવે છે.

ત્યા નમન આવે છે.

લલિતાબેન – "જા તો દિકરા જાહ્નવીને બોલાવી લાવ ને "

આ સાંભળતા જ શોભામામી ડરી જાય છે અને એમના હાથમાંથી સગાઈની વીંટી પડે જાય છે.

****

રાજકોટમાં બરોડાથી આવેલી મહેતા પરિવારની બસ પ્રવેશે છે.

ઋતુરાજને ઊંઘ આવી ગઈ હતી અને ગરમીને લીધે પણ થોડો પરસેવો વળી ગયો હતો.

હિના – "ભાઈ, ઊઠ અને ચહેરો સાફ કરી લે રાજકોટ આવી ગયું."

ઋતુરાજ ઝડપથી પોતાના રૂમાલ કાઢે છે ત્યાં એમા રહેલી ચણોઠીઓ બસમાં આમ તેમ પડી જાય છે.

****

અહી ૧૫૦ ફુટ રિંગરોડ પર સંતુલન ગુમાવી બેઠેલ ટ્રક જોરથી ઓવરબ્રીજનાં બની રહેલા બિંબ સાથે અથડાઈ છે.

જાણે ભુકંપ આવ્યો હોય તેમ આખો પુલ ધ્રુજી ઊઠે છે.

ઊંધી વળી ગયેલ રિક્ષામાંથી જાહ્નવી બહાર નીકળવાનો પ્રયત્ન કરે છે ચૂંદડી રિક્ષામાં ફસાઈ ગઈ હોય છે એ એને છોડાવવાનો પ્રયત્ન કરે છે.

એના પર ત્યાં સિમેન્ટનો એક સખત ટુકડો પડે છે.

એ ઉપર જુએ છે ત્યા ટુકડે ટુકડા થઈ આખો પુલ એનાં માથા પર પડી જાય છે.

એના માથા પર જોરથી વાગે છે અને માથા પરથી લોહીની ધાર વહેવા લાગે છે એના ચહેરા અને હાથ પર લોહીની ધારાઓ ફરી વળે છે.

જાહ્નવીની આંખો આગળ અંધારા થઈ જાય છે.

થોડીવાર એને વાહનોનાં હોર્નનો, લોકોનો કોલાહલનો, ટ્રાફીક પોલિસનો જોર જોરથી વાગતી સીટીઓ અવાજ આવે છે.

છેલ્લે એને એમ્બ્યુલન્સનો અવાજ આવે છે સાયરનનો અવાજ ધીમે ધીમે ઓછો થતો જાય છે એને છેવટે કાંઈ સંભળાતુ નથી.

ધીમેધીમે એ શુન્યાવકાશમાં પહોંચી જાય છે.

-: છ મહિના પછી :-

" જાણે કેમ બધું છે છતાં કશું નથી...

બધા છે છતાં કોઈ નથી....

બધું એમ જ છે છતાં પેલા જેવું કાઈ નથી...

સમયની વિસ્મય પમાંડે એવી આ રીત છે કોઈ જાણે કેમ બધું શાંત છે.

અને મન અશાંત છે....

જાણે કેમ એક રિક્તતા છે કોઈ વીનાં....

જાણે કેમ હજુ અધૂરી છે

પૂર્ણ થવા આવેલી પ્રીત કોઈ.... "

કોલેજની એક બેચ પર એકલી બેઠેલી અને ભગવાને ફરિયાદ કરી રહેલી નેહા આટલા બધા લોકો વચ્ચે પણ ખાલીપો અનુભવી રહી હતી. બાજુમાં પુસ્તકો પડયા હતા. પસાર થતા લોકોને એ કૃત્રિમ સ્મિત આપ્યા કરતી હતી પણ હ્દયના અશ્રુઓ એ છુપાવી રાખતી હતી.

એ વિચારે છે – " ભગવાન તમે આટલા ક્રૂર કેમ બની ગયા અને એ પણ એની સાથે જેણે દરેક સુખમાં તમને પેલા યાદ કર્યા હોય તમારો આભાર માન્યો હોય.. એને જ તમે આટલું દુઃખ આપ્યું... " એક ક્ષણમાં તમે એની આખી જીંદગી પલટી નાખી.. અને હજુ પણ એના પર કૃપાદ્રષ્ટી નથી તમારી.. આ કોલેજ આ પુસ્તકો બધું એ જ છે. છતાં જાહ્નવી વિના કાંઈ ગમતું નથી. આટલા મહિના થયા પણ એક દિવસ એવો વિતતો નથી જ્યારે એની યાદ નાં આવતી હોય.

કાશ મે એને રીઝલ્ટ આવ્યું એ કહ્યું જ નાં હોત...

કાશ એની જગ્યાએ મારી સાથે આમ થયું હોત....

એના ખભા પર ત્યાં એક હાથે મુકાય છે નેહા એ તરફ જુએ છે વૈષ્ણવી એની પાસે બેસી જાય છે.

વૈષ્ણવી ને નેહા કહે છે-

" મારા હાથમાં હોત તો હું જાહ્નવીને એક ટાકણી પણ નાં વાગવા દેત..

તને ખબર છે જાહ્નવી વિના હું મારી કોલેજ લાઈફની કલ્પના પણ નાં કરી શકું.. એની સાથે આમ કેમ થયું ?"

વૈષ્ણવી-" અમુક પ્રશ્નનો નો ઉકેલ ક્યારેય મળતો નથી. "

નેહા – " છતાં પ્રશ્નો તો ઉદભવે જ છે "

વૈષ્ણવી – " વાસ્તવિકતાને સ્વીકારી આગળ વધવું જ પડે. "

નેહા- " અઘરું છે ખુબ અઘરું. "

થોડીવાર આમ વાર્તાલાપ પછી

નેહા – " તુ જા હું આવું છું "

નેહા પછી વોશરૂમમાં જાય છે એની આંખમાંથી અશ્રુઓ વહી જાય છે.

- " આ બધું શું થઇ ગયું..

આ શું થઇ ગયું. "

એના મનમાં આ પ્રશ્ન ઘુંટાયા જ રાખે છે.

****

રામનગરનું એ ઘર જાણે કેટલાય સમયથી ઘર રહ્યું જ નહતું.. એ દીવાલો, એ રાચર ચીલું, એ રસોડું, એ ટીવી અને એ રૂમ બધું એમ જ હતું છતાં કેમ બધું વેરાન બની ગયું હતું.. એક વ્યક્તિની ગેરહાજરી કેટલા બધા લોકોનાં જીવન અસ્તવ્યસ્ત કરી નાખે છે એ ભટ્ટ પરિવારને

કોઈ પૂછે તો ખ્યાલ આવે આટલા મહિના વીતી ગયાં છતાં હજુ એ વજ્રાઘાતનો પડઘો કર્ણોમાં અથડાઈ રહ્યો હતો.

સ્કુલેથી આવેલ થાકેલો નમન પોતાના રૂમમાં જાય છે. એ યુનિફોર્મ બદલાવે છે અને તરત પોતાનું હોમવર્ક કરવા બેસી જાય છે થોડીવારમાં લલીતાબેન ત્યાં આવે છે.

લલીતાબેન – " નમન ચાલ જમીને કરજે લેશન. "

નમન – " નાં, મમ્મી હું મોડે થી જમી લઈશ. "

લલીતાબેન – " થોડું તો ખાતો જા દીકરા તને કાઈક થઈ જશે તો હું તો જીવી શકું એમ જ નથી. "

નમન – " હું પપ્પા આવે એટલે જમી લઈશ અને તમે આવું નાં બોલો, મમ્મી. "

લલીતાબેન – " તો હું શું કહું ? તુ કેટલો બદલાય ગયો છે. થોડીવાર બહારે રમવા જા, થોડું ટીવી જો, વિડીયો ગેમ રમ.. આખો દિવસ આમ બેઠાબેઠા ગુમસુમ તુ કેમ રહે છે ? "

નમન – " હું આટલું પૂરું કરી ટીવી જોઈશ. "

લલીતાબેન – " સારું " પછી એ ત્યાંથી જતા રહે છે.

નમનની આંખમાં આંસુ આવી જાય છે

" દીદી, તને આ શું થઈ ગયું? તારા વગર એકેય વસ્તુમાં મજા નથી આવતી નાં ટીવી, નાં વિડીયો ગેમ અને નાં રમવામાં.. તું પાછી આવી જા હું તને જરાય હેરાન નહી કરુ.. બસ તુ મારી પાસે આવી જા. "

નમન પછી હોમવર્ક પૂરું કરી સુઈ જાય છે.

સુરેશભાઈના મનની વ્યથા પણ ખૂબ ઊડી હતી એ કયારેય દર્શાવતા નહી પણ એકાંતમાં જાહ્નવીની સ્મૃતિ એમના ચક્ષુઓ અવશ્ય ભીંજવી જતી...

ઓફિસેથી આવેલા સુરેશભાઈ હાથ-પગ-મોઢું ધોઈ ખુરશી પર બેસે છે.

લલીતાબેન- " ચા લઈ આવું તમારા માટે ? "

સુરેશભાઈ –"નાં, જમવાનું જ બધું લઈ આવ ને.. ચા નથી પીવી. "

લલીતાબેન સુરેશભાઈનુ દુઃખ સમજતાં પણ એમની સામે એ પણ ઢીલા નાં પડતા.

સુરેશભાઈ – "ચાલ, તુ બધું લઈ આવ હું આવ્યો. "

પછી એ અંદર રૂમમાં જતા રહે છે એક પછી એક જાહ્નવીની બાળપણથી લઈને સગાઈ સુધીની તમામ સ્મૃતિ એમને યાદ આવે છે.

સગાઈ પર જાહ્નવીને વીટી બતાવતી વખતે એ કેટલા ભાવુક થઇ ગયા હતા એ યાદ આવે છે પોતાની વહાલસોયી પુત્રી પર અકાળે આવી પડેલ આ સંકટનાં વાદળો ક્યારે હટશે એની એમને સતત ચિંતા થયા કરતી. જાહ્નવીના હાથની બનાવેલી ચા પીવા એ તરસી ગયા હતા એટલે હવે એમને ચા પીવાની પણ ઈચ્છા થતી ન હતી સુરેશભાઈની આંખો ભરાઈ આવે છે અને ત્યાં જ બેઠા રહે છે એમને જમવા માટે બોલાવા આવેલ લલીતાબેન આ જુએ છે તો તેઓ વધુ ભાવુક થઈ જાય છે અને ત્યાંથી સીધા લલીતાબેન જાહ્નવીના રૂમમા જતા રહે છે એ જાહ્નવીની વસ્તુઓને પ્રેમથી સ્પર્શ કરે છે. કબાટમાંથી જાહ્નવીનું સગાઈ પર પહેરવાનું ચોલીસુટ, બગડી, વીટી વગેરે બધું જ તેઓ બહાર કાઢે છે.

" મારી રાજકુમારી જેવી દીકરીને ખબર નહી કોની ખરાબ જનર લાગી ગઈ?

મારી દીકરી કેટલી ખુશ હતી તે દિવસે એની સગાઈ થઈ રહી હતી એનું રિજલ્ટ આટલુ સરસ આવી ગયું હતું. મારી છાતિતો ગર્વથી ફુલાતી જતી હતી પણ કોઈ તીવ્ર ભુંકપનાં આંચકાની જેમ બધું જ હચમચી ગયું અને એનું જીવન મૃત્યુંની શય્યા પર આવી ગયું.. "

આમ વિચારતા વિચારતા તો એમની આંખમાંથી શ્રાવણ ભાદરવો વરસવા લાગે છે.

એ પ્રેમથી જાહ્નવીના વસ્ત્રોને સ્પર્શ કર્યા રાખે છે પછી પોતાની જાતને સભાળી એ સુરેશભાઈને બોલાવા જાય છે બને થોડું જમે છે..

****

સાજ થવા આવી હતી. સંધ્યાનાં બદલાતા રગો આકાશમાં સ્પષ્ટ દેખાતા હતાં. દ્વારકાના દરિયાકિનારે બેઠેલી દિવ્યા દુઃખની કોઈ ગર્તામાંથી બહાર આવવાનો પ્રયાસ કરી હતી. દરિયામાં ઊઠતા-ઊછળતા-પછડાતા મોજાની જેમ એના મનમાં પણ અસખ્ય વિચારો તરગની જેમ વહેવા લાગે છે.

આત્માગ્લાનીના વિચારો એને અકળાવી મુકતા હતા એ એના મોબાઈલમાં જાહ્નવી સાથે પડાવેલ બધા ફોટો એક પછી એક જુએ છે.

"એ જાહ્નવીના સગાઈનાં ચોલીસુટનો ફોટો"

"એ જાહ્નવી અને એના ફોટો"

"એ જાહ્નવી અને સૌ પરિવાર સાથેના ફોટો "

આ બધી સ્મુતીઓ એનાં નયનો પલાળી જાય છે એ મનમાં કહે છે.

"મારી એક ભૂલના કારણે મારી જાહ્નવી સાથે આટલું બધું થઈ ગયું...

હું મારી જાતને ક્યારેય ક્ષમાં નહી કરી શકું.. એ દિવસે મારે જાહ્નવીને એકલી ન મુકવી જ ન હતી જોઈતી.. આ બધું મારા કારણે જ થયુ છે. હે ઈશ્વર હું કેવી બહેન છુ જેણે બીજી બહેનનાં જીવનમાં દુઃખ જ દુઃખ પાથરી દીધું... મારા પર આ આત્માગ્લાનીનો બોજ હમેશા રહેશે.. જાહ્નવી, તુ ક્યારે ઉઠીશ? જાગી જા હવે બહું થયું.... હે દ્વારકાધીશ મહેર કરો હવે જાહ્નવીના દુઃખ હરી લ્યો હરી લ્યો પ્રભુ "

એની આંખમાંથી આંસુઓની ધાર વહેવા લાગે છે.

જગતમદિરમાં સધ્યાઆરતી શરૂ થાય છે દિવ્યા થોડી શાંત થઈ મદિરે જાય છે ઈશ્વરને નમન કરી ધરે પરત ફરે છે.

****

ICUનો બેડ ન. ૮, છેલ્લા કેટલાય મહિનાથી જાણે કોઈનુ આશ્રયસ્થાન બની રહ્યા હતો.. જાણે એ પોતે પણ પ્રતિક્ષા કરી રહ્યો હતો બેડ પર સુતેલ વ્યક્તિનાં જાણવાની બધ બારીબારણા થોડી થોડીવારે આવતા મોનિટરનો બીપ બીપ અવાજ અને થોડી થોડી વારે આવતી નર્સ બસ કેટલાય સમયથી આ જ ચક્ર ચાલી રહ્યું હતું..

આજુબાજુ જાણે ક્રોલીયાએ જાળું રચ્યું હોય એટલી નળીઓ હતી અને એના દ્વારા જુદાં જુદાં બાટલા ચડી રહ્યા હતાં.. હવે તો ડોકટર પણ હિમ્મત હારી ગયા હતાં.

ડોકટર- " નર્સ, બેડ ન. ૮ ને દવા આપી ? "

બહાર ચાલી રહેલા ડોકટરે ત્યાં લોબીમાંથી પસાર થતાં થતાં નર્સને કહ્યું.

નર્સ-" હા "

ડોકટર-" સારું, તો હવે મારે જોવાની જરૂર નથી... "

બે નર્સ અદરો અદરો વાતો કરી રહી હતી.

પેલી નર્સ – " જો તો બેડ ન-૮નું નામ શું છું ? "

બીજી નર્સ એક મોટી ફાઈલ ઉપાડે છે અને એમાં જુએ છે.

-" એમનું નામ છે જાહ્નવી ભટ્ટ"

પેલી નર્સ – " દયા આવે છે હા હવે કેટલી નાની ઉમરની છે હજુ તો અને આમ ICU માં આવી પરિસ્થિતમાં છે..

ભગવાન આવું શું કામ કરતા હશે ? "

બીજી નર્સ – " હા સાચી વાત છે.. ક્યારેક કયારેક મનેય આમ ગુસ્સો આવી જાય ભગવાન પર. "

પેલી નર્સ – " એ ક્યારે આંખ ખોલશે ? "

બીજી નર્સ – " એ તો કોઈ ને ખબર નથી સ્વય ડોકટરને પણ નહી. "

પેલી નર્સ – " ખાલી શ્વાસોચ્છવાસ ચાલે છે એટલું જ બાકી બધું શાંત છે એની આજુબાજુ.. હું વારવાર પડખા ફેરવું છું કયારેય ટેકો આપી બેસાડું છું અને કોઈ સવેદના રહી જ નથી. "

બીજી નર્સ – " કોમા માંથી બહાર આવવું ઘણું જ અઘરું છે. "

સુખના સર્વોચ્ચ શિખર પર પહોચતા પહેલા જ કોઈ દુઃખની ઊડી ગર્તામાં પટકાઈ જાય એવી કરુણ સ્થિતિ જાહ્નવીની હતી.

એનું હદય ચાલતું હતું પણ આખું શરીર જાણે નીશ્ચેત થઈ ગયું હતું ICU નાં એ રૂમમાં ચારે તરફ અજવાળું હતું પણ એ રૂમના બોડ પર રહેલ જાહ્નવીના જીવનમાં ચારે તરફ અધારું... ઘેરું અધારું એ માંથી પરત ફરવાનો કોઈ માર્ગ પણ છે કે નહી એ કોઈ જાણતું ન હતું સિવાય કે ભગવાન.....

આ ચરાચર જગતથી વિલુપ્ત થઈ ગયેલ જાહ્નવી ફરી ક્યારે ખળખળ વહેશે એ પ્રશ્ન જાણે નીરર્થક બનતો જતો હતો.

****

રાતે જમીને હીચકા પર બેસેલ શોભામામી પણ આત્માગ્લાનીથી પિડિત હતા. આ એક અકસ્માતે ઘણા બધાંનાં જીવનમાં ભારે તારાજી સરજી હતી. જાહ્નવિનો આખો પરિવાર નમન, લલીતાબેન, સુરેશભાઈથી માંડી એની સખીઓ નેહા વૈયણવી, ઉપરાંત એના સગા-સબધીઓ એની બહેન દિવ્યા અને એના મામી-શોભામામી સૌ કોઇ અત્યત વ્યાકુળ હતા..

શોભામામી વિચારે છે..

" આ જે બધું થયું એને હું રોકી શકી હોત.. એ બને તો છોકરા કેહવાય હું તો મોતી હતી... મારી બુધ્ધિને શું થયું હતું ? જો જો એ દિવસે બનેને જવા જ નાં દીધા હોત તો આવું કાઈ થાત જ નહી.. હે દ્વારકાનાં નાથ મે મારી ભાણેજનાં જીવનને ભારે નુકશાન પહોચાડ્યું છે.. મારા માટે કોઇપણ સજા હોય ઓછી જ કહેવાય.. હવે એક કૃપા કરો કે મારી જાહ્નવીને કરી જાગૃતને કરી દો માંરાથી હવે આ બધું જીરવાતું નથી.. "

એમના ચહેરા પરથી અશ્રુઓની ધારાઓ પસાર થઇ જાય છે હિચકો જુલતો રહે છે શોભામામી વીચાર્ય કરે છે. "

****

" લો હિના આ જ્યુસ પી લે. "

હીના – " નાં, દવનિત મારી બિલ્કુલ ઈચ્છા નથી. "

રાત્રે રૂમમાં પ્રવેશેલ દ્વ્નીતે હિના સાથે આમ વાતચીત શરૂ કરી.

દવનિત-"હિના, તારે આ અવસ્થામાં ખાસ દયાને રાખવું જોઈએ તારું. "

હિના-" મને ખ્યાલ છે પણ મેં બિલ્કુલ જ ઈચ્છા થતી ન હતી.

હિના દવનિત ખભા પર માથું રાખી દે છે દવનિત વહાલથી એના વાળમાં હાથ ફેરવે છે. હિના પણ ધણાબધા પ્રશ્નો-સવાદો અને સવેદનાઓથી ધેરાયેલી હતી. અત્યારે એના સારા દિવસો ચાલી રહ્યા હતાં એના ધરમાં આનદનું વાતાવરણ સર્જાયું હતું. નાનકડા પગના પગલા ચારે તરફ પડવાની ઉમગ સૌનાં મનમાં હતી. પણ હિના એટલી ખુશ ન હતી.

હિના- " ધ્વનિત જાહ્નવી સાથે જ થયું તે ખોટું થયું ને ? મેં એ દિવસ પછી ક્યારેય ભગવાનની પૂજા કરી નથી અને એમને માન્યા નથી.. મારી શ્રધ્ધા જ ઉઠી ગઈ છે એમના પરથી....

દવનિત – " હવે આમ વિચાર્યા કરવાથી જે થયું છે એ બદલાશે તો નહી આમ તારી જાતને દુઃખના કર"

હિના આંખના ખૂણા પર આવેલા અશ્રુબીદુંને દુર કરે છે... અને આમ જ વિચારતા સુઇ જાય છે.

****

બીજે દિવસે સવારે નિશામાસી ફોન પર વાતો કરી રહ્યા હતા.

" હા, હા બિલ્કુલ ચિતા નાં કરો અમારે પણ હજુ કાઈ ઉતાવળ નથી જ.. બધું વિધિસર અને તમારી અનુકુળતા મુજબ કરશું... મે ગોરબાપાને કહ્યું છે કે સૌથી સારું મુહુર્ત શોધે.... "

ત્યાર બાદ નીશામાસી

****

-જર્મની-

૨૫ માળની ઊચી ઈમારતની ચારે તરફ કાચથી મઢેલી ચેમ્બરમાં ખુરશી પર બેસી ફાઈલ ચેક કરી રહેલ ઋતુરાજ સામે બેસેલ કર્મચારીને એનો પ્રોજેકટની વિગતવાર સમજુતી આપે છે.

લગભગ એકાદ કલાકના વાર્તાલાપ પછી મીટીગ પુરી થાય છે ઋતુરાજ એકલો પડે છે. ખુરશી પર આમતેમ ફરે છે અને આળસ મરડે છે.

એટલા માં પટ્ટાવાળા એના માટે કોફી લઈને આવે છે. " સર, કોફી. "

ઋતુરાજ –" હા રાખી દો. "

પટ્ટાવાળા ઋતુરાજને પ્રશ્ન પૂછે છે-"સર તમે ઇન્ડિયાનાં છો ને ? તમને ઘરની કે તમારા દેશની યાદ નથી આવતી ?"

ઋતુરાજ એકાએક આવો પ્રશ્ન આશ્ચર્ય પામે છે એ પટ્ટાવાળા પણ ભારતના જ હોય છે એટલે આ બાબતથી માહિતગાર હતા...

ઋતુરાજ –" આવે છે ને યાદ.. "

ઋતુરાજ કોફીનો પ્યાલો લઈ કાચની બારી પાસે જાય છે એ થોડી કોફી પીવે છે.

"પણ હવે એ બધું પાછળ રહી ગયું... "

એ ઊંડો શ્વાસ લે છે.. બારીનો પડદો બધ કરે છે. " ઘણું બધું પાછળ.... "

એ કોફી પીતાં પીતાં પછી વિચાર્યા રાખે છે.

****

વિશાળ બગલોની બહાર હરોળમાં બેઠેલ ઘણા બધા સાધુ ભીક્ષુકોને હંસાબેન એક પછી એક લાડુ અને કપડાં આપતા જાય છે.. અને સૌનાં આશિષ પામે છે..

"પુત્રી સુખી થા.. ખુબ ખુબ કૃપા પ્રભુની રે તારા પર. "

એક સાધુએ હંસાબેનને આમ આશિષ આપ્યા.

હંસાબેન ત્યાર પછી બગલામાં આવી વિશાળ સોફા પર બેસી જાય છે અને વિચારવા લાગે છે-

" હું ઇચ્છવા છતાં જે થઇ રહ્યું છે એને રોકી નથી શકતી... હે ઈશ્વર આ ક્યા પથ પર લાવી ને તમે અમોને ઊભા રાખી દીધા છે?

છેલ્લા છ મહિનાથી શિવમ જે રીતે પીડાય રહ્યો છે, જે જવાબદારી એણે પોતા પર લીધી છે અને સૌથી વધુ જે વિશ્વાસ એણે તમારા પર મુક્યો છે એ બધું જોઈને મને તો ખૂબ બીક લાગે છે ક્યાંક

કાચના ઘરની જેમ એની સ્વપ્નસૃષ્ટિ તુટી તો... વિચારીને જ ક્પારીછૂટે છે.. સૌ સારા વાના કરજો ભગવાન.. સૌ સારા વાના કરજો..."

****

" મેઘ વરસ્યા ચોમેર મનભરી...

પણ તારી સ્નેહવર્ષા કાજે તરસ્યાં નયનો..

એકાંતમાં રૂદન કરતા તૂટી તૂટી...

અને તારું સ્મિત જોવા તરસ્યાં નયનો

વર્ષો જેવી લાગે છે કલાકો અને

યુગો જેવડા લાગે છે દિવસો

તારા આગમન કાજે પ્રતિક્ષા કરતાં..

મીટ માંડી બેઠેલા, તરસ્યાં નયનો"

શિવમની મન:સ્થિતિ આવી રીતે પંક્તિઓમાં વર્ણવવી ઘણી મુશ્કેલ છે. જાહ્નવી સાથેના અકસ્માત પછી શિવમ જાણે કોઈ ઘેરા અંધકારમાં ખોવાઈ ગયો હતો.

કોલેજથી છુટીને પોતાની બાઈક પર બેસી રહેલા શિવમને અનિકેત મળે છે

અનિકેત –"શિવમ, કેમ હમણા વાત કરવા પણ ઉભો રહેતો નથી?"

શિવમ- "વાત કરવા જેવું કશું હોતું જ નથી. "

અનિકેત-"આમ ક્યાં સુધી રહેશે ?"

શિવમ-" જયા સુધી જાહ્નવી જાગ્રૃત અવસ્થામાં નહી આવી જાય.. જયા સુધી એ ફરી હરતી ફરતી નહી થાય જયા સુધી એ પોતાના જીવનમાં ફરી ન ગોઠવાય ત્યાં સુધી. "

અનિકેત-"ખોટું ન લગાડતો પણ એક વાત પૂછું ?"

શિવમ- હા પૂછું. "

અનિકેત –જે વ્યક્તિ મરણપથારી એ છે જે તને પ્રેમ નથી કરતી તને ખબર જ છે અને જાગૃત થયા પછી પણ નહી કરે એ પણ તને ખબર છે એવી વ્યક્તિ માટે આટલું બધું શું કામ ???

શિવમ-અનિકેતના ખભા પર હાથ મુકે છે –તને નહી સમજાય દોસ્ત.. પછી ક્યારેક વાત અત્યારે મોડું થાય છે.

અનિકેત ત્યાં ઉભો રહે છે શિવમ બાઈક ચાલુ કરી સડસડાટ નીકળી જાય છે.

અનિકેત વિચારે છે-"શિવમની બન્નેવબાજુ હાર જ છે છતાં એ જીવનની આ બાજી રમી રહ્યો છે.. એ દુઃખી થાશે એ સ્પષ્ટ છે.. છતાં સમજતો નથી.....

****

ICU માં બેડ નં ૮ માં બારીમાંથી આછો આછો પ્રકાશ આવતો હતો હાથમાં સાચા ફૂલો લઈને શિવમ ત્યાં પ્રવેશે છે એ ધીમેથી બારણું ખોલે છે અને અંદર પ્રવેશે છે જાહ્નવીની બાજુમાં એ ફૂલો રાખી દે છે અને થોડીવાર એ એને એકીટશે જોયા રાખે છે.

શિવમ –" તને નથી લાગતું હવે બહું વધારે થઈ ગયું ? આટલું બધું કોઈ સુવે ખરું ?"

સામેથી કોઈ પ્રત્યુતર નથી જ મળવાના છતાં શિવમ વાતચીત ચાલુ જ રાખી એનું ધ્યાન ત્યારબાદ જાહ્નવીના મોઢાંમાં ખૂણા પર આવી ગયેલ ફીણ પર જાય છે એ કોટન લે છે અને એને સાફ કરે છે.

શિવમ – " જાહ્નવી તને ખબર છે આજે મનોવિજ્ઞાનનાં લેકચર બહુ મજા આવી હોત તો તને પણ આટલી જ મજા આવત..."

અત્યત શાંત એ રૂમમાં શિવમ આમ બોલ્યા કરતો હતો.

શિવમ –" બધા ભલે ગમે તે કહે પણ મને વિશ્વાસ છે કે તુ પહેલા જેવી સાજી થઇ જાઇશ, મને ઈશ્વર પર સંપૂર્ણર્ણ શ્રધ્દ્ધા છે એ તને ક્યારેય આવી હાલતમાં કાયમ નહી રાખે"

થોડીવારમાં ત્યાં નર્સ આવે છે અને શિવમ સાથે વાત કરે છે

" સર તમે નિયમિત આવીને આમના માટે ફૂલો લાવો છો તમે એમની સાથે વાત કરો છો. તમને લાગે છે એ સાજા થઇ જશે ? અને તમે આમના શું થાવ છો. ?

શિવમ ઊંડો શ્વાસ લે છે

" સિસ્ટર, એ મને સંપૂર્ણ વિશ્વાસ છે કે જાહ્નવી સાજી થઇ જાશે અને બીજો પ્રશ્ન કે હું એનો શું થાવ છું એ તો મને નથી ખબર પણ જાહ્નવી મારું સર્વસ્વ છે ,મારા અસ્તિત્વનો એ આધાર છે અને મારા વિચારોનો નિર્ધાર છે. એ મારી વાસ્તવિકતા છે.. "

નર્સ એમને કહે છે

" સારું કહેવાય સર તમારો વિશ્વાસ જરૂર રંગ લાવશે. "

શિવમ થોડીવાર જાહ્નવીની બાજુમાં બેસી બીજી થોડી વાતો કરે છે અને પછી જતો રહે છે..

રાત્રે જમ્યા પછી દિવ્યા ઝરૂખાના હીચકા પર હિચકતી હતી એ જાહ્નવી સાથે પાડેલા ફોટો ફરી જોતી હતી એટલામાં એને ભરતનો ફોન આવે છે.

દિવ્યા –"હેલ્લો... કેમ છો ?"

ભરત – "તને તો ખબર છે કેમ છું એ"

દિવ્યા-" બોલો બીજું "

ભરત – "દિવ્યા, તને નથી લાગતું તારી જિદ બહું ઝાઝી લંબાવાય રહી છે હું હવે મારા ઘરે વધુ નાં પાડી શકું એમ નથી. "

દિવ્યા-" પણ હું શું કરૂ મને ખરેખર કાઇ ઈચ્છા જ થતી નથી. "

ભરત થોડો ગુસ્સે થાય છે-

" છેલ્લા 5 મહિનાથી તારું આવું રોજનું રટણ સાંભળી હું ત્રાસી ગયો છું.હું કેટલીવાર મારા મા-બાપને એમ કહું કે હવે થોડો સમયમાં દિવ્યા સગાઈ માટે રાજી થઈ જશે કેટલીવાર એમને આશ્વાસન આપતો રહું. ?"

દિવ્યા- " ભરત, જાહ્નવીની સ્થિતિ તમને ખબર જ છે !!થોડો વખત જવા દો હું મારા મનને તૈયાર કરીશ આ આત્મગ્લાનિનો ભાર મારાથી પણ વધુ સહન નથી થતો."

ભરત – " તું તારી જાત ને કેમ એ અકસ્માત માટે જવાબદાર ગણે છે? તારો કોઈ વાંક જ ન હતો. અને કોઈ માટે તારા સુખ પર કેમ પ્રતિબંધ મુકે છે ?"

દિવ્યા થોડી ચીઢાંય છે – " જાહ્નવી કોઈ નથી એ મારી બહેન છે અને હું એને સગી બહેન કરતાં પણ વધારે પ્રેમ કરુ છું. "

ભરત – "અને મારું શું દિવ્યા ? મને ક્યાં સુધી આમ કહ્યા કરીશ ? જાહ્નવી તો મરણપથારીએ પડી જ છે તુ આપણા સંબધને શા માટે અગ્નિમાં હોમે છે?"

દિવ્યા –" તમે શું બોલો છો એ પણ ખ્યાલ છે તમને? મારે અત્યારે કાંઈ વાત નથી કરવી. હું ફોન મુકું છું "

દિવ્યા ફોન મુકી દે છે અને હિચકો ચાલતો રહે છે એની આંખમાંથી અશ્રુઓનાં ટીપાં એના હાથ પર પડવા લાગે છે.

દિવ્યાને એ દિવસ યાદ આવે છે જયારે જાહ્નવીની સગાઈમાં ભરતને તેડાવવામાં આવ્યા હતા .એના માનસપટ પર ફરી એ સ્મ્રતિ કોઈ ચલચિત્ર જેમ સામે આવી જાય છે.

***

ભરત – " લે, આ પ્રસાદ મમ્મીએ મોકલ્યો છે. "

દિવ્યા –પ્રસાદ લેવા જાય છે દિવ્યા થોડી હાંફી જાય છે

ભરત-"સારું થયું તને કાઈ થયું નહી. "

દિવ્યા ભરતનો હાથ મજબુતાઈથી પકડી લે છે અને કહે છે –" જ્યાં સુધી તમે મારી સાથે છો ત્યાં સુધી મને કાઈ થઇ શકે?"

ભરત – " હું હમેશા તારી સાથે છું તારા દરેક નિર્ણયમાં મારો સહકાર હશે. "

દિવ્યા-"સારું તો જઈએ હવે?"

ભરત-"થોડીવાર તો સાથે સમય વીતાવ ચાલ, આઈસ્ક્રીમ ખાઈએ. "

બન્ને બાજુના આઈસ્ક્રીમ પાર્લરમાં જાય છે આઈસ્ક્રીમનો ઓર્ડર કરે છે.

ભરત પોતાના હાથેથી એક ચમચી દિવ્યાને ખવડાવે છે.

દિવ્યા- " શું કરો છો ? બધા જુએ છે આપણી તરફ. "

ભરત-"મારી ભાવી પત્નીને આઈસ્ક્રીમ ખવડાવું છું બીજું શું?"

દિવ્યા શરમાઈ જાય છે.

આમ થોડો સમય વાતો કર્યા બાદ બને સગાઈનાં હોલ પર આવે છે. શોભામામી. વિનયમામા, લલિતાબેન, સુરેશભાઈ. સૌ કોઈ ભરતનું સ્વાગત કરે છે ઔપચારિક વાર્તાલાપ પછી શોભામામી દિવ્યાને એકાંતમાં બોલાવે છે.

શોભામામી-" જાહ્નવી ક્યાં છે ? આવે છે ને તારી પાછળ. "

દિવ્યાને આંચકો લાગે છે કે જાહ્નવી હજુ પહોચી નથી.

દિવ્યા-"મમ્મી, એ હજુ આવી નથી ?મને એમ કે એ અડધી કલાક પહેલા જ આવી ગઇ હશે. "

શોભામામીનાં પેટમાં ધ્રાસકો પડે છે એ દિવ્યાને ખીજાય છે.

"તને ખબર નથી પડતી એને એકલી મૂકી તુ ગઈ જ કેમ? જલ્દી એને ફોન કરી બોલાવ એને શોધ કાંઈક અનર્થ થયું તો દ્વારકાધીશ !!! આ છોકરીઓ પર ભરોશો કરાય જ નહી. "

દિવ્યાના હ્રદયના ધબકારા વધી જાય છે એ જાહ્નવીને ફોન કરે છે પણ એનો ફોન સ્વિચ ઓફ આવે છે. એને પણ મનમાં બીક લાગે છે કે જાહ્નવી હજુ કેમ નથી આવી ?

દિવ્યા ઝડપથી બધા રૂમમાં જોઈલે છે પણ જાહ્નવી ક્યાંય હોતી નથી.

"દિવ્યા, હવે સુઇ જા રાત બહું થઈ ગઈ છે. "

શોભામામીનો આવો અવાજ સાભળતા દિવ્યાએ સ્મૃતિપટમાંથી પરત ફરી જાય છે એના પગ અચાનક જ સ્થિર થઈ જાય છે ચાલતો હિચકો ઊભો રહી જાય છે દિવ્યા વિચારે છે. -

"સમય કેટલું બધું બદલી નાખે છે એ દિવસે માત્ર જાહ્નવી નું જ નહી એની સાથે સકળાયેલા ઘણાબધા લોકોનું જીવનપરિવર્તન કરી નાખ્યું.

મે જાહ્નવીને કહ્યું હતું કે તારી સગાઇ પછી મારી સગાઈ થશે એટલે અત્યારે હું ભરતને નાં પાડું છું કે થોડી રાહ જુએ... આમ તો ભરત પણ એની રીતે સાચા જ છે પણ પરિસ્થિતિ જ એવી ઊભી થઇ છે કે હું મારી જાતને સગાઇ માટે તૈયાર કરી સકતી નથી.. જાહ્નવી વિના હું કેમ નવા જીવનના શ્રી ગણેશ કરું? જેની સાથે બાળપણથી લઈને અત્યાર સુધી નાનીનાની વાતો સંકળાયેલી હોય એના વિના હું આવડી મોટી વાત કેમ આગળ વધારું? બધાને ભલે મારો નિર્ણય ખોટો કે ભૂલભર્યો લાગે પણ મારો સ્નેહ ખોટો નથી... હું જે અનુભવુ છું એ ખોટું નથી.

દિવ્યા ઝરૂખાની લાઇટ બંધ કરે છે અને શયનખડમાં જતી રહે છે.

બીજે દિવસે સવારે લલીતાબેન અને સુરેશભાઇ હોસ્પિટલે જાય છે ડોકટરને મળે છે.

સુરેશભાઇ-" ડોક્ટર સાહેબ, કેટલી રીકવરી છે ?"

ડોક્ટર ઊંડો શ્વાસ લે છે થોડું વિચારે છે અને પછી ધીમેથી કહે છે.

" આવા કેસમાં કાઈપણ કહેવું મુશ્કેલ છે મલ્ટીપલ ટ્રોમેટીક ઈન્જરી થઈ છે જેના લીધે માત્ર મગજને જ નહી શરીરનાં ઘણા બધા અંગોને નુકસાન થયું છે. છ મહિનામાં રીકવરી માત્ર ૧૦% છે, બની શકે કે એમની કોમાની સ્થિતિમાં સુધારો થાય અને એને સભાનતા આવે પરંતુ એ પછી એમની યાદશક્તિ જતી રહે એવું બને કે એવું પણ બને કે એમના હાથ-પગ કાર્ય ન કરી શકે. એમને ચાલવામાં તકલીફ થઈ શકે કે ક્યારેય ચાલી પણ ન શકે. "

સુરેશભાઇ અને લલિતાબેન અત્યંત ઉદાસ થઈ જાય છે.

ડોક્ટર - "અમે અમારાથી બનતા તમામ પ્રયત્ન કરીએ છીએ બાકી પરમકૃપાળુ પરમેશ્વરની ઉપર બધું છોડી દો. "

સુરેશભાઇ અને લલિતાબેન પછી જાહ્નવીનાં બેડ પાસે આવે છે. લલિતાબેન વહાલથી જાહ્નવીના માથા પર હાથ મુકે છે અને એમને રડવું આવી જાય છે. સુરેશભાઇ એમનાં ખભા પર હાથ મૂકી સાંત્વના આપે છે થોડીવાર મૌન છવાયેલું રહે છે.

લલિતાબેન—" જાહ્નવી હવે ઊઠી જા ને દીકરી તને અમારા પર દયા નથી આવતી? તારા વગરનું અમારું જીવતર ધૂળ થઈ ગયું છે. અમે જીવતા નથી માત્ર શ્વાસ લઈએ છીએ. "

સુરેશભાઇ –" તારી મમ્મીની વાત સાવ સાચી છે એક એક દિવસ અમે કેમ વિતાવી એ છીએ એ અમારું મન જાણે છે. દીકરી હવે આ સંતાકુકડીની રમત રોકી દઈએ તો. "

સુરેશભાઇ ભાવુક થઈ બહાર જતા રહે છે લલિતાબેન પણ પોતાને સંભાળી ત્યાંથી નીકળી જાય છે.

****

ડાઈનીંગ ટેબલ પર હિના અને ધ્વનિત નાસ્તો કરી રહ્યા હતા.

ધ્વનિત- " હિના, આ એક પરોઠું અને દહી ખાવું જ પડશે તારે... "

હિના – "આજકાલ થોડું વધારે જ દયાન રાખવા માંડ્યા છો હો તમે હવે મને જાડી નાં કરી દેતા.

દવનિત- "અરે, હવે તો તારે ડબલ જમવું પડશે અને હવે કાંઈ કામ નહી માત્ર આરામ જ આરામ. "

હિના ધ્વનિતનાં હાથ પર હાથ મુકે છે અને બનેનાં નયનો અરસપરસ સ્નેહનું આદાન પ્રદાન કરતા રહે છે થોડીવાર પછી હિના એકલી પડે છે અને વિચારે ચડે છે.

"બધી પ્રેમકથા આટલી સરળ નથી હોતી અમુક એના પરમસ્થાન સુધી પહોચતા પહેલા જ અંત પામે છે.. " અને ઋતુરાજની સગાઈનો દિવસ યાદ આવે છે.

***

એ દિવસે એ બહુ ખુશ હતી. એકમેકને હૃદયનાં ઊંડાણપૂર્વક સ્નેહ કરનારા બે વ્યક્તિઓ એક પવિત્ર બંધનમાં બંધાવા જઈ રહ્યા હતા.

હિના-ઋતુરાજને ખીજવે છે.

- " ભાઈ, આમ મારા સામે જુઓ તો બધુ બરાબર છે ને ?"

ઋતુરાજ- "હા. હા બરાબર જ છે."

હિના- " પછી સગાઈ કરી પાછુ બરોડા આવવાનું છે કે અહી રાજકોટ જ રહેવાનું છે એ કહી દે એટલે અમારે બધા વચ્ચે તને કાંઈ કહેવું નહી. "

હિના અને અન્ય સૌ હસવા લાગે છે. સગાઈ હોલની બહાર બસ ઊભી રહે છે સૌ મહેમાન બસ માંથી ઊતરે છે.

યજમાન બધા દ્વાર પાસે ઊભા રહી સ્વાગત સત્કાર કરે છે.

લલિતાબેન – " જયશ્રી કૃષ્ણ નિશાબેન... બહુ હેમખેમ?"

નિશામાસી – " હા "

બંને ગળે મળે છે બધાં અંદર પ્રવેશે છે. હિના અને ઋતુરાજ સાથે ધીમધીમે સગાઈ હોલ તરફ જાય છે.

બધા ફ્રેશ થવા માટે અલગ-અલગ રૂમમાં જતા રહે છે.

હિના –" મમ્મી હું જાહ્નવીને મળી આવું?"

નીશામાસી - "હા, હા ચોક્કસ અને એને કેજે કે ખૂબ ઝગમગારા નાખે કેમ કે મારા ઋતુરાજ સાથે એને ઊભૂ રહેવાનું છે. "

હિના હસે છે – " હા, હા મમ્મી. "

હિના બહાર જાય છે અને જાહ્નવીને શોધે છે એટલામાં ઝડપથી પસાર થઈ રહેલી દિવ્યા એને ટકરાય છે.

દિવ્યા – "ઓહ, સોરી... "

હિના – " અરે! અરે! આ માનૈયા તો જો ભારે ઉતાવળા હો. !!"

દિવ્યાના માથા પર પરસેવાની બુંદો આવી ગઈ હોય છે છતાં એ પોતાની જાતને બને એટલો સ્વસ્થ બતાવવાનો પ્રયત્ન કરે છે.

"અરે, ના, ના પણ જાનૈયા પક્ષનાં સ્વાગત સત્કારમાં કાઈ ક્ષતિ તો નાં જ રહેવી જોઈએ ને!"

દિવ્યા હિનાને ભેટી પડે છે

હિના –"દિવ્યા, બધું બરાબર તો છે ને ? થોડી ટેંશનમાં લાગે છે. "

દિવ્યા –"હા, હા બધું બરાબર જ છે થોડી કામની દોડાદોડી બસ. "

હિના-" ચાલ ને માટે જાહ્નવીને મળવું છે. "

દિવ્યાના મૃખપૃષ્ટનો રંગ એકાએક ઊડી જાય છે એના હાથ-પગ થીજી જાય છે એ થોડી અચકાતા બોલે છે.

" આટલી ઊતાવળ શું ?અત્યારે અમે એને તૈયાર કરી એ છીએ એ તૈયાર થઇ જાય પછી જ મળવા દેશું. "

હિના- "ઓ હો... "

દિવ્યા- " હિના, ચાલ નાસ્તાનો સમય થઇ ગયો છે. થોડું ખાઈ લે પછી તારેય બધી તૈયારી હશે ને?"

હિના- "હા, સારું. "

હિનાને દિવ્યાનું વર્તન થોડું વિચિત્ર લાગે છે પણ 'હશે' એમ વિચારી એ જતી રહે છે.

હિનાને ત્યારે થોડું ઘરનું કામ યાદ આવી જાય છે એટલે એ વિચારો પર થોડીવાર વિરામ મૂકી એ એમાં લાગી જાય છે.

હિનાને નીશામાસીનો ફોન આવે છે.

નિશામાસી- "કેમ છે હિના ? આ અવસ્થામાં તારું ખાસ દયાન રાખજે અને શરૂવાતનાં ત્રણ મહિનાતો એકદમ. "

હિના-"હા મમ્મી. "

નીશામાસી-"શું કરે ધ્વનિત અને તારા સાસુ-સસરા ?"

હિના- " બધા મજામાં. "

નીશામાસી- " ભાઈ એ તને યાદી મોકલાવી છે એ હમણાં થોડો પ્રોજેકટમાં વ્યસ્ત થઈ ગયો છે એટલે અમને પણ બહું ફોન કરતો નથી."

હિના- "હા, મમ્મી સારું."

નિશામાસી-" તું હજુ મારાથી રૂષ્ટ છો મારી સાથે તું ક્યારેય વ્યવસ્થિત વાત કરતી નથી. "

હિના-" મમ્મી, હવે જે થઇ ગયું તે થઇ ગયું વાંરવાર વાગોળ્યા કરવાથી બધું પહેલા જેવું નહી થાય હું રૂષ્ટ હોઉં કે નાં હોઉં તમે તો એ જ કરશો જે તમારે કરવું હશે. "

નિશામાસી-"મેં જે કર્યું એ બરાબર જ કર્યું. તને આજે આ હકીકત નહી સમજાય પરતું થોડા સમય પછી સમજાય જશે. "

નિશામાસી ફોન મૂકી દે છે હિના પોતાના રૂમમાં આવી પથારી પર બેસી જાય છે એ થોડું પાણી પીવે છે અને પુન:વિચારોની સ્મૃતિની એ યાત્રામાં ખોવાઈ જાય છે.

***

" નાસ્તો કર્યા બાદ ચૂંદડીની વિધિની તૈયારીઓ થાય છે બધા હોલમાં એકત્ર થાય છે.

નિશામાસી- " લલિતાબેન, જાહ્નવી તૈયાર છે ને ? હમણાં ચુંદડીની વિધિ છે. "

લલિતાબેનના ચહેરા પર કોઈ ભાવ જ ન હતો એ કહે છે-" હા હું ફરી એકવખત જોઈ લઉ છું. "

હિનાને હવે થોડી શંકા જાય છે એટલે એ એમની પાછળ પાછળ જાય છે.

લલિતાબેન ધુંઆપુંઆ થતા હતા. -

" અરે શોભાબેન આ બેયમાં તો અક્કલ જ નથી એમ માની લઈએ પણ તમે તો મોટા છો ને ? તમે એમને બહારે જવા જ કેમ દીધા બધા વચ્ચે હવે મારી આબરૂના કાંકરા થઈ જશે. એના પપ્પાને તો હજુ ખબર જ નથી..

દિવ્યા, જાહ્નવીને તારે એકલી મુકવાની જરૂર જ શું હતી?અને એવું બધું તમારે શું કામ હતું કે સગાઈનો મંડપ મૂકી તમે બેય ચાલતો થઈ ગયા... ?"

દિવ્યા રડતા રડતા બોલતી હતી-

" ફઈ, ખરેખર મને આવું સ્વપ્નમાંય ન હતું કે જાહ્નવી પાછી નહી આવે એણે કીધું હતું કે એ રિઝલ્ટ અને સ્કોલરશીપનું કામ પૂરું કરી

અડધી કલાકમાં જ આવી જશે અને એણે જ મને ભરતને લેવા મોકલી હતી. "

શોભામામી દિવ્યાના બંને ખભાને મજબુતીથી પકડી લે છે. -

" પણ તારાથી તો નાં પડાતી હતી ને કે તને એમ ના જવા દેવાય ? હવે બહારે જવાબ તો અમારે બધા એ આપવો પડશે ને ??"

લલિતાબેન –" રહેવા દો શોભાબેન આમાં તમારો પણ એટલો જ વાંક છે.... "

દિવ્યા-"ફઈ, તમે મમ્મી પર આવા આક્ષેપ નાં કરો અમે જ જિદ કરીને ગયા હતા. ?

લલિતાબેન જોરથી –"ચુપ, દિવ્યા એકદમ ચુપ. "

શોભામામી દિવ્યાને મૂકી દે છે એ નિરાશ થઈ ત્યાં જ ખુરશી પર બેસી જાય છે લલિતાબેન પણ રૂમની દીવાલ પાસે જતા રહે છે હિનાને બધી વાતનો ખ્યાલ આવી જાય છે એ અંદર આવે છે. "

દિવ્યા-"હિના ??"

શોભામામી અને લલિતાબેન ચોકી ઊઠે છે.

હિના-" દિવ્યા, તું બીલ્કુલ જ ગભરાઈશ નહી બધું સારું થઈ જશે. જાહ્નવી હમણા આવી જશે બની શકે રસ્તામાં ટ્રાફિક નડયો હોય કે કોલેજ થોડીવાર લાગી હોય હું કાઈક કરી મુહુર્ત થોડું મોડું લેવડાવું છુ. "

દિવ્યા હજુ રડતી જ હોય છે

હિના-"તું રડવાનું બધ કર અને ભરત સાથે જઈ જાહ્નવીને શોધ. "

દિવ્યા પોતાની જાતને સંભાળે છે અને ભરતને વાત કરી જાહ્નવી ને શોધવા નીકળે છે

જાહ્નવીને થોડી નબળાઈ છે ચક્કર આવે છે એમ કહી હિના અડધી કલાક મુહૂર્ત પાછળ લેવડાવે છે

ઋતુરાજ શેરવાની પહેરી તૈયાર થઈ ગયો હોય છે હિના એને મળે છે

હીના ને જોઈ ઋતુરાજ કહે છે –"જોતો હીના બધું બરાબર છે ને?

એ ક્યાંક ખોવાયેલી જ હતી ઋતુરાજ ફરી અને બોલાવે છે

હિના- " હા, હા એકદમ સરસ લાગે છે"

ઋતુરાજ ત્યારબાદ સુગંધી અત્તરથી પોતાને મઘમાદિત બનાવે છે.

ચૂંદડીની વિધિ નું મુહૂર્ત થઈ જાય છે

નિશામાસી- "લલિતાબેન, હવે વધું મોડું નથી કરવું જાહ્નવી ને બોલાવી લાવો."

લલિતાબેન ખૂબ ગળગળા થઈ જાય છે. એ પોતાના બંને હાથ નિશામાસી તરફ જોડે છે અને કહે છે

"નિશાબેન હું ખૂબ દિલગીર છું પરંતુ જાહ્નવી સગાઈ ના આ હોલમાં હાજર જ નથી એ કોલેજે એનું રિઝલ્ટ અને સ્કોલરશીપ લેવા ગઈ હતી પરંતુ હજુ પાછી આવી નથી. "

હિના પોતાના મન પર કાબુ મેળવી લે છે અને આગળ વધુ યાદ કરતી નથી કેમકે એ બધું યાદ કરવાથી એને દુઃખ જ મળવાનું હતું.

****

સગાઈના વસ્ત્રોમાં સુસજ્જ જાહ્નવી એક પછી એક ડગલું ચાલતી હોય છે.

દિવ્યા હસીને-"જાહ્નવીને ધીમે ધીમે હો હું દોડીને ઋતુરાજ પાસે ના પહોંચી જતી. "

જાહ્નવી શરમાઈ જાય છે એ ઋતુરાજથી એકદમ નજીક આવી જાય છે એ ઊચું જુએ છે અને શેરવાનીમાં કોઈ રાજકુંવર જેવા લાગતા ઋતુરાજને નિહાળ્યા કરે છે એ એને ધીમુ સ્મિત આપે છે

ઋતુરાજ સગાઈ ની વીંટી પહેરાવવા આગળ વધે છે જાહ્નવી નો હાથ પકડે છે અને ધીમેથી એને વીંટી પહેરાવવા જાય છે ત્યાં ઓચિંતા ધરતી ધ્રુજી ઉઠે છે દિવાલો ધ્રુજવા લાગે છે ઋતુરાજના હાથમાંથી વીંટી પડી જાય છે ધરતી ફાટી જાય છે અને ઋતુરાજ જાહ્નવી થી અલગ થઈ જાય છે...

જાહ્નવીને અચાનક હોર્નના જોર જોરથી આવતા અવાજો સંભળાવવા લાગે છે તે ઉપર જુએ છે તો જોરથી તૂટી પડતો પુલ દેખાય છે એ આંખો બંધ કરી જાય છે અને એના માથા પર પુલનો તૂટેલ ભાગ જોરથી પડે છે

આવા એકાએક આવેલા વિચારોને લીધે જાહ્નવી નો હાથ જોરથી ઊંચો થાય છે એના બાટલાનું સ્ટેન્ડ પડી જાય છે એના હાથમાં રાખેલ નળી નીકળી જાય છે અને એમાંથી ટપક ટપક લોહી પડવા માંડે છે એ પૂરેપૂરી પરસેવાથી નાઈ રહી હોય છે એને શ્વાસ લેવામાં તકલીફ થાય છે આઈસીયુના મોનિટરમાં જોડ જોરથી "ડીપ.... ડીપ... " એમ અવાજ આવે છે.

દોડીને નર્સ અને ડોકટર ત્યાં આવે છે જાહ્નવી નો બાટલો ફરી શરૂ કરે છે અને અપાતો ઓક્સિજન વધારે છે થોડીવારમાં બધું સામાન્ય થઈ જાય છે જાહ્નવી ફરી તંદ્રાવસ્થામાં જતી રહે છે ફોન કરી ડોકટર લલિતાબેન અને સુરેશભાઇ ને બોલાવે છે.

ડોકટર-"છ મહિનામાં આવું પહેલી વાર થયું છે કે એમનામાં થોડું હલનચલન થયું હોય. "

લલીતાબેન-"તો તો એ સારી નિશાની કહેવાય ને ?"

ડોકટર-"હા, એકદમ સારી નિશાની કહેવાય પરંતુ 100% નહીં બની શકે મગજમાં ચાલતા જુદા જુદા વિચારોને લીધે એમને કંઈક આચકો લાગ્યો હોય છે અને આવું થયું હોય વળી એ ફરી કોમા માં જતા રહ્યા છે એટલે કંઈ પણ કહેવું મુશ્કેલ છે. "

લલિતાબેન અને સુરેશભાઈ જાહ્નવીને મળીને પરત ફરે છે ગણેશોત્સવ આવી રહ્યો હતો એટલે ઠેરઠેર શ્રી ગણેશ ની મૂર્તિ બની રહી હતી એમના સ્થાપન માટે ગલીએ-ગલીએ સ્ટોલ બની રહ્યા હતા.

લલિતાબેન મનમાં- " હે ગણપતિબાપા, મારી દીકરીને સાજી કરી દો.. મારાથી હવે આ બધું જોવાતું નથી. "

ઘરે આવીને લલીતાબેન અને સુરેશભાઈ જાહ્નવીના વિચારમાં મગ્ન થઈ જાય છે લલિતાબેનને દિવસે યાદ આવે છે જેણે એની મમતા પર આકરો પ્રહાર કર્યો હતો.

****

નિશામાસી-"તમે શું બોલો છો આ ?"

લલિતાબેન ગડગડા થઈ જાય છે –"હું શું કરું હવે ? એ હજુ પાછી નથી આવી. "

ઋતુરાજ આ સાંભળી ચોકી ઉઠે છે અને ફરી નજીક આવે છે

- "શું થયું છે ? જાહ્નવી ક્યાં છે- લલિતાબેન ઋતુરાજ અને બધું કહે છે નિશામાસી ગુસ્સે થઈ જાય છે.

- આજે સગાઈ છે અને મા બાપને ખબર નથી છોકરી ક્યાં ચાલી ગઈ છે આ તમારી બેદરકારી છે કે શું ?કે પછી એમને નહીં બોલાવી અમારી ફજેતી કરવાની હતી. "

શોભામામી આગળ આવીને એમને વિનવે છે-

" ના, ના બેન એવું કાંઈ નથી મે જ એને કહ્યું હતું કે જલ્દી જાય અને રિઝલ્ટ લઈ પાછી આવી જાય. "

ઋતુરાજ-"મમ્મી શાંત થાવ બની શકે જાહ્નવી ક્યાંક ટ્રાફિકમાં રોકાઈ ગઈ હોય. "

નિશામાસી ગુસ્સે થઈને કાર્તિકભાઈ પાસે જતા રહે છે.

ત્યાં બધા પુરુષો ગોળ ખાવાની વિધિ શરૂ કરવા જઈ રહ્યા હતા. સામાન્ય રીતે ગુજરાતમાં સગપણ જોડાય એટલે વરપક્ષ અને કન્યા પક્ષ ચાર પુરુષો સામસામે એકબીજાને ગોળ ખવડાવી શકપણ પાકું કરે છે.

કાર્તિકભાઇ અને સુરેશભાઈ સામસામે બેઠા હતા સુરેશભાઈ કાર્તિકભાઇને ગોળ ખવડાવવા જઈ રહ્યા હતા ત્યાં નિશામાસી આવી અને રોકે છે-

" સાંભળ્યું, હમણાં ગોળ નહીં ખવડાવતા જ્યાં સુધી જાહ્નવી સગાઈના મંડપમાં હાજર ન થાય ત્યાં સુધી ગોળ ન ખાતા. "

કાર્તિકભાઇ આ સાંભળી ઊભા થઈ જાય છે સુરેશભાઈને પણ આઘાત લાગે છે અને એ પણ ઊભા થઈ જાય છે સૌ કોઈ એકબીજાના ચહેરા સામે જોયા કરે છે.

કાર્તિકભાઇને નિશામાસી બધી વાત કરે છે અને અહીંયા લલિતાબેન સુરેશભાઈ ને બધું કહે છે સુરેશભાઈ- "તને આટલી ખબર નથી પડતી કે આજના દિવસો તો દીકરીને બહાર ન જવા દેવાય. "

લલિતાબેન-"મને એમ કહીને ક્યાં ગઈ છે ? એ તો શોભાબેન ને કહીને જતી રહી હતી. "

સુરેશભાઈ અફસોસ વ્યક્ત કરતા કરતા - "તમનેય ખબર ન પડે કે એને જવા ન દેવાય... "

શોભામામી ખૂબ હતાશ થઈ જાય છે.

ઋતુરાજ-" દિવ્યા, હિના, નેહા તમે લોકો જાઓ અને જાહ્નવીને શોધો. "

નિશામાસી- "ઋતુરાજ, તું તો હવે બંધ જ કરજે જોયું તારી ઘેલછાનું પરિણામ ?બધા વચ્ચે નાક કપાઈ ગયું. "

ઋતુરાજ- "એવું કાંઇ નથી થયું, મમ્મી. "

નિશામાસી- " હું તો શરૂઆતથી ના જ પાડતી હતી કે આ લોકો અને આપણો ક્યારેય સંબંધ શક્ય નથી પણ તમે જ કોઈ સમજતા ન હતા. "

આવું સાંભળી રહેલા લલિતાબેન અને સુરેશભાઈની માથે આભ તૂટી પડે છે

હિના-"મમ્મી આમ ગમે તેમ ન બોલ. "

ઋતુરાજ- " જરૂર કંઈક કારણ હશે બાકી જાહ્નવી મોડું ના થાય."

નિશામાસી-"મને તો લાગે છે કે કોઈક બીજા સાથે....

લલિતાબેન અકળાઈ જાય છે-

"તમે આમ તો ન બોલો તમને ખબર જ છે કે જાહ્નવી માત્ર ઋતુરાજને પ્રેમ કરે છે લલિતાબેન ત્યાં ખુરશી પર બેસી જઇ રડવા માંડે છે દિવ્યા અને હિના એમને સાંભળે છે ઋતુરાજ નિશામાસીને એકતરફ લઈ જાય છે.

ઋતુરાજ થોડીવાર સુધી થોડી વાત કરે છે અને પછી લલીતાબેન પાસે આવે છે.

-"તમે ચિંતા ના કરો જાહ્નવી હમણા આવી જશે આપણે થોડીવાર રાહ તો જોઈએ. "

દિવ્યા અને નેહા એને શોધવા નીકળી પડે છે ઘણો સમય વીતી જાય છે થોડીવાર પછી હિનાના મોબાઇલમાં દિવ્યાનો ફોન આવે છે.

હિના- " શું એ ક્યાંય મળતી નથી ? કોલેજથી પણ નીકળી ગઈ છે. "

હિના ઉદાસ થઈ ફોન મૂકી દે છે

નિશામાસી-" બસ, હો હવે હિનામારાથી વધુ અપમાન સહન નથી થતું. ચાલો, આપણે હવે જઈએ. "

હિના-"મમ્મી શાંતિ રાખો ને. "

ઋતુરાજ આમતેમ આંટા માર્યા રાખે છે અને ચિંતા કરે છે થોડીવારમાં દિવ્યા અને નેહા પાછા આવી જાય છે.

નેહા-"બધે તપાસ કરી ક્યાંય નથી મળતી. "

દિવ્યા-"હા, કોલેજ પર જઈ આવ્યો તો ત્યાંથી એ ક્યારની નીકળી ગઈ છે. "

ઋતુરાજ-" શું થયું હશે ?મને તો બેચેની થાય છે. "

ત્યા નેહાના મોબાઇલની રીંગ વાગે છે ને આ ફોન ઉપાડે છે અને માત્ર સાંભળ્યા રાખે છે વાત સાંભળતા સાંભળતા એનો હાથ ધ્રુજવા લાગે છે થોડીવારમાં જેને આંખોમાંથી આંસુ પડવા લાગે છે નેહા ફોન મૂકી દે છે.

દિવ્યા-"નેહા, શું થયું ? જલ્દી કહે. "

નેહા-"જાહ્નવીનું એક્સિડન્ટ થઈ ગયું છે અને હાલત અત્યંત ગંભીર છે અને હોસ્પિટલમાં દાખલ કરી છે. "

બધાના પગના તળિયાનીચે થી જમીન ખસકી જાય છે. "

સુરેશભાઈ લલિતાબેન ખભા પર હાથ મૂકે છે

- "હવે વારંવાર દિવસ યાદ કર્યા રાખવાથી કે ચિંતા કર્યા કરવાથી કંઈ ફાયદો નથી થવાનો. "

લલીતાબેન- "તમે સાચું કહો છો. "અને એ ઘરના કામકાજમાં લાગી જાય છે."

****

દિવ્યાને ભરત નો ફોન આવે છે.

ભરત– "મે ગુસ્સામાં કીધેલી વાત માટે હું ખૂબ દિલગીર છું."

દિવ્યા- "વાંધો નહી. આમાં બધો વાંક તમારો પણ નથી. "

ભરત- " હું તારી હાલત સમજી શકું છું. "

દિવ્યા- "હવે એક મહિનાની અંદર આપણે સગાઈ કરી લેશું. "

ભરત કાંઈ ઉતાવળ નથી. તું સંપૂર્ણ સ્વસ્થ હો ત્યારે જ. "

દિવ્યા- "આપણે આપણા પરિવારનું પણ વિચારવું જોઈએ ને."

ભરત- "હા, એ વાત પણ બરાબર છે. "

****

હાથમાં એક નાની અને નખશિખ સુંદર શ્રીગણેશ ની મૂર્તિ લઈ શિવમ આઈ. સી. યુ. માં પ્રેવશ કરે છે.

"જાહ્નવી ગણેશત્સવ આવે છે તો મેં વિચાર્યું આપણા જીવનમાં આવેલ તમામ વિઘ્નો દૂર થાય એ માટે આપણે ગણપતિ સ્થાપન કરીએ. "

શિવમ ત્યાં એક ખૂણા પર શ્રીગણેશની મૂર્તિ રાખે છે એમને નમસ્કાર કરી પ્રાર્થના કરે છે ડોકટર પાસેથી જાહ્નવીના થોડા હલનચલન ની માહિતી મેળવી શિવમ બહુ ખુશ થાય છે. ડોકટર- "શિવમજી હું હવે થોડા દિવસની રજા ઉપર જાઉં છું મારા બદલે બીજા ડોકટર એમની સારવાર પર ધ્યાન રાખશે. "

શિવમ-" ડોકટર કોઈપણ જાતની કચાસ ન રહે એ જ વિનંતી છે. "

ડોકટર-" હા, હા એવું બાંહેધરી લઉં છું. "

શિવમ-"તમે એની શરૂઆતથી દેખરેખ કરો છો એટલે તમારા સિવાય કોઈપણ ભરોસો કરતા વાર લાગે ને ?"

ડોકટર-" હા, સાચી વાત છે પણ બીજા ડોકટર કરતાં પાવરધા છે મને આજે યાદ છે જ્યારે મેં મિસ જાહ્નવીને પહેલીવાર ટ્રીટ કર્યા હતા.

"ઝડપથી આવેલી એમ્બ્યુલન્સ હોસ્પિટલની બહાર ઉભી રહે છે. નર્સ દોડતી દોડતી ડોકટર પાસે આવે છે.

- "સર બહુ સિરિયસ કેસ છે રોડ ટ્રાફિક એક્સીડન્ટ છે મલ્ટીપલ ટ્રોમેટીક ઇન્જરી થઈ છે."

ડોક્ટર ફટાફટ એને જુએ છે.. લાવનાર કોણ છે એ તપાસ કરતા માલુ પડ્યું કે કોઈએ એમ્બ્યુલન્સ તો બોલાવી લીધી પણ સાથે ન આવ્યું.

ડોક્ટર-સિસ્ટર એના સગાને ફોન કરો જલ્દી."

સિસ્ટર જાહ્નવી ના મોબાઈલ માં નંબર જુએ છે તે ફટાફટ છેલ્લે ડાયલ કરેલ અને રિસીવ કરેલ કોલમાં જુએ છે એમને એક નામ દેખાય છે"

"શિવમ."

એ ફોન લગાડે છે અને તેમને બોલાવે છે.

શિવમ-"એ પળ ઝિંદગીની સૌથી કપરી પળ હતી.

શિવમ એક ક્ષણને સ્પર્શે છે....

"એટલી બધી ઉતાવળ હતી કે પાંચ મિનિટ પણ ના ઉભી."

કોલેજના પાર્કિંગમાં બાઇક ઉભી રાખીને શિવમ પોતાની જાતને કહ્યું પછી એ કોલેજના અંદર જાય છે અને નોટિસ બોર્ડ પર રિઝલ્ટ જુએ છે થોડીવાર આમતેમ આંટા મારે છે પછી પાર્કિંગમાં પોતાની બેગ પાસે આવી જાય છે એ વિચારે છે-

"આજે જાહ્નવીની સગાઈ પણ થઈ જશે એ હંમેશા માટે મારાથી દૂર થઈ જશે.. મારી જીંદગી બહુ વિચિત્ર છે જે નથી માગ્યું એ બધું મળ્યું છે અને એક વસ્તુ માગી એ... ..!!!."

બાઈક ચાલુ કરી એ નીકળે છે આગળ રસ્તામાં ટ્રાફિક જામ થયેલ જુએ છે પોતાની બાઈક ઉભી રાખી ત્યાં કોઈને પૂછે છે-"ભાઈ, શું થયું છે?"

" અરે વાત પૂછો નહીં એક ટ્રક અને રિક્ષાનો એક્સિડન્ટ થયું... રિક્ષા અથડાઈને પડી ગઇ.. ટ્રક સંતુલન ગુમાવીને પુલ સાથે અથડાઇ

ગયો અને ફૂલ તૂટી પડ્યો આટલું ઓછું હતું કે એ પુલ રિક્ષા પર પડ્યો."

શિવમ- હે ભગવાન, રક્ષા કરજો...

શિવમ બાઈક ચાલુ કરી બીજા રસ્તેથી આગળ નીકળે છે ત્યાં એના મોબાઈલ ની રીંગ વાગે છે

"તમે જાહ્નવીજી સગા છો ?"

શિવમ-"કેમ ?"

"એમનું એક્સિડન્ટ થયું છે 150 ફૂટ રીંગ રોડ પર અને તાત્કાલિક હોસ્પિટલ લઈ આવવામાં આવ્યા છે એમની હાલત અત્યંત ગંભીર છે. તમે અહીં હમણાં જ આવી જાવ. "

આજુબાજુ આવતો વાહનો નો અવાજ જાણે શિવમ માટે એકાએક બંધ થઈ જાય છે એના કાનમાં તમરા વાગવા લાગે છે એમાં શરીરમાં જાણે પ્રાણ રહેતા નથી એને ઘેરો આઘાત લાગે છે.

એનામાં બાઈક ની કીક મારવા જેટલી પણ શક્તિ રહેતી નથી.

" હે ભગવાન, આ શું થઈ ગયું છે ?" એ પોતાનાં કપાળ પર હાથ રાખે છે પછી જાતને સંભાળી હોસ્પિટલ પર પહોંચે છે.. "

"ડોકટર ડોકટર કેવી સ્થિતિ છે હવે ? "એ તરત આવીને ડોકટરને પૂછ્યા કરે છે.

ડોકટર એના ખભા પર હાથ મૂકી-

" બ્લીડિંગ બહુ થઈ ગયું છે અત્યારે કાંઈ પણ કહેવું મુશ્કેલ છે તમે એમના શું થાવ છો. ?"

શિવમ વિચારે છે– "હું એનો કણ છું ?...કાંઈ નહિ....!!"

છતાં ડોકટરને કહે છે- અમે એક ક્લાસમાં જ છીએ.ક્લાસમેટ છીએ "

ડોકટર-"તમે એના ઘરે જાણ કરી દો અને બધાને બોલાવી લો."

શિવમને કઈ સુઝતું નથી. હવે શું કરે? એને યાદ આવે છે કે એ નેહા ને કહી દે.. નેહાને ફોન લગાડે છે નેહા ઉપાડે છે.

"નેહા, ધ્યાનથી સાંભળ તું જાહ્નવી ના સગાઈ હોલ પર છે?

નેહા-"હા. "

શિવમ-જો જાહ્નવીનું એક્સિડન્ટ થઈ ગયું છે. એની સ્થિતિ બહુ નાજુક છે અત્યારે એને આઇસીયુ માં દાખલ કરી છે તું બધાને કહી દે અને તાત્કાલિક અહીં લઈ આવ. નેહાના હાથ ધ્રુજવા લાગે છે અને રડવા લાગે છે.

-"નેહા, તારી જાતને સંભાળ અને જલ્દી અહીં આવો. "

થોડીવાર પછી ડોકટર ત્યાં આવે છે " એમને લોહીના બાટલા ચડાવવા પડશે આ રીસીપ્ટ લ્યો અને બ્લડ બેન્કમાંથી બાટલા લઈ આવો. "

શિવમ- હા. ડોકટર સારવારમાં કાઈ ખામી ન રાખતા. "

ડોકટર-"હા"

****

ડોકટર- બસ એ દિવસથી આજ દિવસ સુધી મેં એમનો એક એક દિવસ જોયો છે.

શિવમ- હું તો જાણું છું એના ભાનમાં આવવાની પ્રતિક્ષા કરુ છું.

ડોકટર- શિવમ ટેક કેર હું નીકળું છું.

શિવમ- "હા ડોકટર"

શિવમ થોડીવાર જાહ્નવી પાસે બેસે છે અને પછી ઘરે પરત ફરે છે.

****

પોતાના આલીસાન ફ્લેટમાં આરામ ખુરશી પર બેસીને ઋતુરાજ બરોડા ફોન કરે છે.

નિશામાસી-"કેમ છે દીકરા ?"

ઋતુરાજ-"બસ, મમ્મી સારું છે મારું પ્રોજેકટવર્ક જોઇ કંપનીના મેનેજર ખૂબ ખુશ થયા છે. "

નિશામાસી-"તે દિવસ-રાત એના માટે મહેનત પણ કરી છે ને?"

ઋતુરાજ-"હાસ્તો. બધા શરૂઆતમાં કહેતા હતા કે આટલો ઓછો સમયમાં આવડો મોટો પ્રોજેક્ટ પૂરો ન થાય પણ મેં કરી બતાવ્યું. "

નિશામામી- "હા સાચી વાત છે. તે ક્યારેય નમતું નથી જોખ્યુ એટલે આ સફળતા તમને મળી છે. "

ઋતુરાજ-"નમતું તો જોખ્યું છે. મમ્મી. "

નિશામાસી એના કહેવાનો ભાવાર્થ સમજી જાય છે પણ એ વાત બદલી નાખે છે

નિશામાસી-"હિનાને એકવાર ફોન તો કરજે એના સારા દિવસો ચાલે છે અને તારી યાદ આવતી હોય છે. "

ઋતુરાજ-"હા મમ્મી"

એ ફોન મૂકી દે છે પોતાની આરામ ખુરશી પર બેસી જાય છે અને ભૂતકાળમાં સરી પડે છે

****

જ્યારે એને સાંભળ્યું કે જાહ્નવીનું એક્સિડન્ટ થયું છે ત્યારે અત્યંત દુઃખી થયો હતો એના પર જાણે બધા દેવીદેવતા કોપાયમાન થયા હોય એવું લાગતું હતું.

ઋતુરાજ-"નેહા જલ્દી ચાલ એ કઈ હોસ્પિટલમાં છે ?"

લલીતાબેન-સુરેશભાઈ-નેહા-દિવ્યા-વગેરે સૌ હોસ્પિટલમાં જવા માટે નીકળે છે.

ડોકટર-"જાહ્નવી નજીકના સગા કોણ છે?

સુરેશભાઈ આગળ આવીને એમને કહે છે-જી ડોકટર, એના ફાધર"

ડોકટર-"અહીંયા તમારી સહી કરી દો અમારે તાત્કાલિક એમનું ઓપરેશન કરવું છે એમ છે એમના જીવને જોખમ પણ થઈ શકે.

ઋતુરાજ અજાણતા જ પાંચ છ ડગલા પાછળ ખસી જાય છે અને ત્યાં જ ખુરશી પર બેસી જાય છે

સુરેશભાઈ ધ્રુજતા હાથે સહી કરે છે સૌ કોઈ જાણે ઘેરા અંધકારમાં ધકેલાઈ જાય છે જાહ્નવીને સ્ટ્રેચરમાં બહાર લાવવામાં આવે છે.

લલિતાબેન એને જોઈને ચીસ પાડી ઉઠે છે.

"એ મારી દીકરી શું થઈ ગયું તને ?" અને એ રડવા લાગે છે.

ઋતુરાજની આંખોમાં પણ આંસુ આવી જાય છે સુરેશભાઈ ઋતુરાજ ને હિંમત આપે છે જાહ્નવીને ઓપરેશન થિયેટરમાં શિફ્ટ કરવામાં આવે છે

નિશામાસી સૌ કોઈ મહેમાનોને ફોન કરી માફી માંગે છે અને એમને પાછા જવા વિનંતી કરે છે. લલીતાબેન- " જોયું શોભાબેન શું થઈ ગયું ? ના. તમે મારી દીકરીને બહાર જવા દે અને ના એ આમ મરણ પથારીએ હોત. "

સુરેશભાઈ-"શાંત થઈ જાય અત્યારે. "

નિશામાસી-"હિના આપણે હવે અહીંયા રહેવાનું કોઈ અર્થ નથી. આપણે નીકળી જવું જોઈએ આટલું થયા પછી કંઈ હું મારા દીકરાની સગાઈ ન કરું. "

હિના-"મમ્મી કંઈક સમય જોઈને તો વાત કરો કમસેકમ માણસ તરીકે તો દયા ખાવ.

ઋતુરાજ પર માનસિક બોજ આવી જાય છે એ પરિસ્થિતિનો તાગ મેળવી શકતો નથી એને હજાર જાતના વિચાર આવે છે થોડીવારમાં ત્યાં લોહીના બાટલા લઈને શિવમ આવી જાય છે.

નિશામાસી-"આ છોકરો કોણ છે ?"

નેહા-" આન્ટી, એ શિવમ છે અમારો ક્લાસમેટ છે. "

નિશામાંસી-"અહીંયા શું કરે છે ? મને તો શંકા જાય છે. "

નેહા-"તમે ખોટું વિચારો છો, એને હોસ્પિટલમાંથી ફોન કરી બોલાવવામાં આવ્યો છે. "

ઋતુરાજના મનમાં ન ઈચ્છવા છતાં પણ નકારાત્મક વિચાર આવી જાય છે-

"આ શિવમ શું કરે છે હોસ્પિટલમાં?" પછી એ પોતાની જાતને સમજાવી લે છે-"કદાચ, જાહ્નવીના મોબાઇલમાં જે નંબર હોય એમાં ફોન કરી બોલાવ્યો હોય. "

શિવમ નેહા પાસે જાય છે અને નેહા એક ખૂણા પર રડતી હતી

નેહા-"આ બધું શું થઈ ગયું શિવમ ?"

શિવમ-" મને કંઈ પણ ખ્યાલ નથી પણ 150 ફૂટ રીંગ રોડ પર જે એકસીડન્ટ થયું એમાં જાહ્નવી નો ભોગ લેવાયો. "

નેહા- "આટલું બધું થઈ ગયું છતાં ઋતુરાજના મમ્મી પરિસ્થિતિને સમજવા કરતાં જાહ્નવીનાં વાંક જ કાઢ્યા રાખે છે."

શિવમ- " બધા માણસોનો સ્વભાવ સરખો ન હોય ઋતુરાજ ત્યાં આવે છે."

શિવમ-ઋતુરાજ સામસામે આવી જાય છે

શિવમ ઋતુરાજ ને હાથ મિલાવે છે.

ઋતુરાજ- તને કેમ ખબર પડી જાહ્નવી અહીંયા છે?

શિવમ- " હું અને જાહ્નવી સ્કોલરશીપ લેવા માટે કોલેજ જવાના હતા આજે અમારું રીઝલ્ટ આવ્યું એમાં, જાહ્નવી અને મારો નંબર આવ્યો. અમને કોલેજ તરફથી આગળ ખાસ કરીને મનોવિજ્ઞાન માટે સ્કોલરશીપ મળવાની હતી. જાહ્નવી સમયસર પહોંચી ગઈ હતી પરંતુ મારે પહોંચવામાં વાર લાગી એટલે એણે મને બે-ત્રણ વખત ફોન કરી કહ્યું કે જલ્દી પહોચું પરંતુ હું પહોચું એ પહેલા જ એ નીકળી ગઈ... પછી મને સીધો હોસ્પિટલ નથી ફોન આવ્યો... કદાચ છેલ્લા ડાયલ નંબર મારા હતા એટલે..."

ઋતુરાજનું મન સમજવા છતાં પણ સમજવા તૈયાર થતું ન હતું.

શિવમ ઋતુરાજ ના ખભા પર હાથ મૂકી.

You Are Very Lucky.જાહ્નવી જેવી પાત્ર ખૂબ ભાગ્યશાળી હોય એને જ મળે...અત્યારે એને તમારી જરૂર છે Be There..."

ઋતુરાજ- "હા.. Thank You.... "

થોડીવાર બધા ત્યાં બેસે છે ઓપરેશન પૂરું થાય છે ડોકટર બહાર આવે છે

લલિતાબેન-"ડોકટર શું થયું?"

ડોકટર ઓપરેશન માટે પહેરેલી કેપ ઉતારે છે અને ખૂબ હળવેથી કહે છે –

"એમનો જીવ બચી ગયો છે બધા ના મનમાં હાશ થાય છે.

ડોકટર-" પરતું મગજમાં ઈજા થવાના લીધે એ કોમામાં જતા રહ્યા છે. "

બધા પર વ્રજાઘાત થાય છે

લલિતાબેન- "તો એ ક્યારે ભાન માં આવશે ?"

ડોક્ટર- "કાંઈ કહી ન શકાય કદાચ મહિના વર્ષ કે ક્યારેય.. નહીં... "

ઋતુરાજ દુઃખની ગર્તામાં ધકેલાય પડે છે.

ઋતુરાજ - " રિકવરી ના ચાન્સીસ કેટલા ?"

ડોક્ટર- "We Can't Say anything...પરંતુ જેમ જેમ સમય જશે એમ એમ રિકવરી આવશે. એ ભાનમાં આવી પણ શકે અને ન પણ આવે..."

ડોક્ટર જતા રહે છે અને નેહા ખૂણામાં રહી રડયા રાખે છે દિવ્યા હીનાને ભેટી પડે છે અને રડે છે લલિતાબેન ખુરશી પર બેસી બેબાકળા થઈ જાય છે. શિવમ અન્યમનસ્ક થઇ ત્યાંથી ધીમા પગલે જતો રહે છે.

નિશામાસી- " જે થયું એનું અત્યંત દુઃખ છે અમને લલીતાબેન.... પરંતુ બધું આપણા હાથમાં ન હોય ભગવાનની જેવી મરજી... "

લલીતાબેન કાંઈ બોલી શકતા નથી.

નિશામાસી-"અમે રજા લઈએ હવે ભગવાન જાહ્નવીનું ભલું કરે. "

ઋતુરાજ ICUનાં બેડ નંબર આઠની બહાર ઊભો હતો એ અંદર જોઈ રહ્યો હતો બ્લુ કપડામાં રહેલ જાહ્નવી, ચારે તરફ પાટા, બાટલા... ઓક્સિજન માસ્ક...

એ વિચારે છે "જાહ્નવી, તે મારો સાથ છોડી દીધો ને મને આમ એકલો મૂકીને તને શું મજા આવી. ?"

નિશામાસી-એની પાસે આવે છે-"દીકરા, ચાલ હવે અહીંયા હવે વધુ રહેવાનો મતલબ નથી એનો પરિવાર છે એનું ધ્યાન રાખવા. "

ઋતુરાજ-"મમ્મી પણ આમ છોડીને થોડું જવાય? એના ઈલાજ નું શું આ લોકો એટલા સક્ષમ નથી કે હોસ્પિટલ નો ખર્ચો ઉપાડી શકે. "

નિશામાસી-" એ એ લોકોનો પ્રશ્ન છે આપણે જ સગપણ થયા ન હતા એટલે કંઈ જવાબદારી ના લેવાય થોડું પ્રેકટીકલ થઈ વિચારવાનું

આપણે આપણું સ્વમાન પણ સાચવવાનું હોય તે જોયું નહીં કોઈ છોકરો લઈને આવ્યો હતો જાહ્નવીને..

જરૂર એ બંને વચ્ચે કંઈક હશે. વધુમાં ઘરે તો કોઈને જાણ જ ન હતી કે જાહ્નવી ક્યાં છે.. મને તો લાગે છે એ ભાગી ગઈ હશે પહેલા સાથે અને રસ્તામાં આમ થયું હશે. "

ઋતુરાજ- "તમારા મનમાં કચરો ભરાઈ ગયો છે મમ્મી એવું કાંઈ નથી. "

નિશામાસી-" હા ભલે એમ ન પણ હોય પણ એક વાત તો સ્વીકારી શકે ને હવે જાહ્નવી ભાનમાં નહીં આવે. "

ઋતુરાજ-"એવું પણ નથી જરાય. "

નિશામાસી-"એ કોમામાં જ હતી રહી છે મરણ પથારીએ છે એના બચવાના ચાન્સ ઓછા છે હવે એની હાલતમાં સુધારો પણ ન થાય. તું અત્યારે ચાલ આપણે બરોડા માટે નીકળી જવું છે. "

હિના-"મમ્મી આ તમે શું કહી રહ્યા છો ? ઋતુરાજ અને જાહ્નવીને અલગ કેમ કરો છો. ?

નિશામાસી-"મેં તો એમને ક્યારેય ભેગા થવા જ નહોતા દીધા. આ તો તમારી જીદને લીધે મારે નમવું પડ્યું પણ હવે તો ભાગ્ય એ જ બંનેને અલગ કરી દીધા છે ઋતુરાજ હવે જીદ છોડ અને ચાલ સાથે એક નવી ઝિંદગી શરૂ કર , આ બધું પાછળ રહી જશે અને તુ સફળતાના પંથ પર આગળ વધી જઈશ. "

ઋતુરાજ- "ના હું આમ જાહ્નવી ને મૂકી નહીં આવું."

હિના-"મમ્મી આ તમે બરાબર નથી કરી રહ્યા. "

નિશામાસી-"મને ખબર છે મારા દીકરા માટે શું સાચું છે શું નહીં. અત્યારે મારો નિર્ણય આકરો લાગશે તમને પણ ભવિષ્યમાં તમે એની પ્રશંસા કરશો. "

હિના-"અત્યારે આપણે અહીંયા રહેવું જોઈએ. "

નિશામાસી-"તારે રહેવું હોય તો રહે. અમે જઈએ છીએ. "

નિશામાસી-"ઋતુરાજ નો હાથ પકડે છે-ચાલ ઋતુરાજ. "

હિના-" હું મારી રીતે જુનાગઢ જતી રહીશ. "

નિશામાસી-"હા, ભલે. "

ઋતુરાજ-"મમ્મી, મારે નથી આવવું. "

નિશામાસી-"આજે હું તારું કાંઈ સાંભળવાની નથી તને તારી મા ઉપર થોડો વિશ્વાસ હોય તો ચાલ અહીથી. "

ઋતુરાજ સ્તબ્ધ થઈ જાય છે નિશામાસી એને પકડીને ત્યાંથી નીકળી જાય છે ICU માં જાહ્નવી પ્રતીક્ષા કરતી રહી જાય છે .ઋતુરાજ એનાથી દૂર જતો રહે છે. બરોડામાં આવીને ઋતુરાજ ઘણા આક્ષેપ-વિક્ષેપ-વિરોધ કરે છે પણ નિશામાસી માનતા નથી એ કોઈપણ સંજોગોમાં ઋતુરાજને જાહ્નવી પાસે જવા દેવા માગતા નહોતા .ઋતુરાજ ત્રાસી જાય છે એટલામાં એને કંપની તરફથી જર્મની જવાની ઓફર આવે છે આ બધાથી છુટકારો મેળવવા છેવટે એ જર્મની આવી જાય છે.

ઋતુરાજની આંખ ખુલે છે એ ઊંડો શ્વાસ લે છે પોતાના ફ્લેટની બારીમાંથી બહાર આવન જાવન કરતાં વાહનોને નિહાળ્યા કરે છે અને વિચારે છે-

"ખબર નહિ જાહ્નવીની હાલત સુધરી પણ છે કે નહીં? જે પરિસ્થિતિ હું એને મૂકીને આવ્યો નીંદનીય હતી મેં એનો સાથ છોડી દીધો પરંતુ, મારી પાસે કોઇ રસ્તો જ ન હતો મમ્મી એકના બે થવા તૈયાર ન હતા. આમ તો મમ્મી એની રીતે સાચા જ હતા કે હવે જાહ્નવીના રિકવરીના ચાન્સ ઓછા છે એવામાં મારે એની ક્યાં સુધી રાહ જોવાની? એનું ભવિષ્ય તો ધૂંધળું થઈ ગયું પરંતુ મારું ભવિષ્ય મારી સામે મને દેખાતું હતું એટલે પછી મેં કઠોર થઈ એ રસ્તા પર ડગ માંડ્યા અને જાહ્નવી - ઋતુરાજની પ્રેમકથા બહુ પાછળ રહી ગઈ મેં સાચું કર્યું કે નહીં એ ખબર નથી.. પણ જે કર્યું એ પરિસ્થિતિને અનુરૂપ હતું.. જાહ્નવી સાથે જે અકસ્માત થયો એમાં મારો તો કંઈ વાંક ન હતો..

તો પછી મારે શું કામ કિંમત ચૂકવવાની ? મારે પણ મારા મા બાપની જવાબદારી લેવાની છે એવા સમયે હું બધું છોડીને એની પાસે તો ન જ બેસી રહેત ને કદાચ ભાગ્યને આ જ મંજુર હશે. "

થોડીવાર વિચાર્યા પછી ઋતુરાજ પથારી તો સુઈ જાય છે...

****

કોલેજના સમય દરમિયાન નેહા અને વૈષ્ણવી વાત કરી રહ્યા હતા લેક્ચર શરૂ થવામાં વાર હતી.

વૈષ્ણવી –" નેહા શું ચાલે છે નવાજૂની?"

નેહા-બસ, કાંઈ નહિ બધું એમનેમ છે હા, મને જોવા આવવાના છે અમદાવાદથી"

વૈષ્ણવી -"વાહ શું કરે છે છોકરો?"

નેહા-" સિવિલ એન્જિનિયર છે"

વૈષ્ણવી-"નામ શું છે?"

નેહા-"રાહુલ"

વૈષ્ણવી –" બહું સારું... હું ને જાહ્નવી બેય આવશું તૈયાર કરવા તને. "

આમ, અચાનક જ વૈષ્ણવીના મુખેથી જાહ્નવી નું નામ નીકળી જાય છે પછી એને ખ્યાલ આવતા તે ઉદાસ થઇ જાય છે

નેહા-"મનેય જાહ્નવી વિના જરાય ગમતું નથી એની સાથે જે થયું એ બહુ ખરાબ થયું ઋતુરાજ પણ એને છોડી જતો રહ્યો. "

વૈષ્ણવી-"જેના પ્રેમ માટે જાહ્નવી એ આટલી તપસ્યા કરી એણે જ સાથ ન આપ્યો."

નેહા-"પણ એ લાચાર હતો એણે પરિસ્થિતિ અને પરિવાર સામે પ્રેમને જતો કર્યો અને તું જ વિચાર કર એ ક્યાં સુધી જાહ્નવીની રાહ જોતો રહે ? છ મહિના થઈ ગયા છે છતાં જાહ્નવી હજી ICUમાં છે. "

વૈષ્ણવી-"એ પણ છે છતાં પાછું વાળીને માણસ સંભાળ તો લેવી જોઈએ જાહ્નવીના પરિવારને આર્થિક રીતે પણ તે ધારત તો ઘણી મદદ કરી શકત પણ એને ના કરી.

નેહા-"હા એ વાત સાચી છે પણ કહેવાય છે કસોટીમાં સમયમાં જ માણસની સાચી પરખ થાય છે શિવમ ભલે આમ ગમે તે કર્યું હોય પણ જાહ્નવીની સૌથી વધુ મદદ એને જ કરી.

વૈષ્ણવી-"સાચી વાત છે તમામ ખર્ચ એણે એના પપ્પાની સંસ્થામાંથી અપાવ્યો છે વળી દરરોજ એને મળવા જાય એના માટે ફૂલો લઈ જાય એની સાથે વાતો કરે... "

નેહા-"આટલું ધ્યાન તો બંને તરફથી પ્રેમ હોય તો પણ કોઈ ના રાખી શકે જેટલું શિવમ એક તરફઇ પ્રેમમાં રાખે છે. "

વૈષ્ણવી–" હા, નેહા અને સૌથી વધુ વિશ્વાસ એને જ છે કે જાહ્નવી જલ્દી સાજી થઈ જશે. "

નેહા-"બસ ભગવાન એનો આ વિશ્વાસ તોડે નહીં.

****

" આટલી સેવા તો કોઈ પતિ પણ એની પત્ની માટે ન કરે જેટલી તમારો દીકરો પહેલી અજાણી છોકરી માટે કરે છે. "

બપોરે જમવાનું પીરસતા પીરસતા હંસાબેને રસિકભાઈ ને કહ્યું.

રસિકભાઈ-"હા સાચી વાત છે મેં પણ ઘણીવાર આડકતરી રીતે એને સમજાવ્યો છે આજના જમાનામાં કોઈ પાછળ બહુ દોડાદોડી ન કરાય પણ એ છે કે કાંઇ સમજતો જ નથી. "

હંસાબેન-" વળી લોકો ગમે તે વાતો કરે આપણે તો સાંભળવાની ને ? કોઈ કહે કે જરૂર બંને વચ્ચે કઇ હશે એટલે છોકરો આમ

દોડાદોડી કરે છે આપણે તો બધાને જવાબ આપતા ફરવાનું ને ?"રસિકભાઇ-"પણ શિવમને ક્યાં સમાજની કંઈ પડી છે.?

કોલેજથી આવેલો શિવમ સાંભળી જાય છે

શિવમ-"પપ્પા એવું નથી કે મને સમાજની કાંઇ પડી નથી પણ કોઈને આમ મરણ પથારીએ મૂકી ચાલતા થઈ જવું એ મારા લોહીમાં નથી. હું કોઈ સંત કે મહાત્મા નથી બનવા માગતો. હું બસ એક માનવ તરીકે બીજા માનવની સેવા કરું છું... એના બદલે મારે કાંઇ જોઈએ છે એવું પણ નથી... હું માત્ર મારી અંગત લાગણીને લીધે આમ કરું છું. "

હંસાબેન-"અમે સમજીએ છીએ તારી વાતને એટલે જ ક્યારેય તારી સાથે જબરદસ્તી નથી કરી પણ ગામના મોઢે તો ગરણા બાંધવા ના જવાય ને?"

શિવમ-" લોકો આજે બોલશે કાલે ભૂલી પણ જશે જેની ટેવ હોય એ તો એ જ રહે...આપણે કંઈ સારું કરીએ તો પણ લોકો ટીપ્પણી કરશે જ અને ખરાબ કરીએ તો પણ ટીપ્પણી થવાની જ."

રસિકભાઈ-"હા, ધારાસભ્ય તરીકે હું ગમે તેટલું સારું કામ કરું રોજ છાપામાં મારા વિશે કાંઈને કાંઈ ઊંધું તો તું છપાય જ છે. "

હંસાબેન-"તમે આનો સાથ પુરાવા લાગ્યા?

રસિકભાઈ-"ના. હું તો બસ વાસ્તવિકતાનો સાથ દઉં છું અને શિવમ, બસ એટલું ધ્યાન રાખજે કે તારી લાગણી ના દુબઈ આ બધામાં બાકી અમને કાંઇ વાંધો નથી. તને દુઃખી થતાં અમે નહીં જોઇ શકીએ તું જે કર એમાં અમે તારી સાથે છીએ. તારી જીંદગીના નિર્ણયો કરવા તું સ્વતંત્ર છે. "

શિવમ જમીને એના રૂમમાં જતો રહે છે.

****

હંસાબેન સોફા પર બેસી જાય છે અને જૂની સ્મૃતિઓમાં ખોવાઈ જાય છે.

ઘરમાં શિવમના સારા અંકે ઉત્તીર્ણ થવાની ખુશીમાં સત્યનારાયણની પૂજા રાખવામાં આવી હતી બધી તૈયારીઓ થઈ ગઈ હતી બધા મહેમાનો પણ આવવા માંડ્યા હતા પરંતુ શિવમ હજુ ઘરે આવ્યો ન હતો હંસાબેનને ચિંતા થવા લાગી હતી. એ વારંવાર એને ફોન કરતા હતા પણ એનો ફોન ક્યારેય બીજી તો ક્યારેક આઉટ ઓફ રિચ આવતો હતો.

રસિકભાઈ-"શિવમ ક્યાં છે?"

હંસાબેન-" કોલેજ ગયો છે પણ હજુ આવ્યો નથી. "

રસિકભાઈ-"ફોન કરને એને. "

હંસાબેન-"ક્યારની કરું છું લાગતો નથી ઉભા રહો ફરીવાર કરું... લાગ્યો...

શિવમ ફોન ઉપાડે છે –" શિવમ તું ક્યાં છો? અહિયા બધા પૂજા માટે તારી રાહ જુએ છે. "

શિવમ જાળવી માટે લોહી લેવા બ્લડ બેન્ક કે પહોંચ્યો જ હતો.

- "મમ્મી, મારી એક ક્લાસમેટનું એક્સિડન્ટ થયું છે એને બ્લડ ચડાવવાનું છે હું લેવા

બ્લડબેન્ક આવ્યો છું. "

હંસાબેન-"તું જ કેમ બીજું કોઈ નથી એનું ધ્યાન રાખવા અહીંયા બધા મહેમાનો તારી રાહ જુએ છે. "

શિવમ-"મમ્મી કોઈ પણ ધાર્મિક વિધિ કે પ્રસંગ કોઈની ઝિંદગીથી મોટો કે મહાન ન હોઈ શકે. મારી ત્યાં કરતા વધારે જરૂર અહીંયા છે. હું અહીંથી નવરો થઈશ તો આવીશ બાકી પૂજા કરાવી લ્યો તમે મારી રાહ જોવાની જરૂર નથી.

રસિકભાઈ ફોન લે છે-"શું થયું છે દીકરા?"

શિવમ બધી વાત કરે છે રસિકભાઈ-"હા, ભલે તારે રૂપિયાની જરૂર હોય તો આપણા ફંડ માંથી અમને અપાવી દેજે અને તારું પણ ધ્યાન રાખજે. "

હંસાબેન આટલી બધી સમાજ સેવા કરવાની શું જરૂર છે અને ?"

રસિકભાઇ- "ભલેને કરે... એની જીંદગી છે અને પૂરેપૂરી છૂટ હોવી જોઈએ એની રીતે જીવી શકે. "

હંસાબેન અને રસિકભાઈ પૂજા શરૂ કરાવે છે થોડીવારમાં જ ત્યાં સેવામાં આવે છે શિવમ ખુદ ઉદાસ થઈ ગયો હોય છે એ પૂજામાં બેસી જાય છે પૂજા શરૂ થાય છે જેમ જેમ પૂજા આગળ વધે છે તેમ તેમ શિવમ ના મનમાં શ્રધ્ધા જાગૃત થાય છે કે બહુ સારું થઈ જશે.. શિવમને અંતે પૂર્ણ વિશ્વાસ આવી જાય છે કે જાહ્નવી એક દિવસ જરૂર પાછી ફરશે.

હંસાબેન અને રસિકભાઈ પૂજા વિધિ સંપન્ન થયા પછી શિવમ બધી વાત કહે છે એ બંને એમની સાથે સહમત થાય છે અને એને આશ્વાસન આપે છે.

હંસાબેનને પછી એ બધું યાદ આવે છે અને એ વિચારે છે આજના સમયમાં સગાવ્હાલા પણ આવા સમયે હાથ ઊંચા કરી લે છે ત્યારે શિવમ એ જાહ્નવી માટે જેટલું કર્યું છે એના માટે માન થઈ જાય.. બસ, એ બહુ દોડાદોડી કરતો હોય એટલે ચિંતા થાય બાકી એનો વિરોધ નથી કરતી અને ક્યારેક લોકો વાતો કરે એટલે ખોટું લાગે બાકી કાંઈ નહીં. "

****

સાંજ પડવા આવી હતી ઘરની બેલ વાગે છે નમન દરવાજો ખુલે છે એ શિવમને જુએ છે અને ભેટી પડે છે શિવમ વાલથી એના કપાળમાં ચુંબન કરે છે.

લલિતાબેન-"શિવમ આવને દીકરા. "

શિવમ-"કેમ છો ?" શિવમ ચરણ સ્પર્શ કરે છે.

લલીતાબેન એને આશીર્વાદ આપે છે એમની આંખો ભીની થઈ જાય છે.

શિવમ બેસે છે- " મજામાં ?"

લલીતાબેન-"હા... આટલા સમયમાં અમે ન જાણે કેટલી બધી વખત હિંમત હારી ગયા હશું પણ તારા મુખ પર ક્યારેય હિંમતનો અભાવ જોવા નથી મળ્યો. "

શિવમ- "હું પહેલા બહુ દિશાહીન હતો જીવન જીવવાની સાચી સમજ ન હતી... જવાબદારી નો કોઈ અહેસાસ ન હતો ,કોલેજમાં જાહ્નવીને મળ્યા પછી મને પરિવાર જવાબદારી, ગંભીરતા અને જીવન જીવવાની સમજ આવી... બસ એ પછી મેં ક્યારેય હિંમત નથી હારી."

લલીતાબેન –" ખબર નહીં તારું ઋણ અમે કઈ રીતે ચૂકવશું?"

શિવમ- " આમ કહી તમે મને પારકો ન બનાવો બનાવી દો. હું તમારા દીકરા જેવો જ છું ને ?" લલીતાબેન- "દીકરા જેવો નહી દીકરો જ છે."

શિવમ અને નમન પછી થોડીવાર મસ્તી કરે છે લલિતાબેન શિવમને જોઈ વિચારે છે-

" શિવમ આવે એટલે કેટલી બધી રોનક આવી જાય ઘરમાં નમન આમ ગુમસુમ જ રહે છે પણ શિવમ આવે એટલે એની હારે ખુશ રહે ભગવાન એને હંમેશા ખુશ રાખે. "

શિવમ થોડીવાર પછી જાહ્નવીના રૂમમાં જાય છે ,જાહ્નવીના કબાટમાં એને મનોવિજ્ઞાનની સ્પર્ધામાં મળેલ શીલ્ડ વગેરે રાખી દીધું હતું. તૃતીય વર્ષ બી. એ ના તમામ ચોપડા અને ગોઠવી રાખ્યા હતા. દરેક લેક્ચરમાં વ્યવસ્થિત નોટ ઉતારી એની નકલ કરી જાહ્નવીના પુસ્તકો જોડે રાખી હતી. હમણાં થોડા દિવસથી આવેલા લેક્ચરના નોટ એ રાખે છે શિવમ વિચારે છે –

" જાહ્નવીને પછી અભ્યાસમાં વાંધો ન આવે એ સાજી થઈ જાય એટલે એને જેટલા લેક્ચર ગયા છે એની માહિતી મળી જાય અને તૃતીય વર્ષમાં પણ રેન્ક લાગે... "

થોડીવાર ત્યાં રહ્યા પછી શિવમ અને લલિતાબેન ચા પીવે છે શિવમ થોડી વાર પછી જતો રહે છે.

-ગણપતિ વિસર્જન -

વહેલી સવારે જાહ્નવીને બધી દવાઓ આપી નર્સ રૂમ સરખો કરે છે અત્યારે જાહ્નવીની સારવાર કરી રહેલા ડોકટરે એના માટે વિદેશથી બીજી દવાઓ મંગાવી ચાલુ કરી હતી.નર્સ ભૂલથી ICUની બારી બંધ કરતાં ભૂલી જાય છે એ થોડી ખુલી જ રહે છે સૂર્યોદય થવા આવ્યો હતો એટલે પડદા ખોલવામાં આવે છે કાચની બારીમાંથી સૂર્યના કોમળ કિરણો પ્રવેશ્યા કરે છે.

આજના દિવસનો મહિમા કંઈક અનેરો છે ગણેશ વિસર્જનનો દિવસ અત્યંત આનંદ- ઉત્સાહનો દિવસ હતો. આજના દિવસે મંગલમૂર્તિ શ્રી ગણેશ ભક્તોના તમામ વિઘ્નો હરિ વિદાય લે છે અને આગલા વર્ષે પુન:પધારવાની ખાતરી અપાવે છે.

" ગણપતિબાપા મોરૈયા...

મંગલમૂર્તિ મોરૈયા... " આ શબ્દનાં નાદ સાથે ભક્તો રસ્તા પર ગણપતિજીની પ્રતિમા લઇ એમનું વિસર્જન કરવા નીકળી રહ્યા હતા ભક્તો નાચી રહ્યા હતા. ઢોલ નગારાની ધૂન પ્રસરી રહી હતી. ચારે તરફ ગુલાલ ઉડી રહ્યા હતા. બધાને લાડુ, બુંદી, સાકર અને ડ્રાયફ્રુટ પ્રસાદ માં અપાય રહ્યા હતા.

શિવમ પણ પોતાના ઘર પાસે રાખેલ ગણેશજીની પ્રતિમાનું વિસર્જન કરવા નીકળ્યો હતો લલિતાબેન એમના ઘરે ગણપતિને સિંદૂર લગાવવાની તૈયારી કરી રહ્યા હતા.

દિવ્યા દ્વારકાધીશના મંદિરે પૂજન-અર્ચન કરવા માટે નીકળી રહી હતી.હિના પ્રસાદ વહેંચવા માટે ગણેશમંદિરે જવાની તૈયારી કરી રહી હતી...

એક ટ્રક પર લગભગ એકમાળ જેટલી ગણપતિની પ્રતિમા લઈ શ્રધ્ધાળુઓ જઈ રહ્યા હતા એ ટ્રક હોસ્પિટલની પાસેથી પસાર થઈ રહ્યો હતો. " ગણપતિબાપા મોરૈયા...

મંગલમૂર્તિ મોરૈયા... "

ટેપમાં જોર જોરથી આ ભક્તિ ગીત વાગી રહ્યું હતું.

થોડો પવન આવવાથી ICU ની બારી ખુલી જાય છે એમાંથી પવન અંદર આવે છે અને એને લીધે પડદા ઉડવા માંડે છે સૂર્યનો પ્રકાશ સીધો જાહ્નવીના ચરણોમાં પડે છે શિવમ ગણેશજીની મૂર્તિ લઈ ઇશ્વરીયા તળાવમાં પ્રવેશે છે એ ધીમે ધીમે અંદર જાય છે એના કમર સુધી પાણી આવી ગયું હોય છે એ ધીમેથી ગણેશજીની મૂર્તિ પાણીમાં ડુબાડે છે અને બંને હાથ જોડી પ્રાર્થના કરે છે

" સંકટના વાદળો હટાવી લો ગજાનન જાહ્નવીને સાજી કરી દો.

ટ્રક ICU ની બારી પાસેથી પસાર થાય છે ગણપતિ જેની મૂર્તિ ધીમે ધીમે આગળ જાય છે એમની રંગીનમૂર્તિ પરથી પરાવર્તિત થઈને આવતા સૂર્યના કિરણો ICUના રૂમને પણ રંગીન બનાવી દે છે.

જાહ્નવીના પગમાં થોડુંક હલનચલન થાય છે.

લલિતાબેન ગણપતિજીની મૂર્તિ પર સિંદૂર લગાડી દે છે અને દિપક પ્રગટાવી પ્રાર્થના કરે છે-

" હે ગૌરીનંદન....

મારી દીકરીને સાજી કરી દો.... "

લોકો ગુલાલ ઉડાડે છે અને કાનમાં આવી નાચે છે એ અવાજ જાહ્નવી કર્ણોમાં અથડાય છે.

જાહ્નવીની આંગળીઓમાં હલનચલન થાય છે...

દિવ્યા દ્વારિકાધીશ ની પૂજા કરે છે અને મંદિરનો ઘંટ વગાડે છે...

"ટીન..... ટીન..... ટીન...."

આ કર્ણપ્રિય અવાજ તન મનને પવિત્ર કરી ચોમેર પ્રસરી જાય છે... દિવ્યા ભગવાનને વિનવે છે

" હે ગોવિંદ-માધવ મારી બેનના કષ્ટો હરી લ્યો.... "

ICUમાં ગુલાલનો રંગ ઉડે છે અને જાહ્નવી ના હાથમાં લાગી જાય છે એના બંને હાથમાં હલનચલન થાય છે...

હિના બધાને પ્રસાદ વહેંચે છે અને પછી એક જગ્યાએ ઊભી રહી આંખો બંધ કરી પ્રાર્થના કરે છે.

- "હે ભગવાન દયા કરો અને જાહ્નવીને પહેલાની જેમ ચાલતી કરી દો."

જાહ્નવીની બંધ આંખોમાં ડોળા હલનચલન કરવા લાગે છે એના મસ્તિષ્કમાં ચેતના ની રેખાઓ દેખાવા લાગે છે...

શિવમ તળાવના જળમાં ડૂબકી લગાડે છે પછી બહાર નીકળી સૂર્યદેવ સામે અંજલિ ભરી આચમન કરે છે...

જાહ્નવીની આંખો ધીમેધીમે ખુલી જાય છે... એને થોડું ધૂંધળું દેખાય છે... દરવાજો, કેલેન્ડર, પોસ્ટર, મૂર્તિ બધુ દેખાય છે. એના હોઠ ખુલવાની તૈયારી કરે છે.

ટ્રક ICU પાસેથી પસાર થઈ જાય છે જોરથી પવન આવવાના કારણે બારી બંધ થઈ જાય છે એનો અવાજ જાહ્નવીને ડરાવી દે છે એનો હાથ જોરથી ઊંચો થાય છે બાટલાનું સ્ટેન્ડ પડી જાય છે જાહ્નવીના હાથમાંથી ટપક ટપક લોહી પડવા માંડે છે. ICUના મોનિટરમાં બિપ.. બિપ... બિપ... એવો અવાજ આવવા લાગે છે...

થોડીવાર પછી

" મિસ જાહ્નવી You are Fine Now...ધીમે ધીમે આંખો ખોલો...."

જાહ્નવી ધીમે ધીમે આંખો ખોલે છે... એની સામે શિવમે રાખેલી ગણેશજીની મૂર્તિ હોય છે એને સૌથી પહેલા એ દ્રશ્યમાન થાય છે.... જાણે કોઈ દિવ્યશક્તિ એની મદદ કરી રહી હતી.

નર્સ ડોકટરને કહે છે-"સર, તમારી નવી દવાની અસર બહુ સારી થઇ. "

ડોકટર હસે છે ને કહે છે- "આ દવાનો ચમત્કાર છે કે દુવાનો એ તો આ જ જાણે આમ કહી ડોકટર ભગવાનની મૂર્તિ સામે હાથ કરે છે..."

ખરેખર ગણેશ વિસર્જનનો આ દિવસ જાહ્નવી તંદ્રાવસ્થાના વિસર્જનનો દિવસ બની રહ્યો હતો.

ડોકટર જાહ્નવીના નાડીના ધબકારા , બ્લડપ્રેશર વગેરે માપે છે એનો ઓક્સિજન માસ્ક હટાવી લેવાય છે. "

ડોકટર-"મિસ જાહ્નવી તમને કેવું લાગે છે? અત્યારે કંઇ તકલીફ થાય છે?"

જાહ્નવી માત્ર ટગર-ટગર જોયા કરે છે એને લાગે છે જાણે ઘણા લાંબા સમય પછી એ બહુ નિહાળી રહી હતી જાહ્નવી ધીમેથી બોલવાનો પ્રયત્ન કરે છે.

જાહ્નવી-"ડોકટર.... સારું લાગે છે... પણ હાથ પગ અને આખું શરીર જકડાઇ ગયું લાગે છે.. "

ડોકટર- "એ બધું સારું થઇ જશે હવે.. તમે વધુ ના બોલશો..."

જાહ્નવી-"મારે પાણી પીવું છે. "

નર્સ જાહ્નવીને ગ્લાસમાં થોડું પાણી ભરીને આપે છે જાહ્નવી ખૂબ પ્રયાસ કર્યા પછી એ હાથને આગળ લંબાવી ક્લાસને પકડે છે એ ધીમે ધીમે પાણી પીવે છે એટલામાં એનું ધ્યાન સામે કેલેન્ડર પર જાય છે.

"5 નવેમ્બર જાહ્નવીના મસ્તિષ્ક પર જોર પડે છે એ પાણી પીવાનું બંધ કરે છે. અને ધીમેથી પૂછે છે –" આજે તારીખ કઇ છે?

નર્સ એને કહે છે-"5 નવેમ્બર... "

જાહ્નવીને આઘાત લાગે છે એના મનમાં એક પછી એક વિચારોનું વમળ થવા લાગે છે 5 મે... એની સગાઈ... એનું રિઝલ્ટ એનું કોલેજ જવું પરત ફરવું રસ્તામાં રિક્ષાનું એક્સિડન્ટ થવું અને પુલનું તૂટવું એ બધું એને યાદ આવે છે એના હાથમાંથી પાણીનો ગ્લાસ પડી જાય છે.

જાહ્નવી મનમાં –" તો આટલા બધા મહિના હોસ્પિટલમાં હતી??

મારી સગાઈ નું શું થયું ? આટલો સમય ક્યાં વીતી ગયો? મને કેમ કાંઈ ખબર નથી? એક પછી એક પ્રશ્નના બાણ એના મનને વીંધતા જાય છે. એની આંખો આગળ અંધારું થવા લાગે છે અને એ બેભાન થઈ જાય છે.

****

હોસ્પિટલથી ફોન કરી લલિતાબેન સુરેશભાઈ તથા શિવમને બોલાવાય છે લલિતાબેન અને સુરેશભાઈ ત્વરીત હોસ્પિટલે પહોંચી જાય શિવમને જેવા આ સમાચાર મળે છે એ પણ નવા કપડાં પહેરી રંગબેરંગી ફુલો ખરીદી, દોડતો દોડતો હોસ્પિટલે પહોંચી જાય છે.

જાહ્નવીના રૂમની બહાર ડોકટર અને લલિતાબેન સુરેશભાઈ વાતો કરી રહ્યા હતા ડોકટર-" આ એક ચમત્કાર જ કહી શકાય મીસ જાહ્નવી સભાન થઇ ગયા છે વળી યાદશક્તિ પણ યથાવત જ છે. "

લલિતાબેન હાથ જોડી-" હે પરમાત્મા તમારા લાખ-લાખ ધન્યવાદ ડોકટર સાહેબ, તમારું ઋણ અને ક્યારેય નહીં ચૂકવી શકીએ અમારા માટે તો તમે જ ભગવાન છો. "

ડોકટર-"ના, ના મારી ફરજ છે દર્દીનું ધ્યાન રાખવાનું બાકી બધું ઉપરવાળાના હાથની વાત છે. "

સુરેશભાઈ-" મારી દીકરીને બોલતા સાંભળતા તરસી ગયો છું. મારે એને જલ્દી ઘરે લઈ જવી છે અને હવે ક્યારેય મારાથી દુર નથી જવા દેવી. "

શિવમ એટલામાં ત્યાં આવી જાય છે સુરેશભાઈને શિવમ ગળે મળે છે અને વણકહ્યે પણ બધું કહી દે છે એની ખુશીની સીમા રહેતી નથી.

ડોકટર-" અત્યારે જાહ્નવીને 'ટાઈમ સ્ટ્રોક' લાગ્યો છે.. છેલ્લે એમને જ્યારે યાદ છે ત્યારે 5 મે હતી અને આજે 5 નવેમ્બર છે તો આટલો સમય ક્યાં ગયો? શું થયું? એક પ્રશ્ન એ એમને આઘાત આપ્યો છે પરંતુ થોડા સમયમાં જ એ ફરી બોલશે.

શિવમ-"મારે એને બોલતા જોવી છે ફરી ચાલતા જોવી છે... ફરી હસતા-રમતા જોવી છે... મારે જાહ્નવી ને ફરી વહેતા જોવી છે."

ડોકટર-" જરૂર જોઈ શકશો. "

લલિતાબેન- આ બધું તારા અતૂટ આત્મવિશ્વાસનું જ પરિણામ છે અમે તો હિંમત હારી જ ગયા હતા પણ તે તારા વિશ્વાસના દિવામાં ક્યારેય દિવેલ ખુટવા દીધું નહતું. "

સુરેશભાઈ-" સાચી વાત છે તારો સાથ ન હોત તો અમે તો ક્યારના નિરાશ થઈ બેસી ગયા હોત પછી એ સુરેશભાઈના ખભા પર હાથ મૂકે છે એમની આંખો ભીની થઈ જાય છે. "

- " જેને પોતાના ગણતો હતો એણે પણ જ્યારે મારો સાથ છોડ્યો હતો ત્યારે તે અજાણ્યા

થઈને પણ અમારી આટલી મદદ કરી... તે દેવદૂત બનીને અમારા દુઃખો હરી લીધા છે. "

શિવમ-"મેં કાંઈ જ નથી કર્યું અંકલ, હું તો માત્ર નિમિત બન્યો છું બધું ભગવાનની મરજીથી જ થયું છે. "

શિવમ મનમાં-"જાહ્નવી, તારા માટે આ રંગબેરંગી સુગંધી સાચા ફૂલો જો કે તું તો એના કરતાં પણ વધુ કોમળ છે ક્યાંક તું એના સ્પર્શ કરે અને તને વાગી ન જાય !! હું પણ મુર્ખ છું. શું શું વિચારવા લાગ્યો છું... જાહ્નવી તું પલા શું બોલીશ? તને ભૂખ લાગી હશે તો શું ખાઈશ? વિચારોનાં તરંગો એના મનમાંથી પસાર થવા લાગે છે.."

એ રૂમનો દરવાજો ખોલી જાહ્નવીને નિહાળે છે લલિતાબેન અને સુરેશભાઈ અંદર જઈ બેસી જાય છે.

શિવમ એના ઘરે ફોન કરી હંસાબેન ને આ સમાચાર આપે છે ત્યારબાદ નેહા ,અનિકેત , વૈષ્ણવી બધાને આ વાત કહે છે.

શિવમને એવું લાગતું હતું જાણે મેઘધનુષ્યના તમામ રંગો એના આકાશને સુશોભિત કરી રહ્યા છે એ આકાશમાંથી રંગબેરંગી ફૂલોની વર્ષા થઈ રહી છે એના પગના તળિયાને સ્પર્શી જળની ધારા વહી રહી છે... જાણે લાંબા સમયથી રણમાં કોઈ મેઘવાદળી આવી ગઈ હોય .એ વાત કરી અંદર રૂમમાં પ્રવેશે છે ત્યાં ડોકટરની વાત એને સંભળાય છે.

" ખાસ ધ્યાન એ રાખવાનું કે કોઈ પણ ચિંતા કે તાણવાળી વાત કે વ્યક્તિથી જાહ્નવી દૂર રહે. થોડો સમય એમનું વધુ ધ્યાન રાખવું પડશે.

હજુ એ એટલા સક્ષમ નથી કે કાંઈ પણ સહન કરી શકે.

આ સાંભળ્યા પછી શિવમ ના ડગલા આપોઆપ જાહ્નવી તરફ જતા બંધ થઈ જાય છે એ ત્યાં જ બે ડગલાં પાછળ જતો રહે છે એનું સુખદ સ્વપ્ન એને વાસ્તવિકતા સામસામે આવી ઊભા રહી જાય છે એ દરવાજો ખોલી બહાર જતો રહે છે.

એ ત્યાં હોસ્પિટલમાં લોબીમાં ખુરશી પર બેસી જાય છે એના હાથ પગ થીજી જાય છે ઉત્સાહની ચરમસીમા પર પહોંચ્યા પછી ધક્કો લાગતા એ હતાશાની ખીણમાં ધકેલાઈ જાય છે શિવમ મનમાં હશે છે અને કહે છે-

" ઉપરવાળાની અદાલત પણ ગજબ છે જે વસ્તુ પ્રાપ્ત કરવા આટલા સમયથી દલીલો કરતો હતો એ પ્રાપ્ત થઈ છે છતાં હું મુકદમો હારી ગયો !!!... !!!"

એ આગળ વિચારે છે- " હું એ જ વ્યક્તિ છું જેને જાહ્નવી ના પસંદ કરે છે. જેનાથી એ દૂર રહેવા માંગે છે... મને જોઈને ક્યાંક એને કાંઈ... હે ભગવાન આ મારી કેવી પરિક્ષા લ્યો છો તમે દૂર કરીને નજીક લઈ આવો છો અને નજીક લાવીને દૂર કરી દો છો...

લલિતાબેન ત્યાં બહાર આવીને બેસે છે

શિવમ-"આન્ટી, જાહ્નવી ની ભલાઈ માટે હું એની સામે ન આવું એ જ જરૂરી છે. "

લલીતાબેન-"પણ... "

શિવમ-" કાંઇ પણ કહેતા નહી... એને મારા વિશે કાંઈ ન કહેતા... એને આ આપી દેજો. "

શિવમ ફૂલ લલિતાબેનના હાથમાં રાખે છે...

હોસ્પિટલના એ ફ્લોર પર આવેલા લિફ્ટ ખુલે છે શિવમ અંદર જતો રહે છે લિફ્ટ બંધ થઈ જાય છે .થોડીવારમાં શિવમ ત્યાંથી નીકળી જાય છે...

****

જાહ્નવીને થોડીવાર પછી ફરી સભાનતા આવે છે એ લલીતાબેનને જોઈ રડી પડે છે બંને મા દીકરી એકબીજાને ભેટી પડે છે સુરેશભાઈ પણ પોતાની પુત્રીના માથા પર વહાલથી હાથ ફેરવે છે થોડીવારમાં ત્યાં નેહા આવી જાય છે.

નેહા જાહ્નવીના બંને હાથ પકડી –

" મને તો થયું હતું હાશ !! આનાથી પીછો છૂટ્યો. જાહ્નવીના મુખ પર સ્મિત આવી જાય છે એમ હું પીછો છોડું એમ નથી. ?

બંને ભેટી પડે છે... જાહ્નવીને ત્યારબાદ મોસંબીનો જ્યુસ પીવડાવાય છે થોડા વાર્તાલાપ પછી જાહ્નવી પુછી ઊઠે છે-

"મમ્મી ઋતુરાજ ક્યાં છે???

લલીતાબેન સુરેશભાઇ ને સામે જોઇ રહે છે થોડીવાર બધું શાંત થઇ જાય છે. જાહ્નવી શિવમે મોકલેલા ફૂલોને સ્પર્શ કર્યા રાખે છે અને એની સુગંધ માણ્યા રાખે છે.. નેહા પણ આશ્ચર્યચકિત થઇ જાય છે. નેહા ભૂલથી એને બધું કહી પણ દેત પરંતુ એ પહેલા જ...

લલિતાબેન-"જાહ્નવી, ઋતુરાજ છે ને એક પ્રોજેક્ટ માટે ઇન્ડિયાની બહાર છે હમણાં થોડા દિવસો પહેલા જ ગયા... એ તો જતા જ ન હતા પછી અમે બધાએ જીદ કરીને મોકલ્યા.. "

એ ગળગળા થઈ જાય છે અને " એક મિનિટ હું આવી એમ કહી ત્યાંથી બહાર નીકળી જાય છે સુરેશભાઇ પણ એની પાછળ જાય છે.

નેહા વાતાવરણને હળવું કરવા જાહ્નવી ને અલકમલકની વાતો કરવા લાગી જાય છે.

નેહા-" તને ખબર છે મને અમદાવાદથી જોવા આવવાના છે."

જાહ્નવી-" હૈ"

નેહા-" હાસ્તો"

જાહ્નવી-" કોણ છે શું કરે છે ? બધું કહે મને.. "

નેહા-"(જાહ્નવીના બંને ગાલ પર હાથ રાખી) જો તને ડોકટર બહુ બોલવાની ના પાડી છે આપણે પછી વાત કરશું અત્યારે તું આરામ કર.... "

નેહા જાહ્નવીને સુવડાવી દે છે અને બહાર આવી જાય છે.

****

સુરેશભાઇ લલિતાબેનના ખભા પર હાથ મૂકે આશ્વાસન આપે છે

લલિતાબેન-" મારે ખોટું બોલવું પડ્યું મારી દીકરી આગળ. "

સુરેશભાઇ-" આપણે એના ભલા માટે જ કર્યું છે. "

નેહા દરમિયાન ત્યાં આવે છે

-આન્ટી અમે પણ તમારી સાથે જ છીએ જાહ્નવીને અમે સંભાળી લેશું. તમે જરાય ચિંતા ન કરતા. "

તાજગીભરી એક નવી સવારનું આગમન થયું હતું જાહ્નવીને થોડું જ્યુસ વગેરે આપવામાં આવે છે ને થોડીવાર બેડ પર બેસાડવામાં

આવે છે ત્યારબાદ નર્સ એને ઊભી કરે છે અને પોતાનો ટેકો આપી ચાલવાનો પ્રયત્ન કરે છે પરંતુ જાહ્નવીથી પગલું મંડાતું નથી. એટલામાં એક અવાજ આવે છે.

-" સિસ્ટર તમે છોડી દો અને હું એને ચલાવું છું. "

જાહ્નવીને આ વાત જાણીતો લાગે છે એ પાછળ ફરીને જુએ છે દિવ્યા એની સંમુખ હોય છે દિવ્યા જાહ્નવી ની પાસે આવી એનો હાથ પકડી લે છે અને કમરેથી એને ટેકો આપે છે

જાહ્નવી-" દિવ્યા" એનાથી કંઇ શબ્દો ઉચ્ચાર થતા નથી દિવ્યા પણ કંઈ બોલી શકતી નથી એની આંખમાં હર્ષના આંસુ છલકાતા હોય છે.

દિવ્યા –" થઇ ગઈ તારે અડધી કલાક?"

જાહ્નવી-" સોરી... "

દિવ્યા-"સોરી તો મારે તને કહેવું જોઇએ હું તને એકલી છોડી જતી રહી હતી એટલે આમ થયું મેં જેવું સાંભળ્યું છે કે તું સાજી થઇ ગઇ બધું કામ મૂકીને રાજકોટ આવી ગઈ. "

જાહ્નવી-"એમાં તારો કંઈ વાંક ન હતો એ તો મારા નસીબમાં જ લખાયું હશે. "

દિવ્યા-જાહ્નવી ને હવે ભેટી રડી પડે છે.

દિવ્યા-"જાહ્નવી એક એક દિવસ હું એ જ ખેદમાં વીતાવતી કે આ બધું મારા લીધે થયું છે તારા વગર બધું નકામું લાગતું હતું હું કલાકોના કલાકો હિંચકા પર ઝૂલ્યા રાખતી અને તારા વિશે વિચાર્યા કરતી. "

જાહ્નવી દિવ્યાને વહાલ કરતી રહે છે એના વાળ પર હાથ ફેરવે છે.

- " દિવ્યા હવે રોવાનું બંધ કર અને જો હું હવે બિલકુલ સાજી થવા આવી છું."

દિવ્યા જાહ્નવીને ટેકો આપી થોડું ચલાવે છે જાહ્નવી થાકી જાય છે એટલે ફરી એને બેડ પર સુવડાવી દેવાય છે.

****

એક અત્યંત મહત્વના પ્રેઝન્ટેશન પછી જર્મનીમાં ઋતુરાજ પોતાના નિવાસ્થાને પાછો ફરે છે જમવાનું પતાવ્યા બાદ એ ઘરે ફોન કરે છે.

ઋતુરાજ-" મમ્મી, શું કરો છો ? મજામાં ને?"

નિશામાસી-" હા, દીકરા તારું કામકાજ કેવું ચાલે છે ?

ઋતુરાજ-" બસ હવે એક પ્રોજેક્ટનું કામ છે પૂરું થવા જ આવ્યું છે એ પૂરું થતાં તરત જ ઇન્ડિયા આવવાનો છું. "

નીશામાસી-" હું તો આતુરતાથી દિવસની રાહ જોઉં છું. "

ઋતુરાજ-" હા, મમ્મી મારી આ સફળતાનો શ્રેય તમને જાય છે. "

નિશામાસી-" હું તો હંમેશા તારું હિત જ ઈચ્છું છું.

આમ વાત પૂર્ણ થાય છે ઋતુરાજ પથારી પર પડે છે.

****

જાહ્નવી જેમ જેમ સારી થતી જતી એની જિજ્ઞાસા વધતી જતી હતી એને આટલા મહિનામાં શું શું થયું એ જાણવાની ઈચ્છા થયા કરતી હતી. એક દિવસ સવારે એ આપમેળે હીનાને ફોન લગાડી દે છે.

હિના-"હેલ્લો, કોણ ?

જાહ્નવી-" બસ, ભુલી ગઈ મને?"

હિના તો જાહ્નવી નો અવાજ સાંભળી અવાજ ચોક્કસ બની ગઈ હિના ને વિશ્વાસ જ નહોતો આવતો કે જાહ્નવી નો અવાજ છે.

હિના-"જાહ્નવી???"

જાહ્નવી-" હા મારી થનારી નણંદ.... !!"

હિનાને આ સાંભળી બીજો ધક્કો લાગે છે એના મનમાં-"તો હજુ જાહ્નવી ને કાંઈ ખબર જ નથી પડી... "

હિના-" તુ સારી થઈ ગઈ ઈશ્વરની મહેર આપણા પર વરસી છે તારો અવાજ સાંભળવા અધીરી બની ગઈ હતી... સારા દિવસો ચાલતા હોવા છતાં ધ્યાન રહેતું ન હતું પરંતુ હવે હું મારું પૂરું ધ્યાન રાખીશ. "

જાહ્નવી જોરથી-" oh My God!! આ તો બહુ જ ખુશીની વાત કહેવાય I am So happy for You Congratulation....

હિના- " થેન્ક્યુ..."

જાહ્નવી-" એક વાત પૂછું?"

હિના- " હા પૂછ ને "

જાહ્નવી-"ઋતુરાજ ને કેમ છે?એ ક્યાં છે? ક્યારે મારી પાસે આવે છે... ?"

હિના- "(પોતાની જાતને ખૂબ મક્કમ કરી) એને મજા છે, જર્મની એક પ્રોજેક્ટ માટે ગયો છે પૂરો થતાં જ આવી જશે હું આજે જેને તારા વિશે કહું છું.. "

જાહ્નવી-"ના, ના કાંઈ જ ના કહેતી. હું એને સરપ્રાઈઝ આપવા માંગું છું. The Best Surprise Ever....

હિનાની આંખમાંથી ટપક ટપક આંસુઓ પડવા માંડે છે છતાં પોતાની જાતને સંભાળીને-" જેવી તારી ઇચ્છા...ધ્યાન રાખજે તબિયતનું.... "

જાહ્નવી-" તું પણ અને ડબલ જમજે ok... "

હિના થોડું હસીને-" હા, હા ok. -"

હિના ત્યાં સોફા પર બેસી જાય છે એક નવા તોફાનનો ભય એના હૃદયના ધબકારા વધારી દે છે....

****

" જાહ્નવી આ લાસ્ટ આટલું તો ખાવું જ પડશે. "

જાહ્નવીના રૂમમાં દિવ્યા એને ખવડાવવા માટે તાણ કરી રહી હતી.

જાહ્નવી-" કેટલું ખાઈશ હજુ? હવે જગ્યા નથી. "

દિવ્યા-" આ બસ લાસ્ટ" કહી એ જાહ્નવીના મોઢામાં કોળિયો મૂકી દે છે.

દિવ્યા આજુબાજુ જોઈને-" અરે આ પાણીની બોટલ તો પૂરી થઇ ગઈ ઊભી રે હું ભરી લાવું છું

દિવ્યા પાણી ભરવા માટે બહાર જાય છે થોડીવાર પછી એ ત્યાં પાછી આવે છે

જાહ્નવી અચાનક એકદમ ગુમસુમ થઈ ગઈ હોય છે જાણે કોઇ વાતે એને આઘાત આપ્યો હતો દિવ્યા આ જોઈ ગભરાઈ જાય છે એ બોટલ બાજુ પર મૂકી ત્યાં બેટ પર બેસી જાય છે એટલે પૂછે છે-

"જાહ્નવી, શું થયું ? કેમ એટલી ચુપ થઈ ગઈ?

જાહ્નવી- " આટલું બધું કરવાની શું જરૂર હતી?"

દિવ્યા-" હું કાંઈ સમજી નહિ. "

જાહ્નવીની આંખો ભીની થઈ જાય છે

" એ પણ એ વ્યક્તિ માટે જે બીજે દિવસે સવારે આંખ ખુલશો કે નહીં એ નક્કી ના હોય. "

દિવ્યા- " આ શું બોલે છે તું ?"

જાહ્નવી દિવ્યાના ફોનમાં ભરતનો કોલ બતાવે છે.

જાહ્નવી-"હમણાં ભરત નો ફોન આવ્યો હતો. મેં એમની સાથે વાત કરી."

દિવ્યાના મનમાં આશંકા ઉદ્‌ભવે છે-" શું ? "

જાહ્નવી પોતાના બંને હાથ દિવ્યાના ગાલ પર મૂકે છે.

"અંધારામાં તો પોતાનો પડછાયો પણ સાથ છોડીને જતો રહે છે તે

તો તે કેમ આટલો સાથ આપ્યો ?"

દિવ્યા પણ ભાવવિભોર થઈ જાય છે.

જાહ્નવી આગળ કહે છે-

આટલો ત્યાગ, આટલો સ્નેહ તો કોઈ સગી બહેન પણ ન કરે. તેમ મારા સાજા થવાની રાહમાં હજુ સુધી સગાઈ નથી કરી.... ગાંડી, હું સાજી ન થાત..... "

એ આટલું બોલે એ પહેલા દિવ્યા એના મુખ પર હાથ મૂકી દે છે અને વહાલથી ભેટી પડે છે દિવ્યા રડવા લાગે છે-" મારે મારા અપરાધનું પ્રાયશ્ર્વિત તો કરવાનું જ હતું. "

જાહ્નવી-" તે કઈ અપરાધ નથી કર્યો એ તો મારી નિયતિમાં લખાયું હતું. "

જાહ્નવી દિવ્યાને શાંત પણ પાડે છે દિવ્યા ત્યારબાદ જાહ્નવીને પાણી આપે છે બંને શાંત થાય છે..

જાહ્નવી-" ચાલને હવે જે વહેલું તે પહેલું મૂર્હુત હોય એમાં તમારી સગાઈ નક્કી કરી નાખીએ. "

દિવ્યા-" જેવો તમારો હુકમ, મેડમ બંને થોડું હશે છે.

****

" And This Year the award For the Best Employee goes To Mr. Ruturaj Form India... "

જર્મનીમાં પોતાની કંપનીના એવોર્ડ ફંકશનમાં ઋતુરાજને બિરદાવવામાં આવે છે ઋતુરાજનું સ્વપ્ન પૂર્ણ થાય છે એણે આટલા વખતથી દિવસ-રાત કરેલી મહેનત સફળ જાય છે.

" આ એવોર્ડનો શ્રેય તમે કોને આપવા માંગો છો?"

આવો પ્રશ્ન જ્યારે ઋતુરાજ ને પૂછવામાં આવ્યો ત્યારે એણે કહ્યું-

"આ સફળતાનો તમામ શ્રેય હું મારા મધર ને આપવા માંગું છું જેને હંમેશા મારું હિત જ ઈચ્છ્યું છે. "

તાળીઓના ગડગડાટ સાથે ઋતુરાજનું સન્માન કરાય છે અને એ સંધ્યા યાદગાર બની જાય છે.

****

ડોકટર તરફથી જાહ્નવીને હોસ્પિટલમાંથી રજા અપાય છે એ ઘરે આવે છે. નમન અને નેહાએ ઘરના બહુ સરસ શણગાર્યું હોય છે.

જાહ્નવીને કુમકુમ તિલક લગાડી એને પછી આરતી ઉતારી ગૃહપ્રવેશ કરાવાય છે. જાહ્નવી પોતાના ઘરને મન ભરી જોતા જોતા હર્ષાશ્રુથી ઉભરાઇ જાય છે એ ચોમેર જોયા જ રાખે છે.

સુરેશભાઇ- "મારા ઘરની રોનક પાછી આવી ગઇ. "

લલિતાબેન-" હા, કેટલાય સમયથી આ ઘર માત્ર એક મકાન હતું. આજે પુનઃ એ ઘર બન્યું છે. "

નમન દોડીને જાહ્નવી પાસે આવે છે એને ડેરીમિલ્ક આપે છે જાહ્નવી એને છાતી સરસો ચાપી લે છે અને પોતાના વહાલસોયા ભાઈને મસ્તક ઉપર ચુંબન આપે છે.

જાહ્નવી પોતાના રૂમમાં પ્રવેશે છે એકદમ સ્વચ્છ સુથરુ અને નયનરમ્ય જાણે કશું બદલાયું જ ન હતું.

એ પોતાના પુસ્તકો જુએ છે અને ત્યાં પડેલી નોટસ જુએ છે એના મનમાં પ્રશ્નો ઉદ્ભવે છે. "અરે, આ તો આ વર્ષના બધા લેક્ચરની નોટ છે આ અહીંયા?"

નેહા અને દિવ્યા એકબીજા સામે જોઈ રહે છે શિવમનું નામ લેવું કે નહીં એ પ્રશ્ન એમને મુંઝવી દે છે.

લલિતાબેન-" હા એ તો આ નેહા અને વૈષ્ણવીએ તારા માટે રાખ્યા છે બનાવીને. ચાલ, હવે એ બધું છોડ અને આ જ્યુસ પી લે."

સૌ પછી થોડીવાર બેસે છે.

****

બસ, આમ થોડા દિવસો પસાર થાય છે જાહ્નવી થોડું થોડું વાંચન કરવા લાગે છે ફરી એનું જીવન પહેલા જેવું થવા લાગે છે .દિવ્યા-ભરતની સગાઈની તારીખ નક્કી થાય છે. જાહ્નવીને હજુ બહાર આવવા- જવાની છૂટ ન હતી આપવામાં આવી. હજુ સંપૂર્ણ આરામ જ કરવાની સલાહ હતી એ ઘરમાં આમતેમ આટા મારતી, ટીવી જોતી ,નમન સાથે મસ્તી કરતી, ક્યારેક થોડીક રસોઈ બનાવતી અને નોટસ વાંચતી વળી વારંવાર એના મનમાં એ પ્રશ્નો ઉદ્ભવતો રહેતો કે હજુ ઋતુરાજ એનો સંપર્ક કેમ કર્યો નથી? ના તો બરોડાથી એકપણ વાર ફોન આવ્યો કે વારંવાર કાંઈક નકારાત્મક થયાના વિચાર એને આવતા. પણ પછી લલિતાબેન, સુરેશભાઈ, નેહા અને હિના જાણે કંઈ થયું જ નથી એમ એને સમજાવી દેતા.

દિવ્યાની સગાઈનો દિવસ આવી જ જાય છે જાહ્નવી આટલા સમય પછી પહેલીવાર આટલી મુસાફરી કરે છે ને દ્વારકા પહોંચે છે દ્વારકા પહોંચીને એના નાના-નાની , મામા મામી ને મળે છે સૌ વહાલથી અને વધાવી લે છે એ સવારે વહેલી ઉઠી કૃષ્ણ મંદિરે જાય છે અને પ્રાર્થના કરે છે-

"હે દ્વારકાધીશ મને નવો અવતાર આપવા માટે આભાર અને એ તમામનું ધ્યાન રાખજો જેણે આટલો મારું ધ્યાન રાખ્યું છે હું એ બધા લોકોનો ઉપકાર ક્યારેય નહીં ભૂલું. "

"ભાઈ દ્વારકા પહોંચતા હજુ કેટલી વાર લાગશે ?"

સામેથી જવાબ આવે છે-"ત્રણ કલાક.. "

"મારે બધાને સરપ્રાઈઝ આપવું છે બધા મને જોઈને ખૂબ ખુશ થઇ જશે ખાસ કરીને દિવ્યા. "

જાહ્નવી દિવ્યાને શૃંગાર કરવામાં મદદ કરે છે. દિવ્યા સાંગોપાંગ કોઈ અપ્સરાની જેમ શૃંગાર કરે છે.

જાહ્નવી-"દિવ્યા, અરિસામાં તો જો !! કાતિલ લાગે તું..આજે તો ભરતની આંખોં અંજાઇ જાશે.

દિવ્યા શરમાઈ જાય છે.

દિવ્યા- " આ સગાઈ ની વીંટી કેવી છે?"

જાહ્નવી સગાઈની વીંટી જુએ છે.

જાહ્નવી-"ખૂબ જ સુંદર. "

અને એ પોતાના અને ઋતુરાજના સગાઈના દીવા સ્વપ્ન જોવા લાગે છે.

દિવ્યા-" ક્યાં ખોવાઇ ગઈ ?

જાહ્નવી-"ક્યાંય નહીં. "

શોભામામી ત્યાં આવે છે. "ચાલો છોકરીઓ તૈયાર છો ને, મહેમાન આવી ગયા છે હવે તમે પણ નીચે આવી જાવ. "

બંને પક્ષો નીચે સામસામે હાજર હોય છે સગાઈની વિધિ શરૂ થઈ રહી હતી.

દિવ્યા અને ભરત બંને પાસેપાસે ઊભા હોય છે જાહ્નવીનો ફોન રૂમમાં જ રહી ગયો હોય છે એને અચાનક યાદ આવે છે તો એ ફોન લેવા રૂમમાં જાય છે.

જાહ્નવી પોતાનો ફોન લે છે ગેલેરીનું બારણુંખુલ્લું હોય છે તો જાહ્નવી એ બંધ કરવા માટે જાય છે ત્યાં એને નીચે રસ્તામાં એક કારના બ્રેકનો અવાજ સંભળાય છે જાહ્નવીનું હૃદય અચાનક જોરજોરથી ધબકવા લાગે છે કારનો દરવાજો ખુલે છે અને એમાંથી ઋતુરાજ ઉતરે છે.

જાહ્નવીને વિશ્વાસ જ નથી આવતો ઋતુરાજ ? અને સ્વરપેટીમાંથી અવાજ પણ નથી નીકળતો.

એ ઋતુરાજને જોઈ બધું ભૂલી જાય છે એને મળવા માટે આતુર થઈ એ દોડે છે સીડીઓથી ઝડપથી ઉતરે છે અને દોડીને બહાર જતી રહે છે.

એના માટે એક ડગલું જાણે એક એક દિવસ બરાબર હતું ઋતુરાજ કારનું ભાડું આપી રહ્યો હતો ત્યાં જાહ્નવી એની પાસે પહોંચી જાય છે.

ઝડપથી દોડીને આવવાના કારણે જાહ્નવીના શ્વાસોશ્વાસનો દર વધી ગયો હોય છે.

ઋતુરાજ એ માત્ર એટલું જ બોલી શકે છે

ઋતુરાજ પાછળ ફરીને જુએ છે અને એને પોતાને બહુ મોટું સરપ્રાઈઝ મળી જાય છે એ આઘાત પામે છે એને વિશ્વાસ નથી આવતો કે એની સામે જાહ્નવી ઉભી છે.

ઋતુરાજ-"જાહ્નવી ???"

(એ એને સ્વીકારી શકતો ન હતો.)

જાહ્નવી માત્ર માથું જણાવી "હા" પાડે છે અને ઋતુરાજને ભેટી પડે છે ઋતુરાજ પોતાના હાથ જાહ્નવીને બાહુપાસમાં લેવા લંબાવતો નથી... જાહ્નવીની આંખોમાંથી આંસુ વહી રહ્યા હોય છે ઋતુરાજ અવાચક

બની ત્યાં ઉભો રહે છે... જાણે કોઈ સ્તંભ...

ઋતુરાજ-" જાહ્નવી તું સાજી થઇ ગઈ? ક્યારે? એમ કહી એ જાહ્નવીને પોતાનાથી થોડી દૂર ખસેડે છે."

આ વાત સાંભળી જાણીને પહેલો વજ્રાઘાત થાય છે

એ વિચારે છે-"પણ, હિના, મમ્મી અને બધા તો એમ કહેતા હતા કે ઋતુરાજને અમે કહી દીધું છે કે જાહ્નવી સારી થઇ ગઈ છે તો આ એમ કેમ કહે છે ?"

જાહ્નવી-"ઋતુરાજ તમને કોઈએ જાણ નથી કરી ?"

ઋતુરાજ સ્પષ્ટ શબ્દોમાં-"ના, કદાચ એમને જરૂરી નહીં લાગ્યું હોય. "

આ સાંભળી જાહ્નવીને પાછો આઘાત લાગે છે.

જાહ્નવી-" હું તમારા કહેવાનો ભાવાર્થ ના સમજી. "

ઋતુરાજ-" ના આપણી સગાઇ થઇ., ના આપણો સંબંધ રહ્યો બંને પરિવારો વચ્ચે પણ વ્યવહાર ના રહ્યો... મારી સગાઈ બીજે નક્કી થઈ ગઈ છે તો હવે મને તારા વિશે જાણ કરે કે ના કરે શું ફેર પડે ?"

આ સાંભળી જાહ્નવી બે ડગલા પાછળ ખસી જાય છે એના હાથ પગ શિથિલ થઈ જાય છે. એના પર જાણે રાહુ-કેતુ બધાં એક સાથે કોપાયમાન થયા હોય એવું લાગે છે એને ચક્કર આવવા લાગે છે ગળું એકદમ સુકાઈ જાય છે અને એને મનમાં ખૂબ ભાર લાગવા માંડે છે. એટલા માં ત્યાં લલિતાબેન અને સુરેશભાઈ આવી જાય છે... એ બંને પણ ઋતુરાજને જોઈને ચોકી ઉઠે છે અને કંઈક હોનારત થઈ હોવાના એંધાણ એમને જાહ્નવી ના હાવભાવ પરથી મળી જાય છે. જેમ તેમ બંને જાહ્નવીને ઘરમાં લઈ આવી સુવડાવી દે છે

દિવ્યાની સગાઈ ની વિધિ પૂર્ણ થયા પછી એ ઋતુરાજને એકાંતમાં બોલાવે છે દિવ્યા ખૂબ ગુસ્સે હોય છે.

"ઋતુરાજ, તે જાહ્નવી ને શું કહ્યું ?"

ઋતુરાજ દિવ્યાને બધું કહી દે છે.

દિવ્યા આ સાંભળી વધુ ગુસ્સે થાય છે.

"તને ખબર પણ છે એ હમણાં જ માંદગીમાંથી બહાર આવી છે ડોક્ટરે એને જરા પણ

સ્ટ્રેસ લેવાની ના પાડી છે અમે બધા આટલા દિવસ સુધી એને કેમ સાચવતા હતા એ પણ ખબર છે તને ? તે તો તારી કારકિર્દી અને પરિવારની મહત્વાકાંક્ષા ખાતર મારી બહેનને ત્યજી દીધી પણ મારી બહેને તો સપના સુધ્ધામા પણ તને ત્યજ્યો નથી. You are So disgusting. shame on you... "

ઋતુરાજે ધાર્યું હતું એવું કશું ના થયું ઋતુરાજને લાગે છે કે બધું બદલાઈ ગયું લોકો પણ બદલાઈ ગયા, લોકો એની સફળતા જોઈને ખુશ નથી.

ઋતુરાજ-"I am Sorry દિવ્યા, મને સાચે જ ખ્યાલ ન હતો કે જાહ્નવીને કંઇ ખબર નહીં હોય. "

દિવ્યા –"તારી Sorryની કોઈ જગ્યા નથી. You Please Leave....."

ઋતુરાજ કમને ત્યાંથી પાછો ફરે છે અને નિશામાસીને ફોન કરી પોતાના આક્રોશ ઠાલવે છે.

નિશામાસી-" એક તો મારો દીકરો વિદેશથી આવી સીધો પ્રસંગમાં ગયો અને એની સાથે એ લોકોએ આવું વર્તન કર્યું ? મારે હવે એ બધા સાથે વ્યવહાર જ નથી રાખવો. સાંભળ્યું તમે ? આ બધું તમારા કહેવાથી થયું હતું બાકી આટલા વર્ષો સુધી બોલતા ન હતા. એ સારું જ હતું. "

આમ કહી નિશામાસી કાર્તિકભાઇને ખખડાવે છે.

સાંજ પડવા આવી હતી સૌ મહેમાન ઘરે ચાલ્યા ગયા હતા. બધા જાહ્નવીના બેડની આજુબાજુ ઘેરો વળી ઊભા હતા જાહ્નવીની આંખ ધીમે ધીમે ખુલે છે.

લલિતાબેન-" હે દ્વારકાધીશ, તારો પાળ માંનું મારી દીકરીને કાંઈ થયું નહીં. "

જાહ્નવી કંઈ બોલતી નથી પરંતુ, એના ચક્ષુઓના તીક્ષણ પ્રશ્નો સૌને વીંધ્યા વિના રહેતા નથી.

જાહ્નવી-" દિવ્યા, અહીંયા બેસ. "

દિવ્યા એની બાજુમાં બેસે છે.

જાહ્નવી-"મમ્મી, મારે દિવ્યા સાથે એકાંતમાં વાત કરવી છે."

બધા ત્યાંથી જતા રહે છે દિવ્યા અને જાહ્નવી બેઠા હોય છે.

દિવ્યા જાહ્નવી નો હાથ પકડીને-

" જો જાહ્નવી બધુ બરાબર થઈ જશે એવું ન હતું કે અમારે તને નહોતું કહેવું પણ તારી તબિયત સારી ન હતી એટલે અમે કશું કીધું નહિ. "

જાહ્નવી-" મારી સગાઈના દિવસે શું થયું હતું? મને સવિસ્તાર કહે."

દિવ્યા-"જાહ્નવી, અત્યારે તું આરામ કર ડોકટર ને તને સ્ટ્રેસ લેવાની ના પાડી છે. "

જાહ્નવી-"મારી સગાઈના દિવસે શું થયું હતું ?

દિવ્યા-"આપણે પછી પણ વાત કરી શકીએ ને ?"

જાહ્નવી જોરથી-"મારા પ્રશ્નનો જવાબ આપ દિવ્યા..."

એનો એ અવાજ બહાર સુધી પ્રસરી જાય છે થોડીવાર ઘેરો સન્નાટો છવાઈ જાય છે.

****

ઋતુરાજ દ્વારકાધીશના મંદિરે દર્શન કર્યા પછી બરોડા પરત ફરે છે રસ્તામાં ભાવનગર એની સગાઈ જે છોકરી સાથે નોકકી કરવામાં આવી હતી તે ફોન કરે છે.

ઋતુરાજ-"હું ઇન્ડિયા આવી ગયો છું. "

આરતી-"WOW !! અચાનક જ What a Surprise !!"

ઋતુરાજ (મનમાં)- "ચાલો કોઈકને તો મારું આ સરપ્રાઈઝ ગમ્યું."

- હા મારો પ્રોજેક્ટ પૂરો થઈ ગયો હતો હવે બે મહિના પછી નવો પ્રોજેક્ટ શરૂ થશે એટલે મારા બોસે મને રજા આપી છે. "

આરતી-" એ તો બહુ સારું કહેવાય. "

ઋતુરાજ-" હા, હવે આ બે મહિનામાં આપણી સગાઈ લગ્ન બધું કરી આપણે જર્મની જતું રહેવું છે અહીંયા મને બિલકુલ મજા નથી આવતી. અહિયા કોઈના Status કે Knowledge ની value જ નથી. "
આરતી-" સારું. જ્યાં તમે ત્યાં હું તમે કહો તેમ બસ. "

****

દિવ્યા-"તારી સગાઈના દિવસે જ્યારે હું અને ભરત સગાઈના હોલે પહોંચ્યા ત્યારે તને ન જોઈ હું ખૂબ ગભરાઈ ગઈ હતી. સગાઈનું મુહુર્ત વીતી જતું હતું. અને તારો કોઈ અતોપતો ન હતો.

મમ્મી અને મારા ઘણું ઢાંકવા છતાં આ વાત હિનાને અને પછી નિશામાસીને ખબર પડી ગઈ. તને તો ખબર જ છે ,નિશામાસીનો સ્વભાવ એમણે વાતનું વતેસર જ કરી નાખ્યુ. "

પછી નિશા માસીએ જે જે આરોપ મૂક્યા હતા એના વિશે દિવ્યા કહે છે આગળ છેલ્લે બધા મહેમાનો પાસે હાથ જોડી ફઈ તથા ફુઆ રજા આપે છે એમની સ્થિતિ ત્યારે દયનીય થઈ જાય છે એટલામાં તારા હોસ્પિટલમાં હોવાના સમાચાર સૌને મળે છે બધા ગભરાઈ જાય છે આપણે ફઈને જાણ કર્યા વિના જતા રહ્યા હતા એટલે એ પણ મમ્મી પર ગુસ્સે થયા થોડીક ક્ષણોમાં બધું વેરવિખેર થઈ ગયું.

જાહ્નવીની આંખોમાંથી આંસુઓની ધારાઓ વહી જાય છે.

દિવ્યા-"જાહ્નવી તુ શાંત થા એટલે જ તને કંઈ ન હતા કહેવાના. "

જાહ્નવી-" પછી શું થયું ?"

દિવ્યા –"અમે જ્યારે હોસ્પિટલે પહોંચ્યા ત્યારે શિવમને ત્યાં જોઈ નિશામાસીને તારા ચરિત્ર્ય પણ શંકા કરવા નવું શસ્ત્ર મળી ગયું. એણે ઋતુરાજના મનમાં તારા વિશે ઘણું ધીમું ઝેર નાંખી દીધું. ઋતુરાજની મતિ મૂંઝાઇ ગઇ. છેવટે નિશામાસી એને જીદ કરી ત્યાંથી લઈ ગયા. "

"હજુ પણ એમના છેલ્લા શબ્દો મારા કર્ણપટેલને અથડાયા રાખે છે જે એમણે લલિતા ફઈને કહ્યા હતા.

****

લલીતાબેન-"નિશાબેન મને સાચે ખબર જ નહોતી જાહ્નવી ક્યાં છે... એ રીઝલ્ટ લેવા ગઇ હતી... તમે ગમે તે કહો પરંતુ એના ચારિત્ર્ય વિશે શંકા ન કરો. છોકરું સમજી અને માફ કરી દો આવું તે એણે પણ ન વિચાર્યું હોય ને. "(આમ તે આજીજી કરવા લાગે છે.)

નિશામાસી પર જાણે આ શબ્દ પ્રવાહની કોઈ અસર જ થઈ ન હતી.

નિશામાસી-" જો લલિતાબેન છીંડે ચડ્યો એ ચોર, સીતાજી પણ લંકા થી પાછા આવ્યા ત્યારે રામે એને સ્વીકારવાની ના પાડી દીધી હતી... તમારી દીકરી ક્યારે સાજી થશે હજુ નક્કી નથી... તો એની રાહમાં હું મારા કુવર ને ક્યાં સુધી તપ કરાવું... અમારી આબરૂ ના તો તમારી દીકરીએ છડે ચોક કાંકરા કરી જ નાખ્યા.. તો હવે એ જ સારું રહેશે કે ના થાય આ સગાઈ, ના રહે સંબંધ અને ના રહે આપણા પરિવાર વચ્ચે વ્યવહાર..... "

લલિતાબેન હાથ જોડી વિનંતી કરી રહ્યા હતા. આવું ના કહો મારી દીકરીએ સાચા હ્રદયથી ઋતુરાજને પ્રેમ કર્યો છે. "

નિશામાસી-" હું ખૂબ દિલગીર છું મારે સમાજમાં મારું માન જાળવી રાખવાનું હોય તમારે નાણાંની જરૂર હોય તો હું આપુ પણ એ સિવાય કોઈ અપેક્ષા ન રાખશો. "

લલિતાબેન થી હવે સહન થતું નથી.

-" મારી દીકરી કંઈ વેચેલી વસ્તુ નથી કે એની તમે કિંમત આકો મારે તમારા એક નૈયા પૈસાની પણ જરૂર નથી.. "

આમ કહી એ મોઢું ફેરવી લે છે.

આ સાંભળતા સાંભળતા જાહ્નવી એક ક્ષણમાં હજારો વાર ભાંગી પડે છે દિવ્યાને ભેટીને રડી પડે છે વેદના નો એક અપાર પર્વત એના પર તૂટી પડે છે.

****

"ઘણા દિવસથી જાહ્નવીની કોઈ ખબર નથી એમ વિચારી શિવમ નેહાને ફોન કરે છે.

નેહા- "જાહ્નવી તો દ્વારકા ગઈ છે દિવ્યાની સગાઈ હતી એટલે."

શિવમ- " તો તો ઘણી ફ્રેશ થઈ જશે હે ને ?"

નેહા-" હા, આટલા બધા સમયથી અને તકલીફ વેઠી છે હવે જઈને એક અવસર મળ્યો છે તો આનંદ તો કરશે ને ?"

શિવમ-" સારું હવે બસ, એ કોલેજ એ આવે તો હું એને જોઈતો શકું. "

નેહા-" શિવમ એક વાત પૂછું ?"

શિવમ-" હા પૂછને ?"

નેહા-"**તને ક્યારેય દર્દ નથી થતું ? તને ખબર જ છે કે જાહ્નવી નો પ્રવાહ તારા તરફ વળવાનો નથી તો પણ તું એના માટે આટલું કેમ કરે છે ?"**

શિવમ-" હું માનું છું કે હંમેશા પ્રાપ્તિ એ પ્રેમનું પરિણામ ન હોય... સાચો પ્રેમ તો તમે જેને પ્રેમ કરો છો એને જ્યાં હોય, જેની સાથે હોય તેને ખુશ જોવામાં અને ખુશ રાખવામાં સમાયેલો છે દર્દ તો થાય નેહા પણ પ્રેમમાં મળેલા દર્દની પણ અલગ મીઠાશ હોય છે !!"

****

ધ્વનિત-"આપણા ફેમિલી ડોકટરની વાત સાચી છે. "

રાત્રે ટીવી જોતા જોતા સોફા પર બેઠેલા ધ્વનિતે બાજુમાં બેઠેલી હિનાને કહ્યું.

હિના-"ધ્વનિત મને તો ડર લાગે છે. "

ધ્વનિત-"ડોકટરે કહ્યું છે કે બાળક ઊંધું છે એટલે ?"

હિના-" હા શું થશે ?

ધ્વનિત-" ડરવાની કાંઈ જરૂર નથી હવે તો આપણી પાસે અધ્યતન સુવિધાઓ છે અને આપણે તો હવે રાજકોટ મોટા ગાયનોકોલોજીસ્ટને જ બતાવવાના છીએ. "

હિના-"હા, સારું. "

આમ કહી હિના ધ્વનિત ના ખભા પર માથું મૂકી દે છે અને ધ્વનિત એને વહાલથી પંપાળે છે.

****

પાનખરનું આગમન થઈ ગયું હતું રાજકોટના રેસકોર્સ મેદાનની પાળીએ જાહ્નવી અને નેહા બેઠા હતા. સૂકા પાંદડાઓ ચારે તરફ ઉડી રહ્યા હતા.

રસ્તામાંથી પસાર થતા વાહનો એ સૂકા પાંદડાઓનું વમળ બનાવતા જતા હતા.

જાહ્નવી ખૂબ ઉદાસીન હતી. દ્વારકાથી આવ્યા પછી એ ચૂપચાપ જ રહેતી હતી. જાણે નિરાશાના ઘેરા અંધકારમાં ગરકાવ થઈ ગઈ હોય... બધું વેરાન થવા લાગ્યું હતું.. નવી ઉમંગ અને નવા સ્વપ્નનું પ્રકરણ શરૂ થાય એ પહેલા જ જાણીને નવલકથાના પન્નામાં પૂર્ણવિરામ મુકાઈ ગયું હતું. જેની આગળના પન્નામાં શું લખાશે કોઈને ખ્યાલ નથી આવતો નેહા જાહ્નવી ને સહાનુભૂતિ આપવાનો પ્રયાસ કરે છે પરંતુ જાહ્નવી પર એની કોઈ અસર થતી નથી એ હતાશ પગલે ઘર તરફ ચાલવા માંડે છે સૂકા પાંદડા ઊડયા રાખે છે અને વાહનોની આવન જાવનથી એના વમળ બન્યા રાખે છે.

****

હિના ને થોડાદિવસોમાં જ તમામ ઘટનાક્રમની બાતમી મળી જાય છે અને પણ ગુસ્સો આવે છે તુરંત જ ઋતુરાજ ને ફોન કરે છે.

ઋતુરાજ-" કેમ છે મારી લાડકી બહેનને ?"

હિના-" મને મજા છે તને કેમ છે ?"

ઋતુરાજ-" સારું છે જર્મનીમાં એવોર્ડ મળ્યો પ્રમોશન થવાનું છે પછી શું વાંધો હોય ?"

હિના-" જાણીને આનંદ થયો દ્વારકા જવાની શું જરૂર હતી ભાઈ ?"

ઋતુરાજ-"હું તો દિવ્યાની સગાઈમાં એને ભેટસોગાદ આપવા ગયો હતો. મને આઈડિયા ન હતો કે ત્યાં જાહ્નવી પણ હશે. "

હિના-"ભાઈ, તારા લીધે જાહ્નવી અને એના પરિવારે ઘણું સહન કર્યું છે હવે એમને વધુ તકલીફ ન આપ. "

ઋતુરાજ-"મારા લીધે? મેં તો કાંઈ ગુનો નથી કર્યો એ જાહ્નવીનો અને એના નસીબનો દોષ છે. " હિના-" તો એને એના નસીબ પર જ છોડી દે. "

ઋતુરાજ-" બધાને મારો જ વાંક શું કામ દેખાય છે ? મને જીવનમાં આગળ વધવાની તક મળતી હતી. મેં એને હાથમાંથી જવા ન દીધી. મારી જગ્યાએ કોઈ પણ વ્યક્તિ હોત આમ જ કરત."

હિના- "સાચા પ્રેમીઓ મુશ્કેલીમાં એકબીજાનો સાથ છોડતા નથી તને આ વાત સમજાશે ત્યારે બહુ મોડું થઇ જશે જોજે."

ઋતુરાજ-" એ બધું કાવ્યો અને નવલકથામાં સારું લાગે આગળ વધી જવું અને પાછળ ફરી ન જોવું એ જ જીંદગી છે. "

હિના-" ભલે ત્યારે જેમ તને ઠીક લાગે તેમ. "

હિના ફોન મૂકી દેશે ઋતુરાજ પણ બેચેન થઇ જાય છે.

****

હંસાબેન થોડી ઘરગથ્થુ વસ્તુઓ લેવા માટે શોપિંગ મોલ ગયા હોય છે રોજની જેમ સામાન્ય દિવસ હોય છે લોકોની ભીડ પણ હોય છે તે થોડું સાબુ ડિટરજન્ટ વગેરે લઈ અનાજના સ્ટોલ પર આવે છે અનાયાસે તેમનો મેળાપ લલિતાબેન સાથે થઈ જાય છે.

હંસાબેન-"જય શ્રી કૃષ્ણ... તમે જાહ્નવીના મધર લલીતાબેન છો ને?"

લલીતાબેન-" હા, જય શ્રી કૃષ્ણ અને તમે શિવમના મધર ને?"

હંસાબેન- " હા, તમારી સાથે પડાવેલ ફોટા જોયા હતા શિવમ પાસેથી એટલે મને થયું તમે જ છો. "

લલીતાબેન-"હા, મે પણ શિવમ ના પાકીટમાં તમારો અને રસિકભાઈ નો ફોટો જોયો હતો. "

બસ આમ વાર્તાલાપ આગળ વધે છે બને ત્યાં કોફી સ્ટોલ પર કોફી મંગાવે છે અને બેસે છે જાહ્નવીની સુધરતી સ્થિતિ પણ થોડી વાતો થાય છે તો શિવમ વિશે થોડી વાતો થાય છે.

હંસાબેન (ગળે ખોંખારો ખાઈને)-

" લલીતાબેન, ખબર નહીં આ સ્થળ અને જગ્યા આ વાત માટે યોગ્ય છે કે નહીં પણ એક વાત મનમાં કેટલાય સમયથી છે. "

લલીતાબેન-" હા, નિ: સંકોચ બોલોને. "

હંસાબેન-" મારા દીકરા શિવમને તો તમે સારી રીતે ઓળખો જ છો એમના માટે અમે યોગ્ય કન્યા શોધીએ છીએ.

લલીતાબેન-" હા, એ સારી વાત કહેવાય. "

હંસાબેન-"બધી રીતે વિચાર વિમર્શકર્યા પછી અમારી પસંદગી તમારી જાહ્નવી ઉપર ઉતરી છે. "

લલીતાબેન આ સાંભળી આભા બની જાય છે એ ધીરેથી કોફીનો કપ નીચે ટેબલ પર મૂકી દે છે એમને સમજાતું નથી શું પ્રત્યુતર આપે.

લલીતાબેન-"તમારી વાત સાચી છે પરંતુ જાહ્નવી હજુ બધી રીતે સ્વસ્થ થઈ નથી એને હજુ થોડો સમય આપવો પડે એમ છે તમને તો એની બધી ખબર જ છે એ બધામાંથી પહેલા એ થોડી બહાર આવે પછી હું ચોક્કસ એને પૂછીશ. "

હંસાબેન-"હા ઠીક છે હું એ દિવસની આતુરતાથી રાહ જોઈશ. "

****

બસ, આમ જ એક દિવસ સવારે જાહ્નવીના ઘરે વૈષ્ણવી નેહા અને જાહ્નવી ત્રણેય જાણવી ના કોલેજે પરત ફરવાની તૈયારીઓ કરી રહ્યા હતા.

નેહા-"વાઉવ!જાહ્નવી આટલો સમય પછી તું પાછી કોલેજ આવીશ, આપણે બધા પાછા લેક્ચરમાં જશું., બંક મારશું, કેન્ટીનમાં નાસ્તો કરશું અને ઘણી બધી મસ્તી. "

વૈષ્ણવી- " I am so excited. "

એમ કહી એ નેહાને clap કરે છે.

જાહ્નવી એ બંનેને જોઇને થોડું સ્મિત આપે છે ત્રણેય કોલેજ જવા માટે નીકળે છે કોલેજના ગેટની બહાર જાહ્નવી ઊભી હોય છે એ ખૂબ લાગણીથી એની કોલેજની ભવ્ય ઈમારતને નિહાળે છે ઇમારતની છબી એના હ્રદયપૃષ્ઠ પર અંકિત થઈ જાય છે એ પોતાનો જમણો પગ આગળ કરી કોલેજમાં પ્રવેશ કરે છે ધીમેધીમે એ એના ક્લાસ તરફ આગળ વધે છે એ થોડું આગળ ચાલે છે ત્યારે એને લાગે છે કે પાસેના વૃક્ષ પાછળથી કોઈની નજરો એને તાકી રહી છે એ બાજુ જુએ છે પણ કોઈ હોતું નથી.

એ ક્લાસમાં બેસે છે લેક્ચર શરૂ થાય છે ફરી જાહ્નવી ને એમ લાગે છે કે ક્લાસની બારીમાંથી કોઈ એને જુએ છે એ ત્યાં જુએ છે પણ કોઈ હોતું નથી એને નવાઈ લાગે છે કે આ શું થઈ રહ્યું છે ક્લાસ પૂરો થયા પછી નેહા અને જાણવી લાઇબ્રેરીમાં મનોવિજ્ઞાનનું એક પુસ્તક લેવા જાય છે. પુસ્તક જાહ્નવી જ્યારે શોધી રહી હતી ત્યારે પણ એને લાગે છે એકેમેકની હરોળમાં ગોઠવાયેલા અને સ્ટેન્ડ પર રાખેલા પુસ્તકોની આરપાર કોઈ છે જેને તાકે છે એ ઝડપથી એ બાજુ જાય છે પણ કોઈ હોતું નથી.

જાહ્નવી પુસ્તકની નોંધ કરાવી રહી હતી.

નેહા-"હું એક મિનિટમાં આવી. "

નેહા લાઇબ્રેરીની બહાર આવે છે

નેહા-" શિવમ લાઇબ્રેરીમાં તું પકડાઈ જ ગયો હોત તો શું સંતાકૂકડી રમે છે ?

શિવમ-"નેહા, કેટલા બધા દિવસો પછી જાહ્નવીને આમ જોવાનો મોકો મળ્યો છે એ કેમ હાથમાંથી જવા દઉ?"

નેહા શિવમના માથામાં ટાપલી મારે છે. " બુધ્ધુ!"

શિવમ મંદ મંદ હસ્યા રાખે છે.

****

જાહ્નવી રાત્રે પથારીમાં પડ્યા પડ્યા વિચાર્યા કરતી હતી.

-" કાશ સમયના કાંટાને પાછા ફેરવી શકાતા હોત તો હું ભૂતકાળમાં જઈ એ એક ઘટના રોકી દેત જેણે મારી જીંદગી જ બદલી નાખી. શિવમ મારી જીંદગીમાં આવ્યો જ ન હોત તો આમ ન થાત.. એના પર મને ગુસ્સો ન આવત ના મારે મોડું થાત... નાં હું રિક્ષામાં જલ્દી કરત!!"

ના હોસ્પિટલ પહોંચ્યા અને ના એ ત્યાં હોત પરંતુ, શિવમ હોસ્પિટલે કઈ રીતે આવ્યો?.. એના ત્યાં હોવાના લીધે મારા પર અને મારા પરિવાર પર કેટલા ખોટા આરોપ નખાયા... હું એને ક્યારેય માફ નહિ કરું... ક્યારેય નહીં...

રાત્રે સુરેશભાઈ ને- લલિતાબેન, સવારે હંસાબેન સાથે થયેલ વાતચીતને વર્ણવે છે

લલીતાબેન-"સાંભળ્યું હું કહું છું વાંધો જ શું છે દિવો લઈને શોધવા જઈએ તો પણ શિવમ જેવો છોકરો ના મળે. "

સુરેશભાઈ-" હા પણ જાહ્નવીને તો પૂછવું પડે ને ?"

લલીતાબેન-"તમે જોયું ને આગળ એને પૂછીને બધું કર્યું હતું એનું શું પરિણામ આવ્યું ?

સુરેશભાઈ-" એમાં જાહ્નવીનો વાંક ન હતો.

લલીતાબેન-" હું તમને કહું છું કે આપણે આ વાતને જવા દેવી ન જોઈએ લક્ષ્મી સામેથી ચાંદલો કરવા આવે તો મોઢું ધોવા ન જવાય આપણા આંગણે આવેલા માગાને આપણે અવગણી ન શકીએ. "

સુરેશભાઈ-"જાહ્નવીને સમજાવશે કોણ?"

લલિતાબેન-" હું સમજાવીશ આપણા પર આમેય શિવમ અને એના પરિવારના ઘણા ઉપકાર છે. આપણે એ બધું ભૂલી ન જવું જોઈએ. "

સુરેશભાઈ-" સારું. પણ ધ્યાન રાખજે જાહ્નવી પર કોઈપણ પ્રકારનું દબાણ ન કરતી. "

લલીતાબેન-"હા, હા નહીં કરું. "

****

નિશામાસી ડ્રાયફ્રુટ વાળું દૂધ લઈ ઋતુરાજ પાસે આવે છે ઋતુરાજ પથારીમાં પડ્યો પડ્યો વિચારતો હોય છે.

નીશામાસી-"શું થયું ઋતુરાજ?"

ઋતુરાજ-"કંઈ નહીં મમ્મી. "

નિશામાસી-"મનની વાત કહી દે એટલે મનનો ભાર હળવો થઈ જાય. "

ઋતુરાજ-"બસ મમ્મી વિચારું છું કે સમય કેટલું બધું બદલી દે છે. "

નિશામાસી-"પરિવર્તાન સંસારનો નિયમ છે કાંઈ પણ વસ્તુ જેમ છે તેમ હંમેશા ન રહે."

ઋતુરાજ-"મમ્મી, જાહ્નવીને છોડીને ક્યાંક ને અપરાધ તો નથી કર્યો ને ?

નિશામાસી-"ના, ના. તારા મનમાં એવું કાંઈ ન લે જો ભાવનગર મેં વાત કરી તમારી સગાઈ લનું મૂહુર્ત જલ્દી જોવડાવી લઈએ છીએ અને સગાઈ પછી તરત જ લગ્ન પણ ગોઠવવાના જ છે. હવે તું તારી ગઈકાલને ભૂલી જા અને આવતીકાલ વિશે વિચાર. બહુ સારી છોકરી છે દરેક નિર્ણયમાં તારો સાથ આપશે."

ઋતુરાજ દૂધનો ગ્લાસ લે છે અને ધીમે ધીમે પૂરો કરી જાય છે એનું મન થોડું શાંત થાય છે થોડીવાર પછી એ ઊંઘી જાય છે

****

બીજા દિવસે જાહ્નવી કોલેજ જાય છે લેક્ચરમાં શિવમ પણ હાજરી આપે છે જાહ્નવી શિવમને જુએ છે લેક્ચર પૂરું થયા પછી જાહ્નવી અને નેહા બહાર આવે છે શિવમને જોઈને નેહા કહે છે.

" એય શિવમ સારું?"

નેહાનું આવું વર્તન જોઈ જાહ્નવીને ખૂબ નવાઈ લાગે છે શિવમ જાહ્નવી ની નજીક આવે છે

શિવમ-"હા, સારું કેમ છે તને જાહ્નવી ?

જાહ્નવી-"નેહા, ચાલ અહીથી મારે કોઈ સાથે કાંઇ વાત નથી કરવી."

શિવમ ઉદાસ થઇ જાય છે નેહા અને જાહ્નવી આગળ જતા રહે છે.

જાહ્નવી-"શું જરૂર હતી તારે એને બોલાવવાની?"

નેહા-"કેમ? વાંધો જ શું છે ?"

જાહ્નવી-"વાંધો શું છે? તને તો બધી ખબર જ છે. "

નેહા-"મને બધી ખબર જ છે પણ તને કંઇ ખબર નથી.

જાહ્નવી-"ચાલ હવે છોડ મારી સામે શિવમનું નામ ન લેતી. "

નેહા પણ વાત ટાળે છે.

****

અહીંયા દ્વારકામાં દિવ્યા ના લગ્નની વાત શરૂ થાય છે લક્ષ દોડીને દિવ્યા પાસે આવે છે.

લક્ષ-"દીદી દીદી તમને ખબર છે તમારા લગ્નની વાત થાય છે. મુહુર્ત જોવડાવાનું બધા કહેતા હતા.

દિવ્યા લક્ષનાં બંને ખભા પર હાથ મૂકી ઘુટણિયા પર બેસી એને કહે છે.

-"હા, તારે તો શાંતિ ને પછી હું જલ્દી જતી રહું પછી તું ઘરનો રાજા. "

લક્ષ –"એવું કાંઈ નથી, દીદી. "

દિવ્યા એને ભેટી પડે છે.

-"માય સ્વીટ બ્રધર. "

કોલેજથી ઘરે પરત આવેલ જાહ્નવીને લલીતાબેન પોતાની પાસે બેસાડે છે. લલીતાબેન-"જાહ્નવી તે આગળ શું કરવું કાંઇ વિચાર્યું છે ?

જાહ્નવી-"મતલબ ?

લલિતાબેન-" હવે તો બધું તારી સમક્ષ છે જ હમણાં તારી કોલેજ પૂરી થઇ જશે પછી આગળ કંઇ વિચાર્યું છે ?"

જાહ્નવી-"હા, હું મનોવિજ્ઞાનમાં આગળ અભ્યાસ કરવા માગું છું. "

લલિતાબેન-"લગ્ન વિશે?

જાહ્નવીને આ વાત થોડીક ખુચે છે

જાહ્નવી-"મમ્મી મારા લીધે તમને અને પપ્પાને ખૂબ દુઃખ પહોંચ્યું છે મને ખ્યાલ છે અને તમે મારા વિશે ચિંતિત છો એ પણ મને ખ્યાલ છે. "

લલિતાબેન-" તો પછી ?"

જાહ્નવી-"મને થોડો સમય જોઈએ છે ત્યારે મારે કોઈ નવા સંબંધમાં નથી જોડાવું."

લલીતાબેન એના ખભા પર હાથ મૂકે છે અને આશ્વાસન આપે છે-"બધું ઠીક થઇ જશે તુ ચિંતા ન કર તારા પર કોઈ પણ પ્રકારનું દબાણ નથી. "

****

નેહાની સગાઈ પણ નક્કી થઈ જાય છે નેહા આ વાત કહેવા જાહ્નવીને ફોન કરે છે નેહા-"હેલો જાહ્નવી guess what ?"

જાહ્નવી-"what?"

નેહા-"મારી સગાઈ નક્કી થઈ ગઈ પહેલા અમદાવાદથી જોવા આવ્યા હતા ને એમણે હવે છેક જવાબ આપ્યો છે. "

જાહ્નવી-"હા બધે પૂરી તપાસ કરાવ્યા પછી જ એ લોકોએ જવાબ આપ્યો લાગે છે. "

નેહા-"મને તો લાગ્યું હતું કે જયને હું પસંદ ન આવી. "

જાહ્નવી-"ઓહ!! તો જયને તું પસંદ આવી ગઈ એમને ?

નેહા અને જાહ્નવી બંને હસવા લાગે છે

જાહ્નવી નેહાનો ફોન મૂકે છે કે તરત દિવ્યાનો ફોન આવે છે.

દિવ્યા-"જાહ્નવી, જલ્દી કપડાની ખરીદી કરવા માંડ. "

જાહ્નવી-" કેમ? વર્લ્ડ ટૂર પર જવાનું છે ?"

દિવ્યા-"ના મારા લગ્નની તારીખ નક્કી થઈ ગઈ છે. "

જાહ્નવી-"હે? વાહ!Congrats... "

દિવ્યા-"Thanks... હું ખૂબ છું બહુ મજા આવે છે એવું લાગે છે કે હું આકાશમાં ઊડી રહી છું... "

જાહ્નવી-" બહુ સરસ લ્યો.. "

જાહ્નવી ફોન મૂકી નેહા અને દિવ્યાની વાતો યાદ કરી હશે છે એ વિચારે છે.

-" બંનેની જીંદગીમાં નવા રંગો ભરાઈ રહ્યા છે.. હું બંને માટે ખુબ ખુશ છું અચાનક જ એને ઋતુરાજની વાત યાદ આવે છે-

" ના આપણી સગાઈ થઈ, ના આપણે સંબંધ રહ્યો.... બંને પરિવારો વચ્ચે પણ વ્યવહાર ન રહ્યો..."

એ આ વાતને અવગણવા આંખો બંધ કરી દે છે પણ એ જ વાત વારંવાર એના હૃદય પર ઘા કર્યા રાખે છે અને એની લાગણીને રક્તં રજિત કર્યા રાખે છે.

એ વિચારે છે-

"ઋતુરાજે એવા સમયે મારો સાથ કેમ છોડી દીધો જ્યારે મને એની સૌથી વધુ જરૂર હતી ? હે ભગવાન મારા પ્રેમનો આ બદલો જ આપવો હતો તમારે?"

એ થોડીવાર એકાંતમાં આંસુ સારી લે છે અને પછી ઊંઘવાનો પ્રયત્ન કરે છે.

****

નેહા અને જયની સગાઈનો દિવસ આવે છે જાહ્નવી વૈષ્ણવી અને અનિકેત સૌ તૈયારીમાં વ્યસ્ત રહે છે શિવમ પણ ઘણી મદદ કરે છે પરંતુ જાહ્નવી એની સાથે કોઈપણ વાત કરતી નથી.

સગાઈ પૂર્ણ થયા બાદ જાહ્નવી સામાન બધો સરખો કરતી હોય છે ત્યાં નબળાઈને લીધા અને ચક્કર જેવું લાગે છે અને એ લગભગ પડવા જતી હોય છે ત્યાં એને શિવમ પકડી લે છે.

જાહ્નવી શિવમના હાથની પકડમાં બંધાઈ જાય છે.

શિવમ-"તને તારું બિલકુલ ધ્યાન જ નથી કોઈ બીજા માટે નહીં પણ તારા પોતા માટે તો તારું ધ્યાન રાખ. "

આમ કહી શિવમ જાહ્નવી માટે પાણી મંગાવે છે.

જાહ્નવીને થોડો ખ્યાલ આવતા શિવમ ઉપર એકદમ ભડકી ઊઠે છે.

જાહ્નવી-"શિવમ તારી પ્રોબ્લેમ શું છે શા માટે તું મારી પાછળ પડી ગયો છે ? મને મારા હાલ પર છોડી દે.. Please alredy તારા લીધે મારી lifeમાં કેટલા બધા complication આવી ગયા છે. તને આ બધું કરવાથી શું મળે છે?"

શિવમ-"જાહ્નવી મેં તો કાંઇ એવું નથી કર્યું જેનાથી તારી લાઇફમાં પ્રોબ્લેમ આવે..

જાહ્નવી-"શું જરૂર હતી હોસ્પિટલ આવવાની હું? મરતી હતી તો મરી જાત તારે એનાથી શું અત્યારની આવી જીંદગી કરતા તો એ જ સારું હતું. "

શિવમ આ વાત સાંભળી ચોકી જાય છે એ જાહ્નવી ને સમજાવા એની નજીક જાય છે.

જાહ્નવી જોરથી એને એક તમાચો મારી દે છે આટલીવારમાં ત્યાં નેહા વૈષ્ણવી અને અનિકેત પહોંચી જાય છે.

નેહા આ બધું સમજી જાય છે

- "જાહ્નવી, તું પાગલ તો નથી થઈ ગઈ ને?"

શિવમ હાથના ઈશારાથી જાહ્નવીને કાંઈ પણ ન કહેવા એને કહે છે શિવમ ધીમેથી ત્યાંથી જતો રહે છે.

જાહ્નવી ત્યાં ખુરશી પર જ બેસી જાય છે નેહા એની પાસે રહે છે વૈષ્ણવી જાહ્નવીને જ્યુસ અપાવે છે.

****

નિશામાંસી આરતીની થાળી લઈને રાહ જુએ છે.ઋતુરાજ આરતી સાથે આજે સગાઇ કરી બરોડા લઈ આવે છે.

આરતી બધું જોઇને ખૂબ ખુશ હોય છે.

નિશામાસી-" ભગવાન તમારી જોડી હંમેશા સલામત રાખે. "

ઋતુરાજ અને આરતી એકબીજાની સામે જોઈ હસે છે

આરતી જમણો પગ આગળ કરી ઋતુરાજના હાથ પકડી ઘરમાં દાખલ થાય છે. ઋતુરાજ અને આખું ઘર બતાવે છે છેવટે તે આરતીને પોતાનો શયનખંડ બતાવે છે.

ઋતુરાજ-"અને આ આપણો રૂમ છે. "

આરતી-"સારું... હું આજે બહુ ખુશ છું આપણી સગાઈનો આ દિવસ મારા માટે હંમેશા યાદગાર રહેશે.

ઋતુરાજ-"થોડા ફ્રેશ થઇ જઇએ પછી નીચે હોલમાં જઇએ. "

ઋતુરાજના મનમાં આરતી જેવી કોઈ લાગણી ન હતી એને આ બધાથી કોઈ નવો ઉત્સાહ નહોતો લાગતો.

આરતી-"ઋતુરાજ, એક મિનિટ. "

ઋતુરાજ ઉભો રહે છે આરતી ધીમેથી એની નજીક આવે છે

આરતી ધીમેથી ઋતુરાજના ગાલ પર ચુંબન આપે છે

"I Love You.... "

ઋતુરાજ ને એકદમ નવાઈ લાગે છે એ પણ "I Love You too"એમ કહી દે છે પરંતુ, પ્રેમનો એવો કોઇ ભાવ એના હ્દયમાં હોતો નથી.. આરતી નવી સ્વપ્નસૃષ્ટિમાં ખોવાઈ જાય છે.

****

શિવમ છાના પગલે ઘરમાં દાખલ થાય છે.

હંસાબેન-" શિવમ, આવી ગયો દીકરા કેવી રહી નેહાની સગાઈ ?"

શિવમ-" સારી..".

હંસાબેન-" અહીંયા આવ ને બેસ એક વાત કરવી છે. "

શિવમ-"હા, બોલોને. "

હંસાબેન શિવમને ત્યારબાદ લલિતાબેન સાથે થયેલ મુલાકાત અને થયેલી વાત શિવમને જણાવે છે આ સાંભળી શિવમ મુંઝાઈ જાય છે.

શિવમ-" મમ્મી આવી વાત કરવાની શું જરૂર હતી? જાહ્નવી ક્યારેય તૈયાર નહીં થાય. તમે ખોટી ઉતાવળ કરી.... એકવાર મને પૂછ્યું તો હોત. "

હંસાબેન-"દીકરા, તો શું હું આખી ઝિંદગી તારા જવાબની રાહ જ જોયા કરું? અને તું પણ શું આખી ઝિંદગી જાહ્નવી પાછળ આમ અનામી સંબંધ દ્વારા તારું સર્વસ્વ ન્યોછાવર કરતો રહીશ ?"

શિવમ-" હા ....કદાચ... "

આમ કહી ત્યાંથી જતો રહે છે. હંસાબેન અસ્વસ્થ થઇ ઊંડો શ્વાસ લે છે અને શિવમની ચિંતા કર્યા કરે છે.

****

સૂર્યોદયના કોમળ કિરણો જાહ્નવીના મુખપૃષ્ઠને પ્રકાશિત કરી રહ્યા હતા. જાહ્નવી અગાસી પરના તુલસીક્યારાને જળ અર્પિત કરી રહી હતી ત્યાં લલિતાબેન આવે છે એ જાહ્નવીના ખભા પર હાથ મૂકે છે ત્યાં અગાસી પર દોરીમાં કપડાં સુકાતા હોય છે.

લલિતાબેન-"જાહ્નવી, શું વાત છે ? કાલે સગાઈમાંથી આવ્યા પછી તું ચૂપ ચૂપ જ છે. "

જાહ્નવી-"કાંઈ નથી મમ્મી બસ એમ જ. "

લલિતાબેન-" કાંઈ હોય તો તું મને કહી દેજે તારા મન પર કંઈ ભાર ન રાખતી."

જાહ્નવી-"મમ્મી, મારી હસ્તરેખાઓ કેટલી કપટ ભરેલી છે.. મારા લીધે મારી આજુબાજુના તમામ લોકોને તકલીફ આવે છે. "

લલિતાબેન-"ના, ના એવું કાંઈ નથી બધું આપણા હાથમાં થોડું હોય. "

જાહ્નવી-"મમ્મી મારે તમારી માફી માગવી છે મારા લીધે તમને અને પપ્પાને બહુ સાંભળવું પડ્યું. "

લલિતાબેન-"તું અમારી દીકરી છે અમને ખબર છે તારામાં કંઈ ખોટ નથી. "

જાહ્નવી-" મમ્મી પહેલા મને એમ થતું હતું કે મારા ઈલાજનો ખર્ચ ઋતુરાજ અને તેના પરિવાર એ આપ્યો છે પરંતુ એવું તો કાંઈ નથી તો આટલું બધું ખર્ચો તમે કઈ રીતે કર્યું ? આટલી વ્યવસ્થા કઈ રીતે થઈ? આ પ્રશ્નો વારંવાર મારા મનમાં ઉદ્દ્ભવ્યા રાખે છે. "

લલીતાબેન-" આ બધી વ્યવસ્થા શિવમે કરી છે એણે એના ફાધરના ટ્રસ્ટમાંથી તારા ઈલાજ માટે રૂપિયા અપાવ્યા છે એને ક્યારેય પોતે કોઇ ઉપકાર કર્યો છે એવું નથી દાખવ્યું. જ્યારે જ્યારે અમને તારી ગેરહાજરી લાગતી અને હિંમત ખુટતી લાગતી ત્યારે ત્યારે તેણે અમારા દિપકમાં દિવેલ પુર્યું છેમ મને ખબર છે તમારા બંને વચ્ચે એટલું સારું નથી બનતું પરંતુ, શિવમે ક્યારેય તારું અહિત નથી ઈચ્છયું એની મને ખાતરી છે. "

જાહ્નવી આ બધું સાંભળી સ્તબ્ધ થઈ જાય છે લલિતાબેન ત્યાંથી જતા રહે છે દોરીઓ પર સૂકાતા કપડા પવનથી ઝૂલતા રહે છે ધીમા ધીમા પવનથી તુલસી ક્યારાના તુલસીના પાન ઝુલતા રહે છે જાહ્નવીના મુખપૃષ્ઠ પર સૂર્યના કિરણો ઓછા-વધુ ઓછા-વધુ પડ્યા કરે છે.

****

બરોડાના એક થીયેટરમાં ફિલ્મ ચાલી રહી હતી એકબીજામાં ઓતપ્રોત ઋતુરાજ અને આરતી વાતો કરી રહ્યા હતા. ચારેતરફ અંધારું હતું માત્ર ફિલ્મનો ઘોંઘાટ ચાલતો હતો અને ચલચિત્ર ચાલતું હતું.

ઋતુરાજ-" ફિલ્મમાં બહુ મજા નથી આવતી. "

આરતી-"મને તો બહુ મજા આવે છે કેવી સરસ લવસ્ટોરી છે."

ઋતુરાજ –"મને ખબર નહીં રસ નથી પડતો. "

આરતી ધીમેથી ઋતુરાજના હાથમાં પોતાનો હાથ સાંકળી લે છે ઋતુરાજ ને આરતી નું આમ નજીક આવવું પસંદ નથી પડતી એમ હાથ છોડાવી દે છે.

ઋતુરાજ-" સોરી I am not Ready yet for all this... "

આરતીને અચરજ થાય છે ઋતુરાજને પ્રશ્ન પૂછે છે -" શું તમે હજી જાહ્નવીને પ્રેમ કરો છો ?"

ઋતુરાજ-"ના, ના એવું કાંઈ નથી બસ હમણાં આપણે બહુ Close નથી થવું. "

આરતી-"OK... I am Sorry. "

ઋતુરાજને અંદરથી આત્મગ્લાનિના ભાવ આવતા હતા. પરંતુ, એ તેને સમજી શકતો ન હતો એના હૃદયના ઊંડાણમાં ક્યાંક એવો પ્રહાર થતો હતો કે એનાથી કંઈક ખોટું થઈ ગયું છે પરંતુ હજી એને એની અનુભૂતિ થતી ન હતી.

****

કોલેજમાં લેક્ચર ચાલતું હોય છે મનોવિજ્ઞાનના એક વિષય પર પ્રાધ્યાપક બોલી રહ્યા હતા-

"માનવનું મન એક અદભુત રહસ્ય છે ક્યારે આપણે જે વસ્તુને નકારતા હોઈએ એ જ વસ્તુનો આપણે સ્વીકાર કરીએ છીએ દિવસે દિવસે જેમ આપણી મનની અંદરના ગુચવાણાઓ છૂટતા જાય છે એમ એમ આપણો દ્રષ્ટિકોણ વધુ સ્પષ્ટ થઈ જતો હોય છે આ જગતમાં કશું જ સનાતન નથી... પરિવર્તન સતત થયા કરે છે એટલે કોઈ પણ વાતને જડ રીતે પકડી રાખવાની બદલે જીંદગીમાં બાંધછોડ કરતા શીખવું પડે છે આ વાતનું સરસ આલેખન મનોવિજ્ઞાનની આ બુક "માનવ મન એક રહસ્ય" મા થયેલું છે તમે વાંચજો.. "

જાહ્નવીને આ બુક યાદ આવે છે અને સાથે સાથે શિવમ સાથેની એની મૈત્રી પણ...

"એ નવરાત્રિની સ્પર્ધાનું આયોજન એ સાથે ચાલવું એ પુસ્તકોનું આદાન-પ્રદાન અને એ મનોવિજ્ઞાનની સ્પર્ધા બધું જ... "

જાહ્નવી વિચારે છે-" શિવમને મેં વધુ પડતો જ ખોટો સમજી લીધો છે એની માત્ર એટલી જ ભૂલ છે કે એને મને પ્રેમ કર્યો વગર એ જાણ્યે કે હું કોઈ બીજાને પ્રેમ કરું છું.. અને આ બધું મારી સાથે થયું...

લેક્ચરમાંથી છૂટ્યા પછી-

વૈષ્ણવી-" કેટલી સરસ વાત કહી નહીં સરે?"

નેહા-"હા, બહુ ગમ્યું મને પણ. "

જાહ્નવી-"મારે તમારા બંને સાથે વાત કરવી છે.

વૈષ્ણવી-" હા, બોલ. "

જાહ્નવી-"અહીંયા નહીં એકાંતમાં. "

પછી ત્રણેય કેન્ટીનમાં બેસે છેઅને જાહ્નવી કહે છે-"નેહા, મારો શિવમ વિશે નો અભિપ્રાય ખોટો છે?"

નેહા અને વૈષ્ણવી બંને બીજાની સામે જુએ છે વૈષ્ણવી ઈશારાથી નેહાને કહે છે કે હવે આપણે જાહ્નવીને કહી દેવું જોઈએ.

નેહા સમજી જાય છે.

નેહા-"હા, જાહ્નવી પહેલા મને પણ એમ લાગતું હતું કે શિવમ તારી પાછળ પડી ગયો છે પરંતુ એકસીડન્ટ પહેલા જ એણે તમારા બંનેના રસ્તા અલગ કરી નાખ્યા હતા. તને તકલીફ થાય એવું એને કાંઇ જ નહોતું કર્યું. "

વૈષ્ણવી-"તારા એકસીડન્ટ પછી જ્યારે તને હોસ્પિટલ લાવવામાં આવી ત્યારે લાસ્ટ ડાયલ અને રિસીવ નંબરમાં શિવમનું નામ હતું એટલે હોસ્પિટલના સ્ટાફે તરત એને જાણ કરી. "

નેહા-" એટલે શિવમ ત્યારે હોસ્પિટલે આવ્યો તારા માટે બ્લડની જરૂર હતી એની વ્યવસ્થા પણ એણે કરી. તારા ઈલાજ માટેનો ખર્ચો એને પોતાના પપ્પાના ટ્રસ્ટ માંથી અપાવ્યો. "

જાહ્નવી આ બધું મૌન બની સાંભળ્યા રાખે છે.

વૈષ્ણવી-"અમે તને અઠવાડિયામાં એક કે બે વાર મળવા આવતા પણ શિવમ તને રોજ મળવા આવતો જ અમે બધાએ તારા સાજા થવાની આશા છોડી દીધી હતી પણ એ અડીખમ રહ્યો હતો. " નેહા-"તને સાચા ફૂલો પસંદ છે એટલે તારા માટે રોજ સાચા ફૂલો લાવતો તારા હોસ્પિટલના રૂમમાં ગણપતિની સ્થાપના પણ શિવમેં જ કરી હતી. "

જાહ્નવી-"આ બધું શું કહો છો તમે?મને વિશ્વાસ નથી આવતો. "

વૈષ્ણવી-"અમે સાચું કહીએ છીએ તારા ઘરે તારા રૂમમાં તને મળેલ ઇનામ અત્યાર સુધીના લેકચરની નોટ અને મનોવિજ્ઞાનનું સાહિત્ય બધું શિવમે જ મૂક્યું છે, અમે નહીં. "

નેહા-" એને સૌથી વધુ તકલીફ ક્યારે થઇ ખબર છે?જ્યારે તું સાજી થઇ ગઈ ત્યારે એ તને જોવા માટે તરસી ગયો હતો પરંતુ, તને સ્ટ્રેસ ન આવે એટલે તારી સામે ન આવતો એ છુપાઈને તને જોયા કરતો. "

જાહ્નવીને એ દિવસનો અનુભવ યાદ આવે છે જ્યારે એને લાગ્યું હતું કે કોઈ વૃક્ષની પાછળથી ક્લાસની બારીમાંથી અને લાઇબ્રેરીના પુસ્તકો આરપારથી એને તાંકી રહ્યો હતું તો એ શિવમ હતો એવી એને પ્રતીતિ થાય છે.

વૈષ્ણવી-"તે એને કેટલીય વાર કેટલું બધું કહી દીધું પણ એને ફરિયાદનો સ્વર પણ ઉચ્ચાર્યો નથી... તે તો એને તમાચો પણ મારી દીધો પણ એને ઉફ્ફ એ કર્યું નથી. "

નેહા-" હા, ઉલટુ એ અમને રોકતો રહ્યો કે તને કાંઈ ન કહીએ.. એ તો કોલેજના શરૂઆતના દિવસોથી તને મદદ કરતો રહ્યો યાદ છે તારા અસાઇનમેન્ટ માટે તને જે મટીરીયલ જોઈતું હતું તે અનિકેતના નવા દોસ્તે લાવી આપ્યું હતું એ બીજું કોઈ નહીં શિવમ જ હતો.

નેહા અને વૈષ્ણવી જાહ્નવીના હાથ પર હાથ મૂકે છે અને એને સામે સહાનુભૂતિથી જુએ છે.

નેહા-"હજુ કાંઇ મોડુ નથી થયું જાહ્નવી તું.. atleast શિવમ સાથેના મતભેદ દૂર કરી અને Thank You તો કહી જ શકે. "

વૈષ્ણવી-" હા, આગળ તારી મરજી Take your own time. "

નેહા અને વૈષ્ણવી જતા રહે છે જાહ્નવી ત્યાં બેઠી બેઠી વિચાર્યા રાખે છે.

આરતી ઋતુરાજની કવિતાઓ વાંચે છે આરતી ને ઘણી પસંદ પડે છે ઋતુરાજ કોમ્પ્યુટરમાં કાંઇક વર્ક કરી રહ્યો હતો અને આરતી ઋતુરાજના બેડ પર બેસીને ઋતુરાજની કવિતાઓ વાંચી રહી હતી.

"એ અપ્સરા એના સુંદર નયનોથી....

આરતી-"વાહ! શું પંક્તિઓ છે ક્યારે લખી હતી ?"

ઋતુરાજ- " જ્યારે દ્વારકા ગયો હતો ત્યારે. "

આરતી-"વાહ, તો તો તને ઋતુરાજની સાથે સાથે કવિરાજ પણ છો એમ ને ?"

ઋતુરાજ દ્વારકાની સ્મૃતિમાં ખોવાયેલો હોય છે અને અનાયાસે-" હા, જાહ્નવી" એમ બોલી જાય છે આરતી ને થોડું દુઃખ થાય છે-"હું આરતી છું જાહ્નવી નહીં. "

ઋતુરાજને વાસ્તવકતા નો ખ્યાલ આવતા એ કોમ્પ્યુટર વર્ક બંધ કરી દે છે અને આરતીની સમીપ જાય છે.

ઋતુરાજ-" ઓહ આઇ એમ વેરી સોરી આરતી મને યાદ જ ના રહ્યું કે...

આરતી-"ઋતુરાજ, શું તમે હજી જાહ્નવીને પ્રેમ કરો છો. ?"

ઋતુરાજ-"ના, ના એવું કાંઇ નથી. "ઋતુરાજ આરતીના ખભા પર એના બંને હાથ મૂકે છે એ મારો ભૂતકાળ હતો તુ મારી આવતીકાલ છો. "

આરતી આ સાંભળી ખુશ થઈ જાય છે અને ઋતુરાજની છાતીની આસપાસ વીંટળાઈ જાય છે ઋતુરાજ પણ પરિસ્થિતિને અનુરૂપ રહે છે અને આરતી ને સંભાળી લે છે.

****

આટલામાં એક દિવસ હિનાને ધ્વનિત રાજકોટ ગાયનેકોલોજિસ્ટને બતાવવા આવે છે ડોક્ટર એમને થોડા દિવસની દવા આપે છે અને ફરી એકવાર બતાવવા આવવા માટે કહે છે હિના જાહ્નવીને ફોન કરી મળવા બોલાવે છે જાહ્નવી હિનાને મળવા હોસ્પિટલે આવે છે બંને ત્યાં બહાર વીઝીટીંગ ચેરમાં બેસે છે.

હિના અને જાહ્નવી થોડીવાર એકબીજાને સામસામે જોતા રહે છે કોઈને શું કહેવું કંઈ ખબર પડતી નથી.

હિનાની આંખો ભીની થઈ જાય છે એ જાહ્નવી સામે બંને હાથ જોડે છે "મારા ભાઈ અને પરિવાર તરફથી હું તને માફી માગું છું. "

જાહ્નવી એના બંને હાથ પકડી લે છે અને પોતે પણ ભાવભીની થઈ જાય છે જાહ્નવી અંદરથી બહુ તૂટી ગઈ હોય છે હિનાના આવા આવકારથી એ એને ભેટીને ખૂબ રડવા લાગે છે.

હિના-"જાહ્નવી, બસ કર હવે બહુ ના રડીશ. "

જાહ્નવી શાંત થાય છે અને કહે છે

-" હિના, બધુ કેમ બદલાઈ ગયું?ઋતુરાજને શું થઈ ગયું? એ મારા પ્રેમને કેમ ભૂલી ગયો?"

હિના-"મારા મમ્મીની જીદ અને અંધમમતાએ ઋતુરાજને તારા વિરુધ્ધ ધીમું ઝેર આપી દીધું.. વળી એની પોતાની સફળતાની દોડ અને ઘેલછા તમારા પ્રેમની વિરોધી બની ગઈ. "

જાહ્નવી-"તે એમને સમજાવ્યા નહીં ?"

હિના-"મેં ઘણી કોશિશ કરી પણ પરિસ્થિતિ મારા હાથમાં ન રહી એને તો બીજી સગાઈ પણ કરી લીધી છે. "

આ સાંભળી જાહ્નવીને વધુ દુઃખ થાય છે

- "આટલી જલ્દી અને બીજી સગાઈ પણ કરી લીધી?"

હિના-" હા, હવે તું પણ તારી જીંદગીમાં આગળ વધી જા અને તારા આ ભૂતકાળને ભૂલી જા ક્યાં સુધી તું આમ દુઃખમાં જીવ્યા કરીશ? એને તારી પરવાહ ન કરી તો તું પણ ન કર. "

જાહ્નવી-"સાચી વાત છે ચાલો, તમે બંને ઘરે અત્યારે. "

હિના-"ના, ના આજે નહિ પછી ક્યારેક ધ્વનિતને ઘણું બધું કામ છે એટલે. "

બંને છૂટા પડે છે.

****

જાહ્નવી થોડી કઠોર થઈ હોસ્પિટલની બહાર અને એક નવા જીવન પથ પર પોતાના ડગલા માંડે છે.

રાત્રે જાહ્નવી ઊંઘવાનો પ્રયત્ન કરી રહી હતી પરંતુ એને ઊંઘ ન હતી આવતી એ વારંવાર પડખા ફર્યા ફરતી હતી. એને ઋતુરાજની વાત યાદ આવ્યા કરતી હતી. "ન રહ્યો આપણો સંબંધ.."

વળી સાંજે જે હિના એ કહ્યું-"એણે તો બીજે સગાઈ પણ કરી લીધી"એ યાદ આવ્યા કરતું હતું.

એ પથારી પર બેઠી થઈ જાય છે લાઈટ ચાલુ કરે છે પાસે રાખેલ પાણીની બોટલમાંથી પાણી પીવે છે પછી એ પોતાના રૂમની બારી પાસે જાય છે .બારી ખોલી ત્યાં ઉભી રહે છે અને અન્યમનસ્ક વિચાર્યા રાખે છે એને નેહા વૈષ્ણવી અને લલિતાબેન ની વાતો યાદ આવે છે-

"શિવમના પપ્પાના ટ્રસ્ટમાંથી તારો ખર્ચો નીકળ્યો.. એ સાચા ફૂલો લાવતો ગણપતિ સ્થાપન પણ એણે જ કર્યું તને સ્ટ્રેસ ના આવે એટલા માટે તારી સામે પણ ન આવતો... "જાહ્નવીને પોતાની ભૂલ

સમજાઈ જાય છે એ નક્કી કરે છે કે હવે એના માતા-પિતા જેમ કહે એમ જ કરશે અને એમને ખુશી એના માટે સર્વસ્વ રહેશે.

****

જાહ્નવીની જીવનડાયરીમાં એક નવો સૂર્યોદય થાય છે એના માતા-પિતાને સવારે કહે છે.

જાહ્નવી-"મમ્મી, તમારી સાથે વાત કરવી છે. "

લલિતાબેન રસોડામાં ચા બનાવી રહ્યા હોય છે-"હા, કહે ને જાહ્નવી. "

જાહ્નવી-"મમ્મી, હવે તમારે મારા વિશે કાઈ વિચારવું હોય તો વિચારજો હું તમારા બધા નિર્ણય સાથે સહમત છું. "

લલિતાબેન એને જોઈ રહે છે. તું જા તારા પપ્પા સાથે બેસ હું ચા લઈને આવું છું આપણે ત્યાં વાત કરીએ. "

જાહ્નવી ડાઇનિંગ ટેબલ પર બેસે છે લલીતાબેન ચા લઈને આવે છે સુરેશભાઇ ચા પીવે છે

જાહ્નવી-"પપ્પા હવે તમે જે નિર્ણય કરો એ મને મંજૂર છે. "

લલીતાબેન-"સાંભળ્યું જાહ્નવી કહે છે કે હવે સગાઈ માટે તૈયાર છે. "

સુરેશભાઇ-"તને તારા મમ્મી એ ફોર્સ તો નથી કર્યો ને?"

જાહ્નવી-"ના, ના હું મારી જાતે જ કહું છું. "

લલિતાબેન-સુરેશભાઈને હવે શિવમ વિશે પૂછવા કહે છે.

સુરેશભાઇ-"જાહ્નવી શિવમના મમ્મીએ તારા મમ્મી સાથે વચ્ચે વાત કરી હતી તમારા બંને માટે.. પરંતુ તારી તબિયત હજુ સુધરી ન હતી એટલે... "

લલીતાબેન-"મેં પણ તને એકવાર પૂછ્યું હતું પણ તું તૈયાર ન હતી. "

જાહ્નવી-"હવે હું તૈયાર છું."

લલીતાબેન અને સુરેશભાઈના ચહેરા પર અપૂર્વ આનંદ છવાઈ જાય છે નમન પણ આ સાંભળીને નાચવા લાગે છે લલીતાબેન હંસાબેન ને ફોન કરી આ સમાચાર આપે છે તેઓ ઘરે આવી સુકનનો ચાંદલો આપવાનું નક્કી કરે છે શિવમ કોલેજ માટે નીકળી ગયો હોય છે એટલે એને જાણ થતી નથી હંસાબેન કોલેજથી આવે ત્યારે જ કહેવાનું નક્કી કરે છે.

****

જાહ્નવી કોલેજ પર પહોંચે છે એ ફોનમાં દિવ્યા સાથે વાત કરી રહી હતી

દિવ્યા-"જાહ્નવી, તું ખુશ તો છે ને?"

જાહ્નવી-"મારા માટે મારા પેરેન્ટ્સ ની ખુશી જ મારી ખુશી છે."

દિવ્યા-"પ્લીઝ તું ઉતાવળ ન કરતી.. "

જાહ્નવી-" મેં બહુ સમજી-વિચારીને જ આ નિર્ણય કર્યો છે શિવમ અને એના પરિવારનો અમારા પર બહુ મોટો ઉપકાર છે એને હું ઉતારવા માગું છું.. "

દિવ્યા-"હા શિવમે તારા માટે ઘણું કર્યું છે.

જાહ્નવી આમ વાત કરતા કરતા ત્યાં કોલેજના પ્રાગણમાં શિવમને એની તરફ આવતા જુએ છે.

જાહ્નવી એની સામે જોયા કરે છે શિવમ પણ જાહ્નવીને જુએ છે બંને ધીમે ધીમે એકબીજાની પાસે આવી જાય છે પરંતુ શિવમ આગળ જતો રહે છે જાહ્નવી હિમત કરી અને રોકે છે –"શિવમ... "

શિવમ માટે આ શબ્દ તરસ્યા રણમાં મેઘવાદળી વરસી હોય એમ હતો એ પાછળ ફરી જાહ્નવી સામે જુએ છે જાહ્નવી એની નજીક આવે છે.

જાહ્નવી-"શિવમ જે થયું એના માટે હું દિલગીર છું. "

શિવમ-"ના, ના તારી જગ્યાએ કોઈ પણ હોત એ આમ જ કરત."

જાહ્નવી-"તે મારી ગેરહાજરીમાં મારું અને મારા પરિવારનું ખૂબ ધ્યાન રાખ્યું એના માટે ખબર નહીં કઇ રીતે તારો શબ્દોમાં આભાર માનુ. "

શિવમ-"ના, ના એની કાંઈ જરૂર નથી. "

જાહ્નવી-"મેં આપણા સંબંધ માટે અનુમતિ આપી દીધી છે. "

જાહ્નવીમાં આવેલા આ એક પરિવર્તનનો તાગ શિવમ મેળવી શકતો નથી એને ખૂબ આચાર્ય થાય છે.

જાહ્નવી-"તને મારા આ નિર્ણયથી નવાઈ લાગશે પણ આપણા પરિવારની પણ મનસા છે. "

શિવમ-"જાહ્નવી તું સાચે ?"

જાહ્નવી-" હા.. "

શિવમ-"તે બરાબર વિચારીને નિર્ણય કર્યો છે ?"

જાહ્નવી-" હા, મેં વિચારીને નિર્ણય કર્યો છે.

શિવમ-" તો ઠીક છે... "

શિવમને ખૂબ ખુશી થાય છે પરંતુ, જાહ્નવી એ એના પરિવાર માટે આ નિર્ણય લીધો છે એને પસંદ નથી પડતું એ વિચારે છે કે જાહ્નવીને થોડો સમય આપે.

તૃતીય વર્ષની યુનિવર્સીટી ની પરીક્ષાઓ આવી જાય છે એમાં સૌ વ્યસ્ત થઈ જાય છે અને થોડો સમય પસાર થતો રહે છે જાહ્નવી અને શિવમનો પરિવાર બંનેનો સંબંધ નક્કી થવાથી ખૂબ આનંદ

અનુભવતો હોય છે. પરંતુ ના તો જાહ્નવી કે ના શિવમ આ વાતથી સંતુષ્ટ હોય છે.

****

વેકેશન ચાલી રહ્યું હતું. નેહાને જય મળવા આવે છે , ત્યારે એ બંને વૈષ્ણવી અનિકેત શિવમ અને જાહ્નવીને પણ પોતાની સાથે સમય વીતાવવા બોલાવે છે બધા જોડે પાર્કમાં ફરે છે જાહ્નવી ત્યાં નાના બાળકો સાથે રમી રહી હોય છે એ એમને ફુગ્ગા ખરીદીને આપે છે જાહ્નવીને આમ ખુશ જોઈ શિવમ પણ ખુશ થાય છે.

નેહા-" શિવમ હવે તો તમારી સગાઈ પણ નક્કી થઈ જશે હજુ તું કેમ ખુશ નથી ?"

શિવમ-"નેહા જાહ્નવી પોતાની જીંદગી સાથે સમજૂતી કરી રહી છે એ મને હજુ પ્રેમ નથી કરી શકતી એટલે મારે કોઈ પણ સમજૂતી સાથે એની જોડે નવું જીવન શરૂ નથી કરવું ."

નેહા-"તો" શું તું એને ના પાડી દઈશ?

શિવમ-" હું બસ એને સમય આપું છું અને રાહ જોઉં છું કે જીત કોની થાય છે?મારા પ્રેમની કે પછી જાહ્નવીની સમજુતી ની?"

બધા થોડી વાતો કરે છે જય પોતાના બોસની બુરાઈ કર્યા રાખે છે શિવમ પોતાની બાઈકમાં જાહ્નવીને ઘરે મૂકવા જાય છે જાહ્નવીને પૂછે છે-"આપણા સંબંધથી તું ખુશ તો છે ને?"

જાહ્નવી પોતાની જાત સાથે ખોટું બોલી-"હા, મેં તને કેટલી વાર કહ્યું છે હું ખુશ છું. "

શિવમ-"સારું, બસ.. મારે તો એ જ જોઈએ છે તું ખુશ રહે... "

જાહ્નવી મંદ મંદ હસે છે.

****

બીજા દિવસે જાહ્નવીને શિવમ ઘરે બોલાવે છે.હંસાબેનને જાહ્નવી પોતાની દીકરીથી પણ વિશેષ વ્હાલી લાગે છે એ જાહ્નવી સાથે ખૂબ વાતો કરે છે એ શિવમની નાનામાં નાની વાતથી મોટામાં મોટી વાત જાહ્નવીને કહે છે જાહ્નવી બધું સાંભળ્યા રાખે છે એ રસોઈ બનાવવામાં હંસાબેન ની મદદ કરે છે.

આ બાજુ એક પ્રસંગ અર્થે ઋતુરાજને ભાવનગર તેડાવાય છે આરતીના પિતરાઈ ભાઈના લગ્ન હોય છે. ઋતુરાજ અને આરતી ને ફરી થોડો સમય સાથે રહેવા મળે છે થોડા દિવસોમાં ઋતુરાજ ને ફરી જર્મની જવાનું હોય છે એટલે આરતી બને તેટલો વધુ સમય ઋતુરાજ સાથે વિતાવવા માગતી હતી.

હિના અને ધ્વનિત પરિવાર સાથે રાજકોટ આવ્યા હોય છે ડોકટર હિનાની સોનોગ્રાફી કરી અને કહે છે.

"બાળકનું વજન નથી વધી રહ્યું વળી બાળક ઊંધું છે આપણે અર્જન્ટ સિઝેરિયન કરવું પડે એમ છે તમારા કોઈ સગા અહીંયા હોય તો બોલાવી લ્યો ખાસ કરીને કોઈ ફેમિલી રિલેટિવ હશે તો સારું રહેશે."

હિના તો રડવા જ માંડે છે ધ્વનિત એને શાંત કરે છે.

ધ્વનિત-" કાંઈ નહીં થાય હિના, સિઝેરિયાન આજના જમાનામાં મોટી વસ્તુ નથી. "

હિના-"જાહ્નવીને ફોન કરો ને. "

હિના-"જાહ્નવી ને ફોન કરે છે જાહ્નવી હંસાબેન ની બાજુમાં હોય છે.

જાહ્નવી-"મમ્મી એક મિનિટ હો...

હિના-"જાહ્નવી... "

જાહ્નવીના-" હિના શું થયું? તારો અવાજ કેમ આવો છે ?"

હિના એને બધી વાત કરે છે જાહ્નવી ધર્મસંકટમાં મુકાઈ જાય છે કે "એ કેમ હંસાબેન ને કહે કે એ હિના પાસે જવા ઈચ્છે છે. "

છેવટે એ શિવમને ફોન કરી બધું કહે છે

શિવમ-"અરે આમાં વાંધો શું છે?તારે જવું જ જોઈએ ચાલ હું હમણાં આવું છું આપણે સાથે જ જઈએ. "

શિવમ ઘરે આવે છે અને હંસાબેન ને બધી વાત કરે છે હંસાબેન એક ટિફિનમાં થોડા દાળ-ભાત વગેરે ભરી જાહ્નવીને આપે છે જાહ્નવીને ખૂબ ખુશી થાય છે કે કેટલી સારી રીતે બંને પરિસ્થિતિને સંભાળી લીધી. જાહ્નવી અને શિવમ હોસ્પિટલ પહોંચે છે.

હિના ને જાહ્નવી હિંમત આપે છે –"હિના કાંઈ નહીં થાય everyting will Be all right હિંમત રાખ. "

હિના જાહ્નવીનો હાથ પકડી રાખે છે

એક કલાકમાં સિઝેરિયન થઇ જાય છે અને હિના એક બેબી ને જન્મ આપે છે એ બેબી નું વજન ઓછું હોવાથી એને નજીકમાં NICU(બાળકો માટેનું સ્પેશિયલ યુનિટ) માં ખસેડવામાં આવે છે શિવમ અને ધ્વનિત ત્યાં જાય છે અને જાહ્નવી અહીં હિનાનું ધ્યાન રાખે છે હિનાને ભાન આવતા તે જાહ્નવીને ભેટી પડે છે.

જાહ્નવી-"મસ્ત, નાનકડી રાજકુમારી આવી છે. "

હિના હસે છે.

રાત પડવા આવી હતી. ધ્વનિતે બપોરે ઋતુરાજ ને પણ જાણ કરી દીધી હતી ઋતુરાજ અને આરતી હિનાને મળવા નીકળી ગયા હતા. ધ્વનિત, હીના, જાહ્નવી અને શિવમ વાતો કરતા હતા.

ધ્વનિત-"હું તારા માટે જ્યુસ કે ફ્રુટ લાવું છું. "

શિવમ-"ના, ના તમે બેસો હું લઈ આવું છું. "

જાહ્નવી-"ઉભો રે હું પણ સાથે આવું છું.

બંને લિફ્ટ પાસે ઊભા રહે છે શિવમ લિફ્ટનું બટન દબાવે છે એક બે ત્રણ ચાર લિફ્ટ આમ ચોથા માળે આવી ઉભી રહે છે લિફ્ટનો દરવાજો ખુલે છે અને તેમાંથી ઋતુરાજ અને આરતી બહાર આવે છે જાહ્નવી અને શિવમ એ બંનેને જોઈ રહે છે.

ઋતુરાજ-જાહ્નવી..... "

આરતી ને ત્યારે ખ્યાલ આવે છે કે સામે ઊભેલ વ્યક્તિ બીજું કોઈ નહિ જાહ્નવી છે. જાહ્નવી કંઈ બોલી શકતી નથી એની આંખોમાં માત્ર પ્રશ્ન અને દર્દ હોય છે.

શિવમ-" હિના ને સારું છે અને બેબી પાસેની હોસ્પિટલમાં છે અમે હિના માટે ફ્રુટ જ્યુસ લેવા જઈએ છીએ. "

ઋતુરાજ-"Ok કહે છે આરતી ઋતુરાજનો હાથ પકડી લે છે.

આરતી-"ચાલો, આપણે જઈએ. "

જાહ્નવી આ જુએ છે એ બંને જતા રહે છે જાહ્નવી અને શિવમ લિફ્ટમાં પ્રવેશે છે જાહ્નવીની સામે એનો ભૂતકાળ સજીવન થઈ જાય છે. શિવમ આ વાત સમજી જાય છે

શિવમ-"આર યુ ઓકે?"

ગ્રાઉન્ડ ફ્લોર પર પહોચી લિફ્ટનો દરવાજો ખુલે છે બંને બહાર નીકળે છે જાહ્નવી શિવમની સામે જોયા વિના. "હા. "

****

ઋતુરાજ અને આરતી હિનાને મળે છે.થોડીવાર બધા વાતો કરે છે એટલામાં એને નિશામાસીનો ફોન આવે છે એ વાત કરવા બહાર જાય છે ત્યાં શિવમ અને જાહ્નવી સામે મળે છે શિવમ-"હું આ ફ્રુટ આપી આવું. "

શિવમ સમજી ગયો હતો કે જાહ્નવી ઋતુરાજ સાથે વાત કરવા ઈચ્છે છે.

ઋતુરાજ-" મમ્મી, પછી ફોન કરું. "એમ કહી ફોન મૂકી દે છે.

ઋતુરાજ અને જાહ્નવી એકબીજાની સંમુખ આવી જાય છે

ઋતુરાજ-"જાહ્નવી કેમ છે તને?"

જાહ્નવી-"ક્યા હકથી ઋતુરાજ?"

ઋતુરાજ-"પૂછવાનો પણ હક નથી?"

જાહ્નવી-"ના... પણ મારે પ્રશ્ન પૂછવો છે. "

ઋતુરાજ-શું?"

જાહ્નવી-" મારી બદલે જો તમારું એક્સિડન્ટ થયું હોત તો શું હું તમારો સાથ છોડત?"

ઋતુરાજ અવાચક બની સાંભળ્યા રાખે છે.

જાહ્નવી-"તમારા પ્રેમ માટે આખી દુનિયા સામે લડી ગઈ હતી પરંતુ જ્યારે મને તમારા પ્રેમની સૌથી વધુ જરૂર હતી ત્યારે તમે મને શા માટે છોડી દીધી જાહ્નવી આગળ કહે છે-

"તમને મેં મારા અને શિવમ વિશેની બધી વાત કરી હતી તો પણ તમે મારા પર શંકા કરી ?

અરે! એક માણસ પણ બીજો માણસ જ્યારે આવી મુશ્કેલીમાં હોય ત્યારે એની મદદ કરે તો તમને તો મેં મારા ભગવાન માન્યા હતા એકવાર પણ પાછળ ફરીને ન જોયું?

મને નહોતી ખબર કે બિઝનેસની જેમ તમે જીંદગીના સંબંધોમાં પણ નફા-ખોટનો હિસાબ કરશો અને મને આમ છોડી દેશો.

મને ખાલી એટલું જ કહો કે મારા પ્રેમમાં ક્યાં ખામી રહી ગઈ?"

જાહ્નવીની આંખો ભરાઈ આવે છે અને એક પછી એક એમાંથી અશ્રુ વહેવા લાગે છે.

ઋતુરાજ કશું બોલી શકતો નથી એના ચહેરા પર અપરાધભાવ જણાઈ આવે છે જાહ્નવી સીડીઓ ઉતરી જતી રહે છે એ ફોન કરી

શિવમને કહે છે કે એને ઘરે મૂકી જાય એ પાછી હોસ્પિટલ નથી જતી એ હિનાને ફોનમાં કહી દે છે કે હવે એ પાછી આવી નહીં શકે ધ્વનિતના માતા-પિતા પણ આવી જાય છે એક બે દિવસમાં હિનાને રજા મળી જાય છે અને એ પોતાની બેબી સાથે જુનાગઢ જતી રહે છે.

****

ઋતુરાજ ફરી જર્મની જતો રહે છે તૃતીય વર્ષનું રિઝલ્ટ આવે છે આ વર્ષે પણ જાહ્નવી અને શિવમ સારા અંકે ઉત્તીર્ણ થાય છે.

નેહા અને જયના લગ્ન થઈ જાય છે નેહા અમદાવાદ જતી રહી છે બધા લગ્નમાં ખૂબ જલસા કરે છે જાહ્નવી પણ હવે ધીમે ધીમે ખુશ રહેવા લાગે છે એ માસ્ટર ડિગ્રી માટેનું ફોર્મ ભરે છે .શિવમ પણ એને બધી રીતે પ્રોત્સાહન આપે છે પરંતુ શિવમ સગાઈ માટે ઉતાવળ નથી કરતો.

શ્રાવણ વદ નોમના દિવસે દિવ્યા અને ભરતના લગ્ન નક્કી કરાય છે. દિવ્યા જાહ્નવી ને ફોન કરે છે.

જાહ્નવી-"પણ આટલા બધા દિવસ વહેલું થોડું અવાય?"

દિવ્યા-"શા માટે ન અવાય It is my order"

શોભામામી દિવ્યાના હાથમાંથી ફોન લઈ લે છે.

જાહ્નવી તારે રક્ષાબંધનના દિવસે જ આવી જવાનું છે પછી તો તું પણ સાસરે જતી રહીશ એક વાર પાછું વેકેશન કરવા આવી જા અને મામાના ઘરે તો અવાય ને?"

જાહ્નવી સહમત થાય છે.

કૃષ્ણમંદિર ની આરતી થી સમગ્ર વાતાવરણ સંગીતમય બનતું જતું હતું. સાંજ પડી ગઈ હતી કિનારે ફરવા આવનારા લોકોની સંખ્યા વધતી જતી હતી. કોઈ સ્વદેશી તો કોઈ પરદેશી હતો કોઈ શ્રદ્ધાથી ગોમતીઘાટ પર પૂજનઅર્ચન કરતું તો કોઈ માત્ર કિનારે બેસી સૂર્યાસ્તને

નિહાળીયા કરતો કોઈ ત્યાં પાણીમાં દરિયાના ઉછળતાં મોજા સાથે રમત કરતું તો કોઈ છેક દૂર જઈ તરવાનો આનંદ માણતું.

દરિયા કિનારે સાંજને માણતા માણતા સમય કેમ ચાલ્યો જાય ખબર જ ના પડે જાહ્નવીને જુનાં સંસ્મરણો તાજા થાય છે ત્યારે એની જીવનડાયરી સાવ કોરી હતી એમાં પ્રેમના હસ્તાક્ષરો થયા ન હતા જ્યારે આ વર્ષે તો એના જીવનમાં ઘણી ઉથલ પાથલ થઈ ગઈ. છે

દિવ્યા ચપટી વગાડીને જાહ્નવીને બોલાવે છે-"ક્યાં વિચારોમાં ખોવાઈ ગઈ?"જાહ્નવી એની સામે જુએ છે અને કહે છે-" દિવ્યા મારા જીવનમાં કેટલું બધું પરિવર્તન આવી ગયું મારું તો સમગ્ર અસ્તિત્વ નષ્ટ થઈ ગયું છે. તને ખબર છે મને એટલું દુઃખ મારા એક્સિડન્ટ વખતે મારા પર પુલ પડવાથી નહીં થયું હોય જેટલું એ જાણી થયું કે ઋતુરાજ એ મારો સાથ છોડી દીધો છે. "

દિવ્યા જાહ્નવીને આશ્વાસન આપે છે-"એ બધું હવે ભૂલી જા અને શિવમ સાથે નવી સફર શરૂ કર. "

જાહ્નવી-"હું શિવમ સાથે નવી સફર તો શરું કરી દઈશ. પણ હું એને ક્યારેય પ્રેમ નહીં કરી શકું. મારામાં હવે ક્ષમતા રહી જ નથી હું બહુ એકલી થઈ ગઈ છું દિવ્યા બહુ એકલી... "

દિવ્યા-"એવું ના બોલ તું.. "

જાહ્નવી-"મારા નસીબમાં જ આવું લખ્યું હશે.... "

દિવ્યા-"જાહ્નવી, ઈશ્વર આપણને મુશ્કેલીમાં મૂકે એનો અર્થ એ નથી કે આપણાં નસીબ ખરાબ છે પરંતુ ઈશ્વર આપણી કસોટી કરતા હોય છે એ આપણને મજબૂત બનાવવા માગતા હોય છે એ આપણને પરિચય કરાવવા માગતા હોય સાચા લોકોનો, સાચી પરિસ્થિતિનો અને સાચી સંકલ્પનાઓનો. "

થોડીવાર આમ બંને વાતો કરે છે સૂર્યાસ્ત થઈ જાય છે બંને ઘરે પાછા ફરે છે.

****

"પ્રયાસો પર પ્રયાસ કરું છતાં તુજ સમ નિર્મળ થવાય ના..

ભુલાઈ જાય આખું જગત પણ તારી પ્રીત વિસરાય ના... "

"May I Come in Sir!" અચાનક દરવાજા પર કોઈ આવતા ઋતુરાજનું આ પંક્તિ લખતા લખતા ધ્યાન ભંગ થઈ જાય છે. ઋતુરાજને કંપની તરફથી એક લેટર મળે છે એ એને વાંચે છે પછી બાજુમાં પડેલ પાણીનો ગ્લાસ પીવે છે અને વિચારોમાં ખોવાઈ જાય છે.

****

નિશામાસી રાત્રે હિનાને ફોન કરે છે ઋતુરાજના લગ્ન વિશેની જરૂરી વાતો કરવાની હોય છે.

નિશામાસી-" જય શ્રી કૃષ્ણ.... "

હિના-"જય શ્રી કૃષ્ણ મમ્મી શું કરો છો ?"

નિશામાસી-"જો મહેમાનોનું લિસ્ટ અને બીજી જરૂરી યાદી બનાવું છું ભાઈના લગ્નની તારીખ આવે એટલે પછી દોડાદોડી ન થાય ને એટલે. "

હિના-"હા, સારું... આ ઢીંગલી તમને યાદ કરે છે. "

નિશામાસી-"એને પણ કહેજે કે નાની તને ખૂબ ખૂબ યાદ કરે છે અને આરતીમામી એ પણ એના માટે ઘણા બધા રમકડા લઈ રાખ્યા છે. "

હિના-" સારું.. "

નિશામાસી-"ભાવનગરવાળા વેવાઈ-વેલા એટલા સારા છે કે વાત ન પૂછો વગર માગ્યે એની દીકરી ને કેટલું બધું લઈ આપે છે.

હિના-"મમ્મી રૂપિયાની ચમકથી સંબંધોને મહેકાવી ન શકાય... "

નિશામાસી-" સારું થયું ઋતુરાજનું જાહ્નવી સાથે નામ ન જોડાયું.. હું તો એ વાતથી રાજી જ છું."

નિશામાસી પોતાની જ વાતોનો કક્કો ઘૂંટયા કરતા હતા. હિના થોડી ચિડાઈ જાય છે-"એ તમારી સૌથી મોટી ભૂલ છે, મમ્મી"

નિશામાસી-"તમને છોકરાઓને શું ખબર પડે આમાં?"

હિના-"જીવનના સાચા પાઠ શીખવવાની અને શીખવાની કોઈ ઉંમર નથી હોતી.. મમ્મી, એ જાહ્નવી જ હતી જે આટલું બધું થયા પછી પણ સિઝેરિયન વખતે ઉભા પગે તારી દીકરીની બાજુમાં રહી હતી એની જગ્યાએ બીજું કોઈ હોત તો મોઢું પણ ન જુએ."

નિશામાસી-"સો ઉંદર ખાઈ બિલાડી હજ કરવા નીકળે એવું છે.

હિના- "મમ્મી તમારો કોઈ ઈલાજ નથી.. જેણે તમારી દીકરીને મુશ્કેલીમાં સાથ આપ્યો એ પણ કોઈની દીકરી હતી જ્યારે એ મુશ્કેલીમાં હતી ત્યારે તમે એકવાર એની સામે જોયું નહોતું અને હજુય તમે એનો વાંક કાઢો છો. તમે ઋતુરાજને પણ ખોટા માર્ગે વાળી દીધો.. જ્યારે એને એની ભૂલનો અહેસાસ થશે ત્યારે સૌથી વધુ નફરત તમને કરશે જો જો .હું ફોન મુકું છું ઢીંગલી રોવે છે..."

નિશામાસી ફોન મૂકી દે છે હીનાની વાતો એમને ચૂભવા લાગે છે.

****

રક્ષાબંધનનો પવિત્ર દિવસ આવે છે દિવ્યા અને જાહ્નવી લક્ષ અને નમન ને રાખડી બાંધે છે શોભામામી, વિનયમામા તથા જાહ્નવીના નાના-નાની સૌ ખૂબ ખુશ હોય છે.આખો દિવસ ત્યારબાદ જાહ્નવી અને દિવ્યા લગ્નની વસ્તુઓની ખરીદીમાં વિતાવે છે. રાત પડી જાય છે રાત્રે સૌ જમીને થોડીવાર વાતો કરે છે ત્યારબાદ થાકીને સૌ સૂઈ જાય છે.

રાત્રે જાહ્નવી આંખ ખુલે છે એ એમ જ આટો મારવા ગેલેરીમાં આવે છે... એ ત્યાં હીંચકા પર બેસી છે અને હિંચકો ચલાવવા લાગે છે એ આકાશમાં જુએ છે.... ટમટમતા તારાઓની વચ્ચે પૂર્ણિમાનો ચંદ્ર પોતાની ચાંદની પૃથ્વી પર રેલાવી રહ્યો હતો.

જાહ્નવી વિચારે છે-"કેટલો અદભુત પ્રશ્ન હતો શું છે ચાંદા તારી બીજી બાજુ?... હવે ખ્યાલ આવ્યો કે માત્ર અંધકાર છે. ચાંદાની બીજી બાજુ કેમ કે સૂર્ય તો માત્ર આગળના ભાગને જ પ્રકાશિત કરે છે આ પ્રશ્નના ઉત્તર માટે તો ભૂગોળ નું સામાન્ય જ્ઞાન જ પૂરતું હતું.

મારું જીવન પણ કંઈક આવું જ રહ્યું.. પેલા તો અકસ્માતનાં કુદરતી વાદળોએ મારા જીવનના સ્નેહરૂપી ચંદ્રમાને ઢાંકી દીધો... સમય જતા એ વાદળો તો હતી ગયા... પરંતુ એ ચંદ્રમાં ત્યારબાદ માનવીય વિચારોની ઇમારત પાછળ છુપાઈ ગયો.. અને છેલ્લે માત્ર પ્રશ્ન જ રહી ગયો કે શું છે ખરેખર ચાંદા, તારી બીજી બાજુ..... !!!"

આમ જાહ્નવી વિચાર્યા રાખે છે થોડીવાર બાદ અંદર જતી રહે છે અને ઊંઘી જાય છે.

સવારે બધા નાસ્તો કરી રહ્યા હતા જાહ્નવીને એટલામાં શિવમનો ફોન આવે છે-જાહ્નવી-"હેલ્લો... "

શિવમ-"દ્વારકા જઈને ભૂલી જ ગઈ છો કે શું ?

જાહ્નવી-"ના, ના લગ્નની તૈયારીઓમાં છું બસ કેમ છે મમ્મી પપ્પા અને તને ?"

શિવમ-"સારું... તું ખુશ તો છે ને ?"

જાહ્નવી-"હા... "

શિવમ-"હું જન્માષ્ટમીના દિવસે ત્યાં આવી જઈશ.. પછી ત્યાંથી પાછા આવીને આપણી સગાઈનું મુહુર્ત જોવડાવશું....

જાહ્નવી-"હા, સારું.... "

શિવમ-"બાકી કાંઈ કામ હોય તો કહે.. "

જાહ્નવી-"ના, બસ ધ્યાન રાખજે... "

શિવમ-"તું પણ... "

****

શિવમ ફોન મૂકે છે આખો બંધ કરે છે અને ભગવાનને પ્રાર્થના કરે છે-

"હે ભગવાન આ જન્માષ્ટમી પર જાહ્નવીને સાચા અર્થમાં ખુશ કરી દેજો મને ખબર છે. એ માત્ર મને કહેવા માટે "હા"પાડે છે બાકી અંદરથી ખુશ નથી..

એના પર તમારી કૃપાદ્રષ્ટિ બનાવી રાખજો... હું તો એને આમ જ પ્રેમ કર્યા રાખીશ એ મારી થશે તો પણ અને નહીં થાય તો પણ... "

****

જાહ્નવી અને દિવ્યા જન્માષ્ટમીની રાત્રે દાંડીયારાસમાં પહેરવા માટે ચણિયાચોળી ખરીદે છે દિવ્યા ઘેરા ગુલાબી રંગના આભલાથી મઢેલા ચણિયાચોળી લે છે જ્યારે જાહ્નવી જાંબલી રંગના આભલાથી મઢેલા ચણીયા ચોળી લે છે લગ્નની કંકોત્રી છપાઇને આવે છે વચ્ચે વચ્ચે દિવ્યા ભરત સાથે વાતો કરતી રહે છે જાહ્નવી એ બંનેને ખીજવ્યા રાખતી હોય છે...

નમન અને લક્ષ ઘરે સંતાકૂકડી રમતા હોય છે જાહ્નવી અને દિવ્યાને પણ પોતાની સાથે રમવા બોલાવે છે. એ બંને પણ જોડાય છે.

નમન બધાને શોધતો હોય છે બધા મળી જાય છે. જાહ્નવી બાકી રહે છે. જાહ્નવી એક પડદા પાછળ સંતાઇ ગઈ હોય છે. નમન જેવો એની નજીક આવે છે એવી જાહ્નવી-"હાઉ"કરી અને ડરાવે છે

નમન એની પાછળ દોડે છે જાહ્નવી પણ દોડે છે આગળ ટેબલ પર કાચનો ગ્લાસ રાખ્યો છે જાહ્નવી ભૂલથી ટેબલ સાથે અથડાય છે એક ગ્લાસ નીચે પડે છે અને તૂટી જાય છે જાહ્નવી સ્તબ્ધ થઈ જાય છે.

શોભામામી-"અરે જાહ્નવી કાંઈ નથી થયુ... "

જાહ્નવી-"મેં તમારો ગ્લાસ તોડી નાખો... sorry. "

શોભામાંસી-"બીજો લઈ લેશું.... "

વિનયમામા જાહ્નવીને કહે છે-"અરે! કાચનું તૂટવું એ સારું સુકન કહેવાય જરૂર તને કંઈક લાભ થવાનો છે... "

બધા હસવા લાગે છે.

જાહ્નવી - " **એક કાચ એક વાર તૂટે પણ એક હ્રદય તો અનેકવાર તૂટે છે**.એને એક અતૂટ પ્રેમની નાયિકા -અભિસારિકા નવલકથાના આ શબ્દો યાદ આવે છે. સાચો પ્રેમ કરનાર કેમ મળતાં નથી એ પ્રશ્ન એને હ્રદયમાં ખૂંચ્યા રાખે છે."

****

ઋતુરાજને અહીંયા જર્મનીનાં ચેન નથી પડતું અને વારંવાર જાહ્નવીનાં કહેલા શબ્દોના પડઘા પડે છે.

"મારા પ્રેમમાં ક્યાં ખામી રહી ગઈ ?" એને આરતીના પ્રશ્નો પણ યાદ આવે છે-

"તમે હજુ જાહ્નવી ને પ્રેમ કરો છો ?" ઋતુરાજ વિચારે છે-

"કદાચ હા... એ હજુ જાહ્નવીને પ્રેમ કરે છે.. "એ છેવટે હિના ને ફોન કરે છે.

હિના-"ભાઈ ક્યારે આવે છે ઇન્ડિયા?અહીંયા લગ્નની તૈયારીઓ પણ શરૂ થઈ ગઈ છે... "

ઋતુરાજ-"હા, હું બે ત્રણ દિવસમાં આવું છું મને કંપની તરફથી પરમિશન મળી ગઈ છે મેં બરોડા ટ્રાન્સફર માટેની એપ્લિકેશન આપી હતી એ લોકોએ માન્ય રાખી છે મને કંપનીમાં એમ. ડી ની પોસ્ટ મળી ગઈ છે... "

હિના-"Corgrats.. એક નવી સફળતા... "

ઋતુરાજ-"પણ આ વખતે એનો આનંદ નથી આવતો એવું લાગે છે. કાંઈક પાછળ રહી ગયું.. કાંઈક ગુમાવી દીધું આ બધું મેળવવા માટે... "

હિના-" હવે છેક ખ્યાલ આવ્યો? ભાઈ, તે તારા પ્રેમને ગુમાવી દીધો.એક સાચા જીવનસાથી ને ગુમાવી દીધો... એણે તારા માટે કેટલું બધું કર્યું અને તે એને છોડી દીધી... ?

ઋતુરાજ-"મેં ભૂલ કરી. "

હિના-"ઋતુરાજ આટલું બધુ થયા પછી પણ જાહ્નવી મારી મદદે આવી હતી તેને મુશળધાર વરસાદમાં એટલી છોડી દીધી હતી પણ જ્યારે તારી બેન મુશ્કેલીમાં હતી ત્યારે એને પણ વાર પણ વિચાર ના કર્યો અને મારી મદદે આવી ગઈ.. એનું શિવમ સાથે સગપણ નક્કી થઈ ગયું હોવા છતાં એ મારી પાસે આવી... તે આવી વ્યક્તિને ઓળખવાની ભૂલ કરી છે ઋતુરાજ.. "

ઋતુરાજ–" શું એનું સગપણ નક્કી થઈ ગયું ?"

હિના-"હા.. તું તારી જીંદગીમાં આગળ વધી જા તો એ પણ તારી પ્રતિક્ષા ન કરે આખી જીંદગી.

ઋતુરાજ- "ના, હું આમ નહીં થવા દઉં હું એની માફી માંગીશ એને વિનંતી કરીશ જાહ્નવીને મનાવી લઈશ."

હીના-"હવે આ બધું ? "

ઋતુરાજ-"હજુ કાંઈ આગળ નથી વધી.. હું એને આમ કોઈની નહીં થવા દઉં... "

ઋતુરાજ સામાન પેક કરે છે અને ઇન્ડિયાની ફ્લાઈટ પકડે છે.

****

રાંધણ છઠ્ઠના દિવસે જાહ્નવી અને દિવ્યા ઘણી બધી રસોઈ બનાવે છે બધા ટીવી જુએ છે દિવ્યાની સગાઈની કેસેટ જુએ છે સગાઈના આલબ્મમાં બધાના ફોટા જુએ છે. સાતમના દિવસે બધા મહેમાનને લગ્નના હોલ પર લઈ જવાય છે. જાહ્નવી બધી વસ્તુઓ પેક કરવામાં મદદ કરે છે. સાતમના દિવસે લલિતાબેન અને સુરેશભાઈ પણ

આવી જાય છે અને આમંત્રિત મહેમાનો પણ પધારે છે .જાહ્નવીને સાજી સારી જોઈ સૌ વડીલો આશિષ વર્ષા કરે છે.

અહીંયા બરોડા ઋતુરાજના ઘરે નિશામાસી ઋતુરાજ નો ઝઘડો થાય છે

નિશામાસી-" તારી અને આરતી ની સગાઈ થઈ ગઈ છે હું ભાવનગર છું જવાબ આપીશ?"

ઋતુરાજ- " આ બધું તમારા લીધે જ થયું છે. મમ્મી તમે મને સાચો રસ્તો બતાવવાને બદલે... મને તમારાથી નફરત થાય છે. "

નિશામાસીને હિનાનાં શબ્દો યાદ આવે છે એ ત્યાં જ સોફા પર બેસી જાય છે અને રડવા લાગે છે.ઋતુરાજ પોતાના રૂમમાં જતો રહે છે અને આરતીનો ફોન આવ્યા કરે છે પરંતુ એ ઉપાડતો નથી.

આરતી છેવટે નિશામાસી ને ફોન કરે છે નિશામાસી બહાનું કાઢી વાત ટાળે છે.

" જન્માષ્ટમી"

દ્વારકાના દરિયાકિનારાને સવારના સૂર્યકિરણો પ્રકાશિત કરે છે દરિયાના પાણીમાં સૂર્ય કિરણો પથરાય પરાવર્તિત થઈ અદ્દભુત દ્રશ્ય ઉભું કરે છે.ભાવિકોની ભીડ વધતી જાય છે.

આ જન્માષ્ટમીનો મહાપર્વ એક નવી ઉમંગ નવી તરંગ લઈને જાહ્નવીના જીવનમાં પ્રવેશ કરવાનો છે.

મંગળાઆરતીનો સમય હોય છે જાહ્નવી દિવ્યા અને અન્ય સૌ દ્વારકાધીશ ની પૂજા અર્ચના અર્થે મંદિરે હોય છે.

જાહ્નવી દ્વારકાધીશને પ્રાર્થના કરે છે-" હે દ્વારકાધીશ હું ખૂબ દુવિધામાં છું મને તમે આમાંથી બહાર કાઢો હું ખુશ રહેવા માંગુ છું મને તમે સાચો માર્ગ બતાવો...

હું મારું જીવન તમારા હાથમાં સોપો છુ આ જાહ્નવી નો હવે

તમારામાં સંગમ કરી દો..

તમારામાં સંગમ કરી દો..

જાહ્નવી આંખો ખોલે છે અને જુએ છે એની બાજુમાં શિવમ ઉભો હોય છે શિવમ જાહ્નવી ને સ્મિત આપે છે.. જાહ્નવી પણ એને સ્મિત આપે છે..."

શોભામામી-"તમે જોડે જ આરતી કરો હવે... "

જાહ્નવી આરતીની થાળી શિવમ તરફ કરે છે.. શિવમ પોતાના હાથ આગળ કરી અને પકડે છે આરતી શરૂ થાય છે-

" ગોવિંદ બોલો હરિ ગોપાલ બોલો...

ગોવિંદ બોલો હરિ ગોપાલ બોલો...

રાધા રમણ હરિ ગોપાલ બોલો..

આરતીના આ ધ્વનિથી સમગ્ર મંદિર પવિત્રતાની પરાકાષ્ઠાએ પહોંચે છે એક નવી ચેતના નો સંચાર થાય છે.

શિવમ વિચારે છે-"આજે જાહ્નવીને તો હું ફરી એકવાર કહીશ કે હું એને કેટલો પ્રેમ કરું છું અને પૂછીશ કે શું એ પણ મને પ્રેમ કરે છે?.. હે દ્વારકાધીશ મને શક્તિ આપો."

આરતી પછી જાહ્નવી શિવમને પ્રસાદ આપે છે શિવમ જમણા હાથ વડે પ્રસાદ ગ્રહણ કરે છે અને એનું આચમન કરે છે

સૌ ત્યારબાદ લગ્ન હોલ તરફ પ્રસ્થાન કરે છે જાહ્નવી અને દિવ્યાને ઘરે થોડી વસ્તુઓ લેવાની હોય છે એટલે એ ઘર તરફ જઇ રહ્યા હોય છે શિવમ સાથે થોડો સમય વધુ વિતાવાય એટલે દિવ્યા એને પણ સાથે લે છે.

વળતી વખતે દિવ્યા એક બેગ શિવમને સાચવવા આપે છે જાહ્નવી અને દિવ્યા રસ્તામાં આગળ હોય છે શિવમ પણ પાછળ ઘરે તાળું મારી નીકળે છે.

ફૂલોની એક દુકાન પરથી શિવમ ગુલાબના ફૂલો કરી ખરીદે છે. શિવમ એક દિવાસ્વપ્ન જુએ છે.

-" ગુલાબના પાંદડાઓની વર્ષા થઈ રહી છે ચારે તરફ ઉજાસ જ ઉજાસ છે.. કોઈ મધુર ધ્વનિ પ્રસરી રહી છે.. શિવમ જાહ્નવીને બોલાવે છે..

જાહ્નવી-"બોલને.. "

શિવમ-"આ તારા માટે"

જાહ્નવી-" આટલા બધા ગુલાબના ફૂલ... "

શિવમ-" હા, જાહ્નવી.. i love you... "

જાહ્નવી ખૂબ ખુશ થઈ જાય છે એ દોડીને શિવમના બહુ પાસમાં જતી રહે છે અને શિવમ જાહ્નવીમાં સમાઈ જાય છે... "

એટલામાં પેલી બેગમાં રહેલ ફોનની રીંગ વાગે છે અને શિવમ દિવાસ્વપ્ન માંથી હકીકતમાં આવી જાય છે.. એ ફોન ઉપાડતો નથી અને જાહ્નવી અને દિવ્યાની પાછળ ઝડપથી ચાલે છે... એ ફૂલો પોતાના હાથમાં રાખી દે છે..

જાહ્નવી અને દિવ્યા થોડા જ આગળ હોય છે શિવમ જાહ્નવીને બોલાવે છે.

જાહ્નવી-"બોલ ને... "

ત્યાં ફરી બેગમાં રહેલ ફોનની રીંગ વાગે છે દિવ્યાને મોડું થતું હોય છે.

દિવ્યા-" જાહ્નવી ચાલને ફટાફટ શિવમ મમ્મી નો ફોન હશે એને કહી દો ને કે અમે પહોંચીએ છીએ. શિવમ બેગ ખોલે છે અને ફોન ઉપાડે છે..

શિવમ-" હેલ્લો... "

સામેથી પ્રત્યુતર આવે છે –" હું ઋતુરાજ બોલું છું... "

થોડીવાર શિવમ અને ઋતુરાજની વાતો થાય છે પછી બંને ફોન મૂકી દે છે. ફોન મુકતા મુકતા શિવમને આંખોના એક ખૂણામાં ભીનાશ આવી જાય છે એ થોડીવાર ત્યાં જ સ્થિર થઈ જાય છે..

ઠેર ઠેર મટકાફોડ સ્પર્ધા હોય છે શિવમ જે શેરીમાં હોય છે ત્યાં એ જ વખતે એક મટકું ફૂટે છે અને શિવમના હાથમાં માખણ આવે છે એ એને પ્રસાદ તરીકે ગ્રહણ કરે છે પાછળ ફરી એકવાર દ્વારકાધીશના મંદિર તરફ જુએ છે એના મુખ પર એક નવો ભાવ આવે છે.. એ સ્મિત આપી લગ્નહોલ તરફ વળે છે.

એ લગ્નહોલ પર પહોંચે છે ત્યાં નમન એને ભેટી પડે છે શિવમ પણ એને ભેટી પડે છે શિવમ બીજા વડીલોના પણ આશિષ લે છે. દિવ્યા અને જાહ્નવીને એ પહેલી બેગ સોંપે છે. દિવ્યા-" અરે! આ ગુલાબના ફૂલો કોના માટે ?"

શિવમ-"બસ, લગ્ન મંડપમાં શણગાર કરશું મને ગમ્યા એટલે લઈ લીધા... "

જાહ્નવી-"હા દિવ્યા શિવમ આયોજનમાં માસ્ટર છે.. "

શિવમને નવરાત્રી સ્પર્ધા યાદ આવે છે.

શિવમ-"તારા જેટલો નહીં. "

મંડપરોપણ થાય છે બપોરે જમણવાર ગોઠવાય છે સાંજે મામેરા ભરાય છે રાત્રે દિવ્યાની પીઠીની વિધિ પણ થાય જ છે એને હલ્દી અને દૂધનો લેપ લગાડાય છે.

રાત્રિના ૧૧:૦૦ વાગવા આવે છે

દ્વારકાધીશના મંદિરને ભવ્ય રીતે શણગારવામાં આવે છે.ચારે તરફ સિરીઝ ગોઠવાઈ છે લાખો લોકોની મેદની હોય છે. મુખ્ય ચાર રસ્તા માંથી મંદિરની અંદર જવાના ત્રણ રસ્તા ખુલ્લા રખાય છે અને ગોમતીઘાટથી મંદિરની અંદર જતો રસ્તો બંધ રખાય છે.

રાત્રે ૧૨ વાગ્યે કૃષ્ણજન્મની ભવ્ય તૈયારીઓ કરવામાં આવી હતી. કૃષ્ણ ભગવાનની મૂર્તિને પડદાઓ પાછળ ઢાંકવામાં આવી હતી મટકાઓની હરોળ કરવામાં આવી હતી.

શિવમના ઘરે હંસાબેને પણ પૂજાની તૈયારીઓ કરી હતી. રસિકભાઈ રાત્રે આવે છે તેઓ શિવમની સગાઈ માટેનું એક સેમ્પલ કાર્ડ હંસાબેન ને બતાવે છે હંસાબેન ને એ બહુ પસંદ પડે છે.

****

નેહા અને જય અમદાવાદના પ્રસિધ્ધ કાંકરિયા તળાવે ફરવા નીકળે છે.

નેહા-" કેટલું સરસ વાતાવરણ છે નહીં જય?"

જય નેહાના હાથમાં પોતાનો હાથ પરોવે છે અને કહે છે-" હા.. "

બંને કાંકરિયા તળાવ પાસે બેસે છે.

ધ્વનિત-" હિના આ ઢીંગલી ક્યારની રડે છે છાની રાખને.. "

હિના દોડતી રૂમમાં આવે છે.

હિના એને પોતાની પાસે લઈને. -"ખબર નહીં આજે ક્યારની કચકચ કરે છે... ચાલો કાંઈક ખવડાવું... "

****

દિવ્યા ,જાહ્નવી અને શિવમ દાડિયારાસ માટે તૈયાર થયા હોય છે

શિવમ આસમાંની રંગની શેરવાનીમાં નીચે બેઠો હોય છે ત્યાં દિવ્યા અને જાહ્નવી સામેના રૂમમાંથી બહાર આવે છે.

ઘેરા જાંબલી રંગના ચણિયાચોળી, કાનમાં મોટા મોટા ઝુમખા, ગળામાં પહેરેલો હાર, , ખુલ્લા વાળ અને વાળમાં નાખેલ નાની નાની બટર ફ્લાય, હાથની બગડીઓ, આંખનું કાજળ મંત્રમુગ્ધ કરી દે એવા વળાંકવાળી કમર અને ચમકતા ગાલ..

જાહ્નવી આજે સુંદરતાની પ્રતીક નહીં પણ સુંદરતાનો પર્યાય લાગતી હતી...

દિવ્યા અને જાહ્નવી શિવમની બાજુમાંથી પસાર થાય છે

દિવ્યા ધીમેથી શિવમને-" કેમ જીજુ જોતા રહી ગયા ને મારી બહેનને ?"

શિવમ શરમાઈ જાય છે-"ના, ના એવું કાંઇ નથી.. "

બેન્ડબાજા ના તાલ પર દાંડિયારાસ શરૂ થાય છે ખેલૈયાઓ પૂરજોશમાં રમવા લાગે છે..

દિવ્યા શિવમને પણ સાથે રમવા ખેંચી લે છે રમતા રમતા શિવમ અને જાહ્નવી સામસામે આવી જાય છે.

જાહ્નવી-"શિવમ, કેમ કાંઇ વિચારે છે?"

શિવમ-" કાંઈ નહિ... "

જાહ્નવી-" શેરવાની સારી લાગે છે. "

શિવમ-"તને પણ ચણિયાચોળી બહુ સારા લાગે છે.. "

જાહ્નવી સ્મિત આપે છે. થોડીવાર રમ્યા બાદ-

શિવમ-"જાહ્નવી ચાલને તારું કામ છે બહાર ચાલને થોડીવાર... "

જાહ્નવી સહમત થાય છે.

જાહ્નવી લગ્ન હોલની બહાર આવે છે.

શિવમ-"અહીંયા નહીં કૃષ્ણમંદિર પાસે. "

જાહ્નવી-"કેમ ?

શિવમ-"પ્લીઝ, કાઈ પૂછીશ નહીં ત્યાં જઇ સમજાવું છું. "

બંને દરિયા કિનારે ચાલતા ચાલતા ગોમતીઘાટ પહોંચી જાય છે ત્યાં યાત્રિકોની સંખ્યા બહુ નથી હોતી કેમકે મોટાભાગના શ્રધ્ધાળુઓ મંદિરની અંદર હોય છે.

ગોમતીઘાટના જળમાં આઠમના ચંદ્રનું પ્રતિબિંબ પડી રહ્યું હતું. થોડી ઘણી હોડિઓ આમતેમ આટા મારતી હતી.

કૃષ્ણમંદિરની રોશની આજુબાજુમાં પ્રસરી રહી હતી મંદિરની ધ્વજા ફરકી રહી હતી.... ધીમોધીમો પવન જાહ્નવીના વાળને ઉડાડી રહ્યો હતો થોડીવારમાં બંને ગોમતીઘાટ પર પહોંચી જાય છે ત્યારે શિવમ કહે છે-

"જાહ્નવી, મને ખબર છે તું મારી સાથે ખુશ નથી. "

જાહ્નવી ને ખૂબ નવાઈ લાગે છે-" શું ?"

શિવમ-"મને કહેવા દે.... "

"જો જાહ્નવી, મારું તારા પર અને તારા પરિવાર પર ઋણ છે એમ માની મારી જોડે સમાધાન કરવાની શું જરૂર છે ?"

જાહ્નવી-"ના એવું કાંઈ નથી... "

શિવમ- " મને ખબર છે જાહ્નવી તારે મારા લીધે કોઈ પણ Compromise કરવાની જરૂર નથી.. હું ક્યારેય તારા પર હક નહીં દાખવું.. જો તને આપણા પરિવારનો ડર હોય તો હું એમને સમજાવીશ... "

જાહ્નવી-"આ અચાનક આજે તને શું થઇ ગયું ?"

શિવમ-"અચાનક નહીં જાહ્નવી ઘણા સમયથી મારે તને આ વાત પૂછવી હતી.. હું તને સમય આપવા માંગતો હતો.. "

જાહ્નવી-"બધું બરાબર તો છે હવે તારે શું કરવું છે?"

શિવમ-" કોઈ છે જાહ્નવી જેને એની ભૂલ સમજાઈ ગઈ છે. કોઈ છે જાહ્નવી છે તને હજુ પ્રેમ કરે છે કોઈ છે કે તને મળવા મંદિરના પગથિયાની ઉપર તારી રાહ જુએ છે... "

જાહ્નવી આ સાંભળી નિશ્ચયન થઈ જાય છે અને વિશ્વાસ નથી આવતો

જાહ્નવી ધીમા સ્વરે-"ઋતુરાજ ?"

શિવમ-"હા. "

- " આજે સવારે એનો ફોન આવ્યો હતો.. એને એની ભૂલ નો ખ્યાલ આવી ગયો છે અહીંયા તારા માટે જ આવ્યો છે.. એણે મને સમજાવ્યું કે બધી રીતે તને સ્વીકારવા તૈયાર છે એના પરિવારની સાથે લડવા પણ તૈયાર છે.. "

જાહ્નવી-"મને કંઇ સમજાતું નથી... "

શિવમ પ્રેમથી જાહ્નવીના ગાલ પર હાથ મૂકે છે.

શિવમ-"એને માફ કરી દે અને એની પાસે જતી રહે... મારી સાથે સમજૂતી કરી કોઈ ઋણયુક્ત જીવન જીવવાથી તુ ખુશ રહી શકીશ? ક્યારેય નહીં...

મારી ચિંતા ના કર મારા માટે તારી ખુશી જ સર્વસ્વ છે.. પ્રાપ્તિ એ મારા પ્રેમનું પરિણામ ન હોય તો પણ મને સ્વીકાર્ય છે.. "

આ સાંભળતા સાંભળતા જાહ્નવીની આંખોમાં અશ્રુઓ આવી જાય છે.

****

હંસાબેન કૃષ્ણ ભગવાનની મૂર્તિ પાસે દિપક પ્રગટાવે છે અને પ્રાર્થના કરે છે.

- " હે દ્વારકાધીશ મારા શિવમનું ધ્યાન રાખજો... એણે બહુ બધું ગુમાવ્યું છે હવે એને તમે વધુ ત્યાગ કરવા ન દેતા. "

હંસાબેન એ વાતથી અજ્ઞાત હતા કે શિવમે તો એના જીવનનો સૌથી મોટો ત્યાગ કરી નાખ્યો છે.

****

નેહા-"જય, ચાલો ને આપણે આ દિવા ખરીદીએ. "

જય- નેહાને દિવા ખરીદી આપે છે.

નેહા-" આપણે એને કાંકરિયા માં તરતા મૂકવા છે.. "

****

અહીંયા જાહ્નવી અને શિવમ ન દેખાતા દિવ્યા એમને શોધે છે એને ચિંતા થાય છે.

- "હે દ્વારકાધીશ જાહ્નવીનું ધ્યાન રાખજો.. "

જાહ્નવી-"મને કાંઈ સમજાતું નથી.. "

શિવમ-"તું જા ઋતુરાજ તારી રાહ જોવે છે આ પગથિયાં ચડી જઈશ એટલે ત્યાં ઋતુરાજ મળશે... એ પગથિયા કૃષ્ણમંદિર તરફ જઈ રહ્યા હતા પગથિયાંના દરેક ખૂણે લાઈટોની હારમાળા પ્રજ્વલિત હતી જાહ્નવી શિવમની સામે જુએ છે અને આંખોથી પ્રશ્ન પૂછે છે- " જાવ ?"

શિવમ એનું મુખ હકારમાં ધૂણાવે છે અને હા પાડે છે.

જાહ્નવી પાછળ ફરે છે અને થોડું વિચારે છે પછી એ ધીમેથી આગળ જાય છે..

એને પગથિયાની ઉપર ઋતુરાજ દેખાય છે એ ચાર પાંચ છે પગથિયા ચડે છે અને એકવાર પાછળ ફરીને જુએ છે.

શિવમ ગોમતીઘાટ પર ઊભો હોય છે એ હાથ ઊંચો કરી જાહ્નવીને આવજો કહે છે એના હોઠનું સ્મિત નયનના અશ્રુ છુપાવી શકતું નથી પણ એ જાહ્નવી માટેની ખુશીના અશ્રુઓ હોય છે.શિવમ ભોંય પર બેસી જાય છે અને ખૂબ રડે છે.પોતાનાં પ્રિયને પોતાનાં જ હાથે અન્યને સોંપવું એ દુનિયાનું સૌથી કપરું અને કાળજું કમકમાવી નાખનારું કામ છે.

જાહ્નવી ઝડપથી પગથિયાં ચડવા લાગે છે શિવમ એનું મુખ સમુદ્ર તરફ ફેરવી લે છે એના હ્રદયનું દર્દ અશ્રુધારા રૂપે વહેવા લાગે છે અને સમુદ્રની ખારાશમાં એનાં અશ્રુઓની ધારા મિશ્ર થતી રહે છે.

જાહ્નવી એક પછી એક પગથિયું ચડી છેવટે ઋતુરાજ પાસે પહોંચી જાય છે એના શ્વાસોશ્વાસનો દર વધી ગયો હોય છે એ ઋતુરાજની સન્મુખ ઊભી રહી જાય છે.

ઋતુરાજ-" જાહ્નવી મને માફ કરી દે મને ખૂબ પસ્તાવો થાય છે. "

એ હાથ જોડી ઉભો રહે છે

જાહ્નવી-"ખરેખર ઋતુરાજ ?"

ઋતુરાજ-"હા.. મેં તને સમજવામાં ભૂલ કરી... તારા અસીમ પ્રેમનો મેં ઇન્કાર કર્યો હું તો માફી માગવાને પણ લાયક નથી...

જાહ્નવીના એના હાથ પકડી લે છે ઋતુરાજની આંખોમાં પણ અશ્રુ આવી જાય છે.

ઋતુરાજ-"મારે તારી સાથે નવી જીંદગી શરૂ કરવી છે મારી અધૂરી કવિતાને મારે પૂર્ણ કરવી છે.. મારે તારો સાથ આપવો છે.. "

ઋતુરાજ એનો હાથ જાહ્નવી તરફ લંબાવે છે.

જાહ્નવી કશું બોલતી નથી.

એના મનમાં એક યુધ્દ થાય છે. એને ગયા વર્ષે નાની એ કહેલ વાત યાદ આવે છે.

"આપણી પાસે એવી કોઇ પારાશીશી નથી એ કોઈના હૃદયની લાગણી માપી શકીએ.. ઘણી વખત બે વ્યક્તિઓ જુદા જુદા સમયે જુદા જુદા ચહેરા સાથે સામે આવે છે એટલે હંમેશા પૂર્વગ્રહ બાંધવા ન જોઈએ.... "

જાહ્નવીને અહેસાસ થાય છે કે એના જીવનમાં પણ આમ જ થયું છે-

" શિવમને પહેલા ખોટું સમજતી હતી એણે પછી એનો એ પૂર્વગ્રહ દૂર કર્યો ઋતુરાજ ને સર્વસ્વ માનતી હતી પણ ઋતુરાજે એને સર્વસ્વ માની ન હતી. જ્યારે શિવમે એ જાણવા છતાં કે પોતે ઋતુરાજ

ને ચાહે છે એને સર્વસ્વ માને છે. " જાહ્નવીને નાનીની વાત આગળ યાદ આવે છે.

"સાચો પ્રેમ કોઈ પણ પરિસ્થિતિમાં સાથ છોડતો નથી... બસ, જે વ્યક્તિ આ વાત પર અમલ કરે એ જ તારો ચાંદ પછી તારે એને બીજી બાજુ જોવાની જરૂર નહીં રહે.. એ ઉજ્જ્વલ જ હશે..."

જાહ્નવીને આ વાતનો અભૂતપૂર્વ અહેસાસ થાય છે.

ઋતુરાજ અને ફરી કહે છે-"જાહ્નવી મારી સાથે નવો સફર શરૂ કરીશ ને ?"

એ એના બંને હાથ જાહ્નવીના ખભા પર મૂકે છે.

જાહ્નવી આશ્ચર્યથી એની સામે જુએ છે.

જાહ્નવી ઉંડો શ્વાસ લે છે એ ધીમેથી ઋતુરાજના બંને હાથ એના ખભા પરથી દૂર કરે છે..

ઋતુરાજ-" જાહ્નવી શું થયું? મને ખરેખર મારી ભૂલ સમજાય ગઈ છે.. "

જાહ્નવી-"અને મને મારી. "

ઋતુરાજ-"શું "

જાહ્નવી-" હું તમારી સાથે નથી રહેવા ઈચ્છતી. "

ઋતુરાજ-"શું?"

જાહ્નવી-"હા, હું એ વ્યક્તિને કેમ છોડું જેણે મારા મરણ પથારી હોવા છતાં મારી સેવા કરી? મારા પરિવારનું ધ્યાન રાખ્યું...

મારા ઈલાજ નો ખર્ચ આપ્યો મારા ઘરના સભ્યોની હિંમત તૂટવા ન દીધી.. મને એટલો પ્રેમ કર્યો એટલો પ્રેમ કર્યો જેની કોઈ સીમા ન રહી અને આજે તો હદ થઈ ગઈ..

તમે એને એકવાર ફોન કરી કહી દીધું કે તમને પસ્તાવો છે એણે ખુશી ખુશી મને તમારી પાસે મોકલી દીધી....

અરે! ભગવાનને એક ક્ષણ માટે ભૂલી જાઉં કે એમણે મને નવું જીવન આપ્યું તો વાંધો નહીં આવે પણ શિવમને કેમ ભૂલું ? જેણે મારું આટલું જતન કર્યું...

હું એ ભૂલ કેમ કરું? જે થોડા મહિના પહેલાં તમે કરી હતી અને અત્યારે પણ મને આમ કહી તમે આરતી સાથે એ ભૂલનું પુનરાવર્તન કરો છો...

હું શિવમનેના છોડી શકું.... I can't leave him..

I can't..."

ઋતુરાજ –"પણ જાહ્નવી..."

જાહ્નવી એનો હાથ આગળ કરી ઋતુરાજ ને કહે છે.

-" નાં, ઋતુરાજ હવે કાંઈ નહીં.. જાહ્નવી ક્યારેય ઊંધી ન વહી શકે... ક્યારેય નહીં.. "

રાત્રિના બાર વાગી જાય છે.

કૃષ્ણમંદિરના પડદા ખુલે છે કૃષ્ણ ભગવાનની પ્રતિમા શ્રધ્ધાળુઓ સમક્ષ આવે છે શંખનાદ થાય છે અને સૌ ગાવા લાગે છે –

" નંદ ઘેર આનંદ ભયો

જય કનૈયા લાલ કી...

નંદ ઘેર આનંદ ભયો

જય કનૈયા લાલ કી..

જાહ્નવી-"તમે પાછા જતા રહો અને આરતી સાથે ખુશ રહો..."

જાહ્નવી ઋતુરાજ તરફથી મુખ ફેરવી લે છે.

****

ધ્વનિત-" હિના, ટીવી ચાલુ કરીએ કૃષ્ણજન્મ આવશે. "

હિના ટીવી ચાલુ કરે છે દ્વારકાધીશ જીવંત પ્રસારણ જુએ છે.

"નંદ ઘેર આનંદ ભયો" સાંભળી અમને ઢીંગલી શાંત થઈ જાય છે.

****

જાહ્નવી એક પછી એક એમ પગથિયા ઉતરી જાય છે શિવમ હજુ ત્યાં ગોમતી ઘાટ પર ઊભો હોય છે.

****

કૃષ્ણ મંદિરમાં ઠેર ઠેર મટકા ફૂટે છે અને માખણ તથા અન્ય પ્રસાદની વર્ષા થાય છે શ્રધ્ધાળુઓ તાનમાં આવી ડોલવા લાગે છે.

****

શિવમના અશ્રુઓ સમુદ્રમાં ભળી રહ્યા હતા એ સમુદ્રજળમાં એનું પ્રતિબિંબ મળી રહ્યું હતું આઠમના ચંદ્રનું પ્રતિબિંબ પણ પડતું હતું.

શિવમના ખભા પર ત્યાં એક હાથ મુકાય છે.જાહ્નવી શિવમની હરોળમાં આવી ઊભી રહી જાય છે, શિવમ જળમાં એનું પ્રતિબિંબ જુએ છે.

શિવમ એની સામે જુએ છે જાહ્નવીની આંખોમાં પણ આંસુ હોય છે.

જાહ્નવી વહાલ થી એના આંસુ લૂછે છે.

શિવમ-"જાહ્નવી ?"

જાહ્નવી શિવમના ઓષ્ઠ પર એના હાથથી બીડાણ કરી દે છે.

- મને બોલવા દે આજે... "

જાહ્નવી-" ખબર છે જ્યારે હું પગથિયા ચડી અને પાછળ ફરી જોયું ત્યારે શું યાદ આવ્યું?"

શિવમ-" શું?

જાહ્નવી-" આપણી સ્પર્ધાનું ચિત્ર "

" જેમાં રાતના સમયે દરિયા કિનારે એક વ્યક્તિ ઉભી છે અને એની આંખમાં આંસુ છે દરિયાના પાણીમાં ચંદ્રનો પડછાયો પડે છે આજુબાજુ ખૂબ અજવાળું હોય છે અને એ વ્યક્તિ એ આવજો કહેવા હાથ લંબાયેલ હોય છે... "

શિવમ-"પછી.. "

જાહ્નવી-" ત્યારે તે જે જવાબ આપ્યો હતો એ મને આજે સમજાય છે આજે મને ખ્યાલ આવી ગયો કે ખરેખર તારું મનોવિજ્ઞાન ઉતમ છે. હું તો ક્યારેય એનો સાર પામી ન શકી..."

શિવમ-" કાંઈ વાંધો નહીં.. "

જાહ્નવી પોતાના બંને હાથ શિવમના ગાલ પર મૂકે છે-

"થોડો તો સ્વાર્થી બન્યો હોત...

ઋતુરાજનો ફોન જ ન ઉપાડ્યો હોત...

એની સાથે વાત જ ન કરી હોત....

અને વાત કરી હોત તો પણ મને ના કીધું હોત અને મને કહીને પણ મને એની પાસે ના મોકલી હોત"

આટલો ત્યાગ કરીને તને કંઈ થતું નથી ?"

- શિવમ ની આંખોમાંથી આંસુઓ વહી રહ્યા હતા...

શિવમ-" ના.. થાય છે મને ઘણું દર્દ થાય છે..પણ તારી ખુશીથી વિશેષ કંઈ નહિ ,મારો ત્યાગ પણ નહીં અને હું પણ નહીં . "

જાહ્નવી - " અને આવું કેમ ? "

" Because I Love You a lot..... "

જાહ્નવી-" શિવમ, તે તો મારા જીવનના પ્રેમની સંકલ્પના બદલી નાખી... આજે મને ખ્યાલ આવ્યો કે મારા આકાશનો ચાંદ તો તું છે... અને મારે એની બીજી બાજુ જોવાની જરૂર નથી કેમ કે અપાર પ્રેમનો કોઈ બીજો સૂર્ય એની બીજી બાજુને હંમેશા પ્રકાશિત રાખે છે.. "

શિવમ-" મારા માટે તારી ખુશી જ સર્વસ્વ છે. "

જાહ્નવી શિવમના આંસુ લૂછે છે.

જાહ્નવી-" શિવમ મને મારી બધી ભૂલ માટે માફ કરી દે..."

આમ કહી એ શિવમને પોતાનામાં સમાવી લે છે એ એને બાહુપાશમાં લઈ લે છે.

જાહ્નવી-" હું તને ક્યારેય નહીં છોડું. -ક્યારેય નહીં... "

****

હંસાબેન કૃષ્ણ ભગવાનની મૂર્તિ પાસે જાહ્નવી અને શિવમની સગાઈની આમંત્રણ પત્રિકા મૂકે છે.

****

હિનાની નાની ઢીંગલી અચાનક જ હસવા લાગે છે અને હાથ હલાવા લાગે છે.

હિના આ જોઈ-" અરે જુઓ તો આ અચાનક એવી ખીલી ગઈ છે. "

ધ્વનિત-" નાના બાળકને એ પણ દેખાતું હોય છે જે આપણે જોઈ શકતા ન હોય.. "

****

નેહા અને જય હાથમાં દિવો લે છે અને કાંકરિયાના જળમાં વહેતો મૂકે છે બંને બહુ ખુશ થઈ જાય છે " નંદ ઘેર આનંદ ભયો જય કનૈયા લાલ કી" નો નાદ ગુંજતો રહે છે.

સમુદ્ર જળમાં એકાકાર થઈ રહેલા શિવમ અને જાહ્નવીનું પ્રતિબિંબ પડયા રાખે છે.આકાશમાં ચંદ્રમા ધરતી પરનું આ અનુપમ દ્રશ્યો નિહાળ્યા રાખે છે.

જાહ્નવી અને શિવમ એકબીજામાં ઓતપ્રોત થયા રાખે છે. શિવમના પ્રેમની આજે જીત થાય છે.

શિવમ અને જાહ્નવી એ નીરવ વાતાવરણમાં ખોવાઈ જાય છે .આ શાંતિને તોડતા શિવમ પૂછે છે-

" જાહ્નવી?"

જાહ્નવી- " હમ્મ "

શિવમ-"તું ખુશ તો છે ને ?"

જાહ્નવી એની સામે જુએ છે અને ફરી એને બાહુપાશમાં જકડી લે છે.

- " ખૂબ જ... "

જાહ્નવી- " I Love You.. too... "

એમ કહી એ શિવમના ગાલ પર ચુંબન આપે છે...થોડી ક્ષણો માટે બધું થંભી જાય છે. બન્ને એકબીજાના શ્વાસને અને એકમેકની આત્માને અનુભવ્યા રાખે છે.બન્ને એકબીજામાં વિલીન થઈ જાય છે.

બંને લગ્નહોલ પર પાછા ફરે છે બંનેને ખુશ જોઈ સૌ હર્ષિત થાય છે.

****

અગ્નિની આસપાસ દિવ્યા અને ભરત મંગળફેરા ફરે છે બંને ગૃહસ્થ જીવનની શરૂઆત કરે છે.

***** 1 Month Later *****

ચારે તરફ અજવાળું જ અજવાળું હોય છે પારંપરિક પોશાકમાં જાહ્નવી અને શિવમ સામ સામે ઊભા હોય છે બંને પર પુષ્પોની વૃષ્ટિ થઈ રહી હોય છે જાહ્નવી એનો હાથ આગળ કરે છે શિવમ જાહ્નવીને સગાઈની વીંટી પહેરાવે છે ત્યારબાદ જાહ્નવી પણ શિવમને વીંટી પહેરાવે છે શિવમ ઘણા બધા ગુલાબના ફૂલ જાહ્નવીને આપે છે સૌ તાળીઓ પાડે છે...

નેહા-જય દિવ્યા-ભરત વૈષ્ણવી અને અનિકેત હીના-ધ્વનિત સૌ ઉપસ્થિત હોય છે બધા જાહ્નવીની જીવનડાયરીના આ પ્રકરણને જોઈને ખૂબ ખુશ હોય છે શિવમના અપાર સ્નેહનો જાહ્નવીના જીવનસાગર માં સુભગ સમન્વય થાય છે થોડા સમયમાં બંને લગ્નગ્રંથિથી જોડાય છે.

" આ પ્રેમ અદ્‌ભૂત જાદુ છે

કોઈ સમજીને સમજી શકતું નથી તો

કોઈ ન સમજીને પણ સમજી લે છે...

કોઈ પ્રાપ્ત કરીને પણ ત્યજી દે છે તો

કોઈ ત્યજીને પણ પ્રાપ્ત કરી લે છે... !!!"

આ શાશ્વત પ્રેમ જ છે - ચાંદા તારી બીજી બાજુ....

Dr Prakash Chandegra Lavym has written many stories/novels/poems/articles apart from Abhisarika. All are worth reading and heart touching. Examples of his creations are:

1. Tum se jo dur hue - Medical lovestory (Hindi)

2. Teri mohabbat mein - Medical lovestory (Hindi)

3. Teri Talash zindagi - Medical lovestory (Hindi)

4. Har chahat kuch kehti hai - Lovestory (Hindi)

5. Abhisarika : Ek atur prem ni nayika - Gujarati Novel (Gujarati)

6. Aricles on health and lifestyle , short stories (Gujarati)

www.ingramcontent.com/pod-product-compliance
Lightning Source LLC
LaVergne TN
LVHW052136041026
849558LV00043B/560
9789358192278